அரண்

நாவல்

அல்லி உதயன்

பாரதி புத்தகாலயம்

ARAN (in Tamil)

Alli Udayan

First Published: March, 2022

Published by

BHARATHI PUTHAKALAYAM

7, Elango Salai, Teynampet, Chennai - 600 018

Email: bharathiputhakalayam@gmail.com / www.thamizhbooks.com

அரண்

அல்லி உதயன்

முதல் பதிப்பு: மார்ச், 2022

வெளியீடு:

பாரதி புத்தகாலயம்

7, இளங்கோ சாலை, தேனாம்பேட்டை, சென்னை - 600 018

தொலைபேசி : 044-24332424, 24330024 | விற்னை: 24332924

விற்பனை நிலையங்கள்

மதுரை: 37A, பெரியார் பேருந்து நிலையம் - 045 22324674 | **ஈரோடு:** 39: 39 ஸ்டேட் பாங்க் சாலை - 9245448353

திண்டுக்கல்: பேருந்து நிலையம் - 9942331105, 9976053719 | **பழனி:** பேருந்து நிலையம் அருகில் - 9442883696

திருப்பூர்: 447, அவினாசி சாலை - 9486105018 | **சேலம்:** பாலம் 35, அத்வைத ஆஸ்ரமம் சாலை 0427 2335952

திருவல்லிக்கேணி: 48, தேரடி தெரு - 9444428358 | **வடபழனி:** பேருந்து நிலையம் எதிரில் அடையார் ஆனந்தபவன் மாடியில் - 9444476967 | **பெரம்பூர்:** 52, கூக்ஸ் ரோடு - 9444373716

திருவாரூர்: 35, நேதாஜி சாலை - 9442540543 | **சேலம்:** 15, வித்யாலயா சாலை சாலை

திருநெல்வேலி: 25கி, ராஜேந்திரநகர் - 9442149981

மதுரை: சர்வோதயா மெயின்ரோடு | **குன்னூர்:** N.K.N வணிக வளாகம் பெட்போர்ட்

செங்கல்பட்டு: 1 D ஜி.எஸ்.டி சாலை - 044 27426964 | **விருதுநகர்:** 131, கச்சேரி சாலை - 0456 2245300

கும்பகோணம்: 352, ரயில் நிலையம் எதிரில் - 9443995061 | **வேலூர்:** பேஸ் III, சத்துவாச்சாரி - 9442553893

நெய்வேலி: பேருந்து நிலையம் அருகில், - 9443659147

தஞ்சாவூர்: காந்திஜி வணிக வளாகம் காந்திஜி சாலை - 9655542400

கோவை: 77, மசக்காளிபாளையம் ரோடு, பீளமேடு - 8903707294

திருச்சி: வெண்மணி இல்லம், கரூர் புறவழிச்சாலை - 9994289492

திருவண்ணாமலை: முத்தம்மாள் நகர் | **நாகர்கோவில்:** 699 கே.பி.ரோடு R.A.புரம் - 9443450111

சிதம்பரம்: 22A / 18B தேரடி கடைத் தெரு, கீழவீதி அருகில் - 9994399347

கரூர்: நாரத கானசபா அருகில் (TNGEA OFFICE) - 9442706676

காரைக்குடி : 12, 2 வது தெரு, கம்பன் மணிமண்டபம் பின்புறம் - 9443406150

பாண்டிச்சேரி : கிழக்-கு கடற்கரைச்சாலை, இலாசுப்பேட்டை, 9486102777

அருப்புக்கோட்டை: கதவுஎண் 49 A/4 மெயின் ரோடு, தெற்கு தெரு - 9994173551

நினைத்த நூல்கள்... நினைத்த நேரத்தில்...   BharathiTV | www.bookday.in

thamizhbooks.com   8778073949

அச்சு : பிரிண்டெக், சென்னை - 600 005.

சமர்ப்பணம்

*களநிகழ்வுகளைப் படம் படிப்பதில்
தனித் தெளிவு பெற்றிருக்கிறீர்கள்!
என வாழ்த்துரைத்த
தோழர் இதய கீதன்,
தொழிற்சங்க இயக்கங்கள் அனைத்தும்
இலக்கியமாக்கப்பட வேண்டும்
என்று வலியுறுத்திய
தோழர்கள் பி.எம்.குமார்
இரா.ஜோதிராம், வி.வாழவந்தான்
ஆகியோரின் நினைவுகளுக்கு...*

முன்னுரை

பசுமைநிறைந்த மலைத்தொடர்களும் வயல்வெளிகளும் அருவிகளும் கால்வாய்களுமாக தேனிமாவட்டம் இயற்கையின் பேரழகோடு திகழ்கிறது.

எப்போது அங்கே சென்றாலும் அதன் இயற்கை எழிலும் குளுமையும் நம் சிந்தனையில் இனிமையை சேர்த்துவிடுகிறது. அதிலிருந்து மீளமுடியாத ஒரு இன்ப உணர்வின் தொடர்ச்சியாகவே "அரண்" என்ற இந்த நாவலும் இணைத்திருக்கிறது என்று சொன்னால் அது மிகையாகாது.!

இலைகள் அசையும்.மலைகள் அசையுமா? எப்படி அசையும்? ஏன் அசையாது?

இக்கேள்விகளுக்கான விடைகளைத் தேடித்தான் கண்டறியவேண்டும். அத்தேடலுக்கான பயணத்தைதுவக்கி வைக்கிறது இந்நாவல்.

என்னதான் இயற்கைவளம் நிரம்பியிருந்தாலும் அங்கு வாழும் மக்கள் வறுமையோடுதான் வாழ்கிறார்கள். ஏழ்மையோடுதான் போராடுகிறார்கள். அவர்களிடையே பல்வேறு சாதிகள், மதங்கள், பண்பாடுகள், கலாச்சாரங்கள் அவற்றிடையே நிலவும் ஏற்றத்தாழ்வுகள்.. தொடரவே செய்கின்றன.

வாழ்வதற்காக நடத்தும் போராட்டம்..போராட்டமே வாழ்க்கையாகக் கொண்ட மக்கள். அவர்கள்.

இவர்களை நாயகர்களாக்க எத்தனைபேர் முன்வருகிறார்கள்?

இலக்கியம் அழகியலோடு இணைந்திருக்க வேண்டும் என்பதெல்லாம் உண்மைதான். ஆனால் ஏழ்மை எந்த அழகோடு சேர்ந்தது...? எப்படி ஏழ்மையை அழகாக்குவீர்கள்...?

இப்படியான கேள்விகளை சிக்கல்களை அதனதன் போக்கில் விடுவிக்கிறார் ஆசிரியர். வாழும் மனிதர்களின் குணங்களில் அவர்களின் செயல்களில் மிளிரும் அழகைக் கண்டுணர்ந்து அதை அழகாக சித்தரித்திருக்கிறார் ஆசிரியர் அல்லிஉதயன் அவர்கள்.

வெறும் வர்ணனைகளோ வார்த்தைச் சொற்றொடர்களோ இலக்கியத்திற்கு அழகு சேர்த்துவிடாது என்பதை நன்குணர்ந்தவராக அதனின்று வேறுபட்டு தம் தனித்துவமிக்க எழுத்தாற்றலோடு நம்மைத் திகைப்பில் ஆழ்த்தி கதைக்குள் அழைத்துச் செல்கிறார்.

அடுத்தடுத்து என்ன நடக்குமோ என்ற பதற்றத்தையும் ஏற்படுத்துகிறார். ஒவ்வொரு கதாபாத்துரமும் அவர்கள் வாழும்

சூழலுக்கேற்ற உளவியல் சார்ந்து அதற்கேற்ற தன்மையோடு படைத்துள்ளார்.

இந்நாவலை வாசிக்கும்போது அதனை நீங்கள் உணர்வீர்கள். மூவாயிரம் ஆண்டுகளுக்கு பின்னால் தொல்காப்பிய இலக்கண விதிப்படிதான் ஒரு பெண் இருக்க வேண்டுமா? அச்சம், மடம், நாணம், பயிர்ப்பு இவைகள் தொடரவேண்டுமா?

முத்துமாடத்தி என்ற கிராமத்துப்பெண் இலக்கணங்களை அறிந்தவர் இல்லை. ஆனால் வாழ்க்கையை அறிந்திருந்தார். அவர் எப்படி வாழவேண்டும் என்பதை அவர் அனுபவங்களின் மூலம் அறிந்திருந்தார். இவர்தான் கதையின் நாயகி.

நாயகி என்றால் குடும்பத்தின் தலைவி. என்ற பிம்பமே நமது சிந்தனையில் கட்டமைக்கப்பட்டிருக்கிறது.

அது உடைபட்டிருக்கிறது இக்கதையில். அலுக்காமல் சளிக்காமல் 300 போராளிகளுக்கு சமைத்துப் போடுகிற சாதாரண பெண்ணாகத் துவங்கி 3 மாதமாக தொடர்கிற நூற்பாலை தொழிலாளர்களின் போராட்டத்தை வழிநடத்துகிற அனைவரையும் ஒன்றிணைக்கிற தாக்குதலை எதிர்கொள்கிற சிறை சென்று மீள்கிற விடாப்பிடியாக போராட்டத்தை முன்னெடுக்கிற தலைமை இடத்தையும் அடைகிறார்.

எத்தனையோ போராட்டங்களை பார்த்திருக்கிறேன். அதில் கலந்தும் இருக்கிறேன் ஆனால் போராட்டத்தில் பங்கேற்போரின் உணர்வலைகளை... அவை எப்படி இருக்கும் என்பதனை இந்நாவலில்தான் துள்ளியமாக புரிந்துகொள்ள முடிந்தது.

ஊருகாலப்பசாமி கோவில் முன்பு கூடியிருக்கும் தொழிலாளர்களோடு அமர்ந்துகொள்கிற நம்மனது அவர்களின் ஒவ்வொரு செயலிலும் ஒன்றிணைந்து பயணிக்கிறது.

மைக் முன்னாள் நின்று முத்துமாடத்தி நன்றி சொல்லி முடிப்பதற்குள் திக்கித் திணறும் காட்சியை ரசிப்பதாகட்டும் வீடுவீடாக கடை கடையாகச் சென்று உணவுப் பொருள்களை வசூலிப்பதாகட்டும் டீக்கடையில் நின்று ஒரு பஜ்ஜியைப் பிய்த்து அவசரமாக மென்று விழுங்கி அதன் சுவையோடு டீ அருந்துவதாகட்டும் முத்துமாடத்தியை கெட்டவார்த்தைகளில் அர்ச்சிப்பவனை கண்ட துண்டமாக்கிவிடவேண்டும் என கொந்தளித்து எழுவதாகட்டும் அத்தனை நிகழ்வுகளிலும் நாம் உடனிருப்பதைப் போன்ற ஒருஉணர்வை தோழமையை நமக்குள் ஏற்படுத்தி விடுகிறார் ஆசிரியர்.

ஒரு போராட்டத்தை துவக்குவது எளிது ஆனால் அதை வழிநடத்தி வெற்றியை ஈட்டுவது அத்தனை எளிதல்ல என்பதையும்

எவ்வாறெல்லாம் போராடமுடியும் என்பதையும் யாரெல்லாம் போராட்டத்திற்கு தோள் கொடுப்பார்கள் யாரெல்லாம் போராட்டத்தை எதிர்த்து நிற்பார்கள் என்பதை வர்க்க ரீதியாக இனம் பிரித்து உண்மையைப் பேசுறது இந்நாவல்.

இந்நாவலின் மையமே பஞ்சாலை தொழிலாளிகளின் போராட்டம் குறித்துதான். முதலாளிக்கும் தொழிலாளிக்கும் இடையில் இருக்கக்கூடிய வேறுபாட்டை அதன் தத்துவத்தை மிக நுட்பமாக அதே சமயத்தில் எளிமையாக விளக்குகிறது இந்நாவல்.

தொழிலாளர்களின் போராட்டத்தை சாதாரண எளிய மக்கள் எப்படி பார்க்கிறார்கள் என்பதையும் அவர்கள் மத்தியில் எப்படி ஆதரவு தேட வேண்டும் என்பதையும் விளக்குகிறது.

ஒரு போராட்டத்தை சுற்றி இத்தனை சம்பவங்கள் நிறைந்துருக்குமா என்ற கேள்வி வியப்போடு எழுகிறது. ஆனால் அவையாவும் நடந்து கொண்டே தான் இருக்கிறது. உழைப்புச் சுரண்டல் தொடர்ந்து கொண்டே இருக்கிறது. முதலாளி தீர்மானிப்பது தான் ஊதியம்.

உழைக்கக்கடிய தொழிலாளி உழைப்பின் மதிப்பை தீர்மானிக்க முடியாது. இந்த முரண்பாட்டில்தான் இன்றைய முதலாளித்துவ அரசியல் உள்ளது.

இதற்கும் எளிய மக்களுக்குமான உறவை அதன் பிணைப்பை நேர்த்தியோடும் கலையம்சத்தோடும் நடத்திச் செல்கிறார் ஆசிரியர். அங்கேதான் அவரது வெற்றி தொடங்கியிருக்கிறது.

தொடரும் போராட்டத்தை உடைப்பதற்கும் ஒற்றுமையை பிளவுபடுத்துவதற்கும் முதலாளி செய்த முயற்சி வெற்றிபெற்றதா? காவல்துறை யார்பக்கம் நின்றது?

முத்துமாடத்தி போன்ற எளிய மக்கள் அதிகார வர்க்கத்தின் தந்திரத்தை புரிந்து கொண்டார்களா? நாவலை வாசியுங்கள்...!

இதை ஒரு தொழிற்சங்க தலைவராகவும் தொழிலாளி வர்க்க தத்துவத்தை பின்பற்றும் போராளியாகவும் இருந்து விளக்கமாகப் பேச முடியும்.!

ஆனால் அதை கதைக் களமாக்க இந்நாவலாக படைப்பது கடினம். அக்கடினமான காரியத்தை மேற்கொண்டு வெற்றி பெற்றிருக்கிறார் தோழர் அல்லி உதயன் அவர்கள்.

மறைந்த மதுரை தோழர் ஜோதிராம் அவர்கள் மற்றும் தோழர்கள் ராஜப்பா வெங்கடேசன் ரேபேக்கா கோமதி போன்ற பெண்தோழர்களும் மற்ற மூத்த நூற்பாலைத் தோழர்களும் இந்நாவலில் பாத்திரங்களாக படைக்கப்பட்டுள்ளார்கள் என்பது கூடுதல் முக்கியத்துவம் பெறுகிறது.

கதை முழுவதையும் கூறுவது இம் முன்னுரையின் நோக்கமல்ல. நாவலை முழுமையாக வாசிக்கும் வாசகர்களின் சுவாரசியத்தை குறைத்து விடக்கூடாது என்பதால் இந்நாவலின் சிறப்பம்சங்களை மட்டும் தொட்டு காட்டியுள்ளேன்.

இந்நாவல் மனிதநேயமிக்க மக்களை அடையாளம் காட்டுகிறது. நாம் அவர்களின் கரங்களை பற்றிக் கொள்ளவேண்டும் என்பதை சொல்கிறது. எந்தப்போராட்டமும் மக்களை சென்றடையும் போதுதான் வெற்றிபெறும்.

ஒரு பெண்ணால் என்ன முடியும் ...? இந்தப் பழமை வாதத்தை உடைத்தெரிகிறார் தோழர் அல்லி உதயன் அவர்கள்.

நன்றி சொல்லவே நடுங்கிக்கொண்டிருந்த முத்துமாடத்தி நகரத்தின் போராட்டத்தில் தலைமை ஏற்றார். வியூகங்களை வகுக்கிறார். விடாப்பிடியான முயற்சியை தொடர்கிறார். இவையாவும் இம்மண்ணின் மைந்தர்கள் குணம். அதில் ஆண் என்ன? பெண் என்ன? இவைகள்தான் இந்நாவலில் வரும் மனிதர்களின் ஆகச்சிறந்த சமத்துவ பண்புகள்.

தோழர் அல்லி உதயன் அவர்கள் சிறுகதைகள் மூலமாக தமிழகமெங்கும் நன்கு அறிந்த பிரபல எழுத்தாளர் ஆவார். அன்பும் தோழமையும் கொண்ட எளிமையானவர். எழுத்துப் பணியை மூச்சாகக் கொண்டவர். தேனி சீருடையான் அவர்களும் தோழர் அல்லி உதயன் அவர்களும் தமுஎகசவின் மதிப்புமிகுந்த தலைவர்கள் ஆவார்கள்.

எண்ணற்ற இளம் எழுத்தாளர்களை கலைஞர்களை ஊக்கப்படுத்திஅவர்களின் வளர்ச்சியில் பெருமிதம் காண்பவர்கள் இந்நாவலை வாசிக்க மிகப்பெரிய நல்வாய்ப்பை வழங்கிய அன்புத் தோழர் அல்லி உதயன் அவர்களுக்கு நெஞ்சார்ந்த நன்றியும் அன்பையும் தெரிவிப்பதில் மகிழ்கிறேன்.

தமிழ்ச் சமூகம் இந்நூலை ஏற்று மகிழும். இந்நூல் தொழிலாளி வர்க்கத்தின் கரங்களில் இருக்க வேண்டிய ஒரு வாள்...

வாழ்த்துகளுடன்

க. பாலபாரதி Ex. MLA.

1

அடி வயிற்றிலிருந்து ஓங்கிப் புடைத்து எழுந்தது முத்துமாடத்தியின் குரல்.

"ஏம் பொண்ணு மக்கா.. ஒங்க பசியமத்துறதுதே ஏங் கொடுப்பின... ஒங்க பாட்டுக்குச் சீசுவான்னு பாக்குறதப் பாருங்க சாமிகளா..." அவள் உயரத்துக்கு வளர்ந்த குதுப்பியால் குழம்பு வட்டகையைக் கிண்டி விட்டுக்கொண்டு சொன்னாள் முத்துமாடத்தி.

சீமைக்கருவேல், கொடுக்காப்புளி, வேம்பு, ஆல், அரசு என வட்டமிட்ட ஊறுகாலன் பொட்டலில் கலகலப்பு கூடியது.

பாண்டி விளையாடுகிறார்கள், படுத்துறங்குவோர், தாயக்கட்டம் உருட்டுவோர்; தவிக்கத் தவிக்கப் பேசிக்கிடப்போர்; என ஒரு பெருங்கூட்டம் ஊருகாலன் பொட்டலை வளையமிட்டிருந்தது.

ஊருக்கு வெளியே வனாந்திரத் தனிமையில் பல்லூழிக் காலம் பரிபாலனம் செய்து வந்த ஊருகாலப்பசாமி நிறைந்த கூட்டத்துடன் நிலைகொள்ளாமல் தவித்துக் கிடந்தார்.

சுற்றுக்குச் சுற்று வேல்கம்புகள்; தீட்டி எடுத்த அரிவாள்கள், கம்பித் தடுப்புகள் என ஒரு ஜீவனம் பண்ணிக் கொண்டிருந்த ஊருகாலப்பசாமி பொங்கல், படையல்கள் எனப் புதுவகை உறவுகளால் பூரிப்படைந்திருந்தார்.

பாறைத் துண்டுகள் போன்ற பெருங்கற்களால் அடுப்பு கூட்டப்பட்டு அரிசி களைந்து கொண்டிருந்தனர் சிலர்.

மூக்காயி, ராக்காயி, பெருமாயி, பேச்சி செண்பகவல்லி என ஆளுக்கு ஒரு பேர் வைத்து பம்பரச் சுற்றலில் வேலை வாங்கிக் கொண்டிருந்தாள் முத்துமாடத்தி.

நாற்பது வயதை எட்டும் போலிருந்தது முத்துமாடத்திக்கு. உடல் முழுக்கப் போர்த்தி பொது பொது வென்றிருந்த சேலை; கை இறக்கமாய் ரவிக்கை, நெற்றியில் துளி திருநீர்த் தீற்று என ஒருவித புதுக்கோலம் பூண்டிருந்தாள் முத்துமாடத்தி. ஊடுநரை கூடி அடர்ந்த முடி; கூட்டி முடிந்து கொண்டை போட்டுக் கொண்டிருந்தாள். கருத்து மொங்கு மொகுடு இல்லாத லட்சண முகம்; திண்ணென்ற உடல்வாகு. எதிர்கொள்ளும் ஜல்லிக்கட்டு காளையை கொம்போடு வளைத்துப் பிடித்துச் சாய்க்கும் உன்மத்தம்.

“ஏ முத்துமாடத்தி... சோறு தண்ணி ஆயிருச்சாவுளா?... நீ ஒரு ஆள்னு ஒன்னைய நம்பி பத்து முந்நூறு தொழிலாளிக வுருறுக எறஞ்சிக்கிட்டுக் கெடக்கு..” ரெங்கண்ணன் பீடிப் புகையுடன் முன் வந்தான்.

கைலியை மொழிக்கு மேல் தூக்கி மடித்துக் கட்டியிருந்தான். வார் வாராய்த் தொங்கும் பெரிய டவுசர். அதில் இருபக்கமும் பெரும் பெரும் பைகள். எதை எதைத்தான் அதில் போட்டு வைத்திருப்பானோ தெரியவில்லை; தரை நோக்கித் தொங்கின. பெரிய பெரிய கட்டங்கள் போட்ட அழுக்குத் துண்டை உருமாலாய்க் கட்டி இருந்தான். பீடி உதட்டைச் சுடும் நெருக்கத்திற்கு வந்திருந்தது.

“வீச்சமெடுத்த வெருவாய்க்கலங் கெட்ட நாயி... கிட்ட நிய்க்க முடியுதா.. இதுல மொற வேற கொண்டாடிட்டு முன்னால வந்து நிய்க்கிற... ஒங்கூடயும் படுத்து ஏந்தங்கச்சி ரெண்டு மூணு புள்ளைகளப் பெத்துருக்கா பாரு... அவளச் சொல்லணும்டா... துப்புக் கெட்டவ...” முத்துமாடத்தி குதுப்பியைத் தூக்கி ரெங்கண்ணன் மூஞ்சியில் இடிக்கப் போனாள். கூடிக் கிடந்த ஆட்களில் சிலர் சிரித்தார்கள். ஆங்காங்கே துண்டு விரித்தும், சும்மா கைகளை அண்டக்குடுத்தும் படுத்திருந்தவர்களும் இந்த நாடகத்தை ரசனையுடன் பார்த்தனர்.

சோறு வேக்காடு கண்டிருந்தது. வேரடிகளில் விரித்திருந்த மூங்கில் பாய்களில் காய்கறிப் பொருட்கள் சிந்தி சிதறிக் கிடந்தன. வெங்காயம், பச்சைமிளகாய், கோஸ், முள்ளங்கி, பீன்ஸ், கத்திரிக்காய், கீரை வகைகள் என அடைந்து தெரிந்தது.

பித்தளைத் தவலைகள், பிளாஸ்டிக் குடங்கள், ஈயச்சட்டிகள், மண் பானைகள்; பெயிண்ட் வாளிகள் என அங்கும் இங்குமாய் அதகளம் காட்டின. ஆள் உயர இரும்பு ட்ரம்களில் பொங்கப் பொங்க தண்ணீர் கூடிக் கிடந்தது.

ஒரு ராஜ்ஜியத்தை பரிபாலனம் பண்ணிக் கொண்டிருப்பதைப் போல் முத்துமாடத்தி காணப்பட்டாள். அதற்கேதுவாய் வேடு கட்டிக் கொண்டிருந்த பெண்கள் தேவைக்கேற்ப காய்கறிகளை ஆய்ந்து அரிந்து குண்டான்களில் இட்டுக் கொண்டிருந்தனர். அடுத்த வேளைச் சாப்பாட்டிற்குமாய் நிறைந்து பரவிக் கொண்டிருந்தது. புதுசும் பழசுமான அரிவாள்மனைகள் குத்தீட்டிகள் போல் உயர்ந்து நின்றன.

“மணி ஒன்னாகப் போகுது... கட்டுக் கட்டுன்னு வேலயப் பார்த்தமுன்னாத்தே கஞ்சிப்பாடும், தண்ணீப்பாடும் தீரும்.

ரசத்துக்கு வேற தக்காளி பத்தல... அந்த மொகரே மார்க்கெட்டுக்குப் போயி வாங்கிட்டு வாறேன்னு போனா.. இன்னங் காங்கல.. அம்மள நம்பி இம்புட்டு ஆளுக குமுஞ்சு கெடக்கேங்குற நெனவு கூட இல்லாம எவெஞ்சாராயம் காய்ச்சி வச்சிருப்பான்னு தொணாந்து திரியுறானோ என்னமோ.. நா ஒரு கேணச் சிறுக்கி... தெரிஞ்சிருந்தும் இந்தப் பொச கெட்ட பயலப் பார்த்து அனுப்பி வப்பனா?..." முத்துமாடத்தி தன்னையே திரும்பத்திரும்ப நொந்து கொண்டவளாய் கால்மாடு தலைமாடுகளாய்க் கிடந்தவர்களை பரிதாபம் மேலிடப் பார்த்துக் கொண்டாள்.

அவளுள் தாய்மை உணர்வு பொங்கியது "இதுக எங்கெங்க எப்புடி எப்புடி இருந்துச்சுளோ தெரியல.. இங்க வந்து பட்டு மாயணும்னு இருக்கு..."

வருஷத் திருவிழாவிற்குக் கூட அப்படி ஒரு கூட்டத்தை ஊறுகாலன் பொட்டல் கண்டிருக்காது. உடுத்து மாத்துக்குக் கூட ஒன்னுமில்லாமல் கசங்கிய சட்டைகளும், அழுக்கேறிய வேட்டிகளும், கைக்குக் கிடைத்த துண்டுகளுமாய் ஒருவர் மேல் ஒருவர் ஏறிக்கொள்ளும் நெருக்கத்தில் உட்கார்ந்துகொண்டும் படுத்துக்கொண்டும் இருந்த ஆட்களைக் கண்களால் அளவெடுத்தாள் முத்துமாடத்தி.

இந்த ஒரு வாரமும் எங்கெங்கிருந்தோ ஆட்கள் வருவதும் போவதுமாய் இருக்கின்றனர். தொழிற்சங்கத் தலைவர்கள் மதுரையிலிருந்தும், தேனியிலிருந்தும் வந்து செல்கின்றனர். உள்ளூர்த் தலைவர்கள் ஆளோடு ஆளாக இருக்கின்றனர். கூடவே படுத்துக் கிடக்கின்றனர். சுற்றுப்புறக் கிராமங்களிலிருந்தும் திருவிழாக் காட்சியாய் ஆட்கள் வந்து போகின்றனர். மொழுக்கையாய் வந்து நிற்பவர் எவருமில்லை. கைக்கொன்றாய் எதையாவது பிடித்துக்கொண்டு வருகின்றனர்.

காய்கறிகள், பழங்கள், பிஸ்கட் பாக்கெட்டுகள் என வந்து குவிவதெல்லாம் ஊறுகாலப்பன் முன்பு படையல்கள் போல பெருத்துக் கிடக்கின்றன.

துண்டுகள், போர்வைகள், இன்ன பிற விரிப்புகள் என வருவதையெல்லாம் முத்துமாடத்தி பங்கிட்டுக் கொடுத்தாள். பத்திரப்படுத்தியும் வைத்தாள். உள்ளூர்த் தொழிலாளர்களுக்கு வீடுகளில் இருந்து சாப்பாடு, துணிமணிகள் என வந்தன. என்றாலும் அதையும் பொதுமைப் படுத்தியே வைத்தாள் முத்துமாடத்தி. "இது எங்களுக்கு... வந்தது அது ஒங்களுக்கு வந்தது, என்று யாரும் பிரித்துப் பேசவும் இல்லை." ஒன்னு

மண்ணாக் கெடக்கோம்.. ஒன்னு மண்ணாப் பிரிச்சுக்குவோம்.. என்கிற பேச்சுக்கள் மட்டுமே அங்கிருந்தன.

யார் உள்ளே நுழைந்தாலும் உடனே முத்துமாடத்தியிடம் வருவது அதிகரித்தது; எல்லாரும் அவளைத்தான் கைகாட்டினார். சாப்பாட்டுக்குத் தயார் செய்கிறவர்களிடம்தான் எல்லாப் பொறுப்பும் வந்து விடும் போலும். "உண்டி கொடுத்தோர் உயிர் கொடுத்தோரே" என்று சும்மாவா சொல்கிறார்கள்.

முத்துமாடத்தியும் அப்படித்தான் இருந்தாள். அறிவண்ணன் முதலாவதாகப் போய் முத்துமாடத்தியைத்தான் பார்த்தான். "மில்லு மொதலாளி சரியில்ல.. அல்லாரையும் ஒரே கையில தண்ணியத்தள்ளுற மாதிரி தள்ளி வெளியேத்திரலாம்னு பாக்குறா.. ஒத்த ஆளு கூட வேலைக்கிப் போகாம கப்புச்சிப்புன்னு நின்னாத்தே அவங் கொட்டம் அடங்கும்..."

முத்துமாடத்தியின் முகத்தில் எள்ளும் கொள்ளும் வெடித்தது. "அவனுக்கென்னா அம்புட்டு ரப்பா.. கேக்க ஆள் இல்லேன்னு நெனச்சுக்கிட்டிருக்கானா?.. ஏம் புருஷ மொழமால் பிடிச்சதிலருந்து மில்லு முழுசா எந்திரிக்கிற வரைக்கும் நாய்படாத பாடுபட்டு அவுக இம்ச தாங்காம செத்தும் போனா.. அம்புட்டுப் பாட்டுக்கு ஆன மான சம்பளங் குடுக்காம... சங்கம் வய்க்க ஆள் சேத்தான்னு சதிகாரப் பயலுக ஆள வச்சுக் கொன்னும் போட்டாய்ங்க.. இப்ப மொத்தத்துக்கே ஓல வய்க்கிறானா.. அம்புட்டுப் பேரயும் சப்ஜாடா வெளிய தள்ளிட்டு அவெ எந்தத் திண்ணக்கத்துல மில்லு நடத்துறான்னு பாக்குறே..."

அறிவண்ணன் சொன்னான்: "கொடிய ஊண்டிட்டாலே கொல அந்திரும்னு பாக்குறாய்ங்க... நல்லது கெட்டதப் பேசுறதுக்குத்தான அத வய்க்கிறாய்ங்க... அது ஒரு பக்கம் இருந்துட்டுப் போகட்டும்.. நாம ஒரு பக்கம் இருந்துட்டுப் போவம்னு இல்லாம இந்தத் துடி துடிக்கிறாய்ங்க... ஏதாவது பிரச்சனைன்னாத்தான வருவாய்ங்கன்னு விட்டு வைக்காம ஒரேயடியாத் தொடச்செறியப் பாக்குறாய்ங்க இத சும்மா விடக் கூடாது.."

முத்துமாடத்தி வேகந் தணியாமல் எகிறினாள்; "பாக்கட்டும்... பாக்கட்டும்... எத்தன நாளைக்குன்னு நானும் பாக்குறே... ஒத்த ஆளா நின்னு ஏம் புருஷ பேசுறதுனாலதான ஒன்னுமில்லாமப் பண்ணுனாய்ங்க.. வங்கொலயாக் கொன்னு குமுச்சாய்ங்க.. இப்ப மொத்தமும் சேந்தா என்ன பண்ணுவாய்ங்க?...."

"அது சரி மாடத்தி... சேர்றது சேருவாய்ங்க... வாறது வருவாய்ங்க.. அம்புட்டுப் பேரயும் ஆரங்காக்கணுமே.. ஓராளு

கூட பிச்சுக்கிட்டுப் போகாம வச்சுப் பாக்கணுமே.. தொழிற்சங்கத் தலைவருக ஆத்துமணல்ல கூட்டம் போட்டுப் பேசிட்டாங்க.. அம்புட்டுத் தொழிலாளிகளும் கேட்டுக்கிட்டாக.. 'ஷிப்டுகள நிறுத்திட்டுப் போட்டது போட்டபடி வந்துட்டோமுன்னுட்டாக.. நானூறு ஐநூறு பேர்ல முந்நூறு முந்நூத்தம்பது பேரு சங்கம் சேந்து வாறாக.. அம்புட்டு பேரயும் கங்காணிச்சுக் கஞ்சியூத்தி ஒத்த ஆளு ஓடிறாமக் காப்பத்தணும.. எடையில புடுங்கிட்டுப் போனாய்ங்கன்னா ஒண்ணும் பண்ண முடியாது... மாசக் கணக்குல வச்சுப் பாத்தம்னா மில்லுல மிச்ச மீதி இருக்குற ஆளுகளும் பூட்டிப் போட்டு ஓடியாந்திருவாய்ங்க.. இதெல்லாம் ஆகுற காரியம் மாதிரி எனக்குத் தெரியல..."

அறிவண்ணனுடன் மொக்கராசுவும், தம்பித்துரையும் சேர்ந்து சொன்னார்கள். புருஷனை முதல் பலியாக இழந்த முத்துமாடத்தி நெஞ்சுரம் கொண்டு நிமிர்ந்தாள். "பாத்திருவம்.. அதயும் என்னாண்டு பாத்துருவம்.. நீங்க மட்டும் கவுந்த பேச்சுப் பேசாம இருந்தீங்கன்னா எல்லாம் நல்லபடியா நடக்கும்.. எத்தன நாளைக்குத்தே அவனும் சொத்துக் கையங்கள வச்சு வேல பாக்குறான்னு பாத்திருவம்.. நாம் பொம்பள இம்புட்டுத் தெம்பாப் பேசிக்கிட்டிருக்கே.. நீங்க ஆம்பள ஆளுக.. பத்து மடங்கு வெறப்பா நிய்க்க வாணாமா.. பத்தாளு பல்லுக்குச்சி ஒத்தாளு தலச் சொமன்னு சொல்வாக.. இத ஆளாளுக்கு சொமந்துதே ஆகணும்.. அப்பத்தே நாம ஜெயிக்க முடியும்.."

எடுத்த எடுப்பிலேயே முத்துமாடத்தி இப்படிப் பேசுவாள் என்று எதிர்பார்த்திராத அறிவண்ணன் உள்ளிட்ட ஆட்கள் முத்துமாடத்தியை வியப்புடன் ஏறிட்டுப் பார்த்தார்கள்.

இதில் வீரபத்திரன்தான் ரொம்பவும் வேகமாகப் பேசினான்: முத்துமாடத்தியின் வைராக்கியம் அவனையும் தொற்றிக் கொண்டது. "தாயளி.. இந்த ஊர் இல்லைன்னா அவெ எந்த ஊரு ஆளக் கொண்டியும் மில்லுக் கட்டிருக்க முடியாது... தொட்டதுக்கெல்லாம் எடுபுடி மாதிரி ஓடியோடி வேல செஞ்சதுக்கு நல்ல மருவாதி குடுக்கிறா.. அவனா நாமான்னு பாத்துற வேண்டியதுதா.."

கடைசியில் முத்துமாடத்திதான் ஊருகாலன் பொட்டலைக் காட்டினாள்.

□

2

கிழக்கும் மேற்குமாக பத்தும் பத்தும் இருபது தெருக்களைத் தாண்டி கடைசியாக ஊர் எல்லை வந்து விடுகிறது. அதன் கீழ் மாரியம்மன் கோவில்பட்டிக்கு கிழக்காமல் பாதை போகிறது. பாதையின் இருமருங்கும் நரகல்தான். துளி இடம் விட்டு வைக்காமல் கொட்டிக் குமித்து வைத்திருந்தார்கள். ஒற்றையடிப் பாதையின் இருபுறமும் அடவிச் செல்லும் புதர்கள். ஊர் முழுக்க எடுக்கப்படும் குப்பை கூளங்கள் அங்கு வந்து கொட்டப்பட்டு மலைமலையாய் எழும்பி நின்றன. தெற்குச் சாய்ப்பில் மயானக் கொட்டகை பழுது பட்டுப் பல்லிளித்து நின்றது. அடித்தால் நீர் வருமா என்கிற சந்தேகத்தில் துருவேறிய குழாய் புதை மேடுகளை மையமிட்டு நின்றது. கீழே ஆற்றின் நீட்சி. ஒரு காலத்தில் பொங்கிப் பிரவகித்து வரும் வெள்ளம் ஊர் வீடுகளை எட்டிப் பார்த்தது. இன்று ஒடுங்கி, நடுநடுங்கும் குளிர்காலக் கிழவன் போல் தள்ளாடி ஓடியது. கீற்றாய் ஓடிய நீரில் பாதி சாக்கடை கலந்திருந்தது. ஆக்கிரமிப்புக்களால் நெருங்கி நெருங்கி சுத்து பத்து நிலத்துக்காரர்கள் அதை ஒரு சாக்கடைப் பள்ளமாக மாற்றி இருந்தனர்.

பெண்கள் கழிப்பறை என்று பெயருக்கு ஒன்று இருந்தது. இருந்தாலும் பேல மோழ என்று அங்கு யாரும் வருவதில்லை. மீறி வந்தாலும் நாற்றமெடுக்கும் அதில் ஒரு குஞ்சு நுழைவதில்லை. ஆண்களுக்கு திரும்பியபுறமெல்லாம் கக்கூஸ்தான். காடுகரை வேலைகளுக்குப் பெண்கள் சென்றாலும் அவர்கள் பாட்டுக்குத் 'தூக்கி' விட்டுக் கொண்டு உட்கார்ந்திருப்பார்கள். இதை பெண்களும் கண்டு கொள்வதில்லை. 'எப்பவும் கண்ட குருநாதன்' என்று பேச்சும் வீச்சுமாய்க் கடந்து போய்க் கொண்டிருப்பார்கள். ஆற்றின் மேல் குப்பை மேடுகள் வழியாகப் பல இறக்கங்கள் வந்தன. பெண்கள் கக்கூசை ஒட்டி வீச்சுக் கருப்பணசாமி கோயில். அதன் முன்புறம் கொஞ்சம் வெளி இருந்தது. அதை மறைத்து தவளை முட்டையிட்டதைப் போல் அங்கொன்றும் இங்கொன்றுமாய் குப்பை மேடுகள். அதைப் பயன்படுத்தித்தான் பெண்கள் 'வெளிக்கி'ப் போவார்கள். அப்பால் ஆண்கள் 'இருந்து' விட்டு சாக்கடை கலந்த ஆற்று நீரில் 'கழுவிப்' போவார்கள். பெண்கள் அப்படியே வீட்டுக்குப் போய் 'கழுவிக்' கொள்வார்கள்.

கருக்கல் பொழுது, அன்றைய பந்திக்கு இனித்தான் ஆனமானதைப் பார்க்க வேண்டும். முத்துமாடத்தி ஓய்ந்து கிடப்பதில்லை. ஒவ்வொரு வயிறையும் தன் வயிறு போல் பார்த்தாள். வீச்சுக் கருப்பணசாமி கோயிலையொட்டி கல் ரோட்டில் அவளும் கூட வேலைக்கு நின்ற பழனிமணி, செங்காத்தாள் வள்ளி கனகு என இறங்கி நடந்தனர். எதிர்த்து நான்கைந்து கொஞ்ச வயசுப் பையன்கள் வழிப் போக்கில் வந்தனர். இருபத்தைந்துக்குக் குறையாது முப்பதுக்கும் கூடாது. எல்லாருமே ஒன்னு சொன்னாற்போல் கைலிகளை ஏற்றிக் கட்டி இருந்தனர். நேருங்கூறுமாக சீவாத தலைகள். பீடி வளித்துக் கொண்டும் சிகரெட் பிடித்துக்கொண்டும் ஒவ்வொருவரும் ஒவ்வொரு விதமாக இருந்தனர்.

“பார்ரா... பொட்டைகளுக்கு வந்த வேகத்த... கஞ்சி காச்சி ஊத்துறாளுகளாம் கஞ்சி... யாருக்கு யார் ஊத்துறது? அவ அவ, அவ அவ வேலையப் பாத்துக்கிட்டுப் போகாம ஊர் மணியம்பண்ண வந்துட்டாளுக.. கட்டுன புருஷனுக்கும் பெத்த புள்ளைகளுக்கும் ஆக்கிப் போடத் துப்பில்லாதவளுக ஊர்ப்பயகளுக்கு ஆக்கிக் கொட்ட வரிஞ்சு கட்டிக்கிட்டு நிய்க்கிறாளுக..” முத்துமாடத்தி உள்ளிட்டோரின் காதுகளில் தீயாய்ச் செருகட்டும் என்றே ஒருவன் பேசிக்கொண்டு முன் வந்தான்.

இன்னொருவன், “அவய்ங்க வேலைக்கிப் போறாய்ங்க இல்ல அம்மணமாத் திரியுறாய்ங்க.. அதப் பத்தி இவளுகளுக்கு என்னா கவல... போனாப் போகுதுன்னு ஊரச் சுத்திக்கிட்டு இருந்த பயகளுக்கு அந்தப் புண்ணியவா வேல குடுத்திருக்காரு, பொச்ச அமுக்கிக்கிட்டு அவங்காலே கதின்னு கெடக்கிறத வுட்டுட்டு சங்கம் வப்பாய்ங்களாம்.. போராடுவாய்ங்களாம்.. அதுக்கு இந்த நாதியத்த சிறுக்கிக கஞ்சிகாச்சி ஊத்துவாளுகளாம் கஞ்சி.. நல்ல கதயாயிருக்கில்ல...”

அடுத்து அடுத்து என மிச்ச மீதி ஆட்களின் வாய்களும் வரம்பு மீறும் என்று முத்துமாடத்திக்குத் தெரிந்தது. வம்பிழுக்கவே மில்லுக்காரனால் அத்தனை அதிகாலையில அனுப்பப்பட்டிருக்கிறார்கள். வெளிய தெருவுக்கென்று பெண்கள் வருவார்கள் என்று திட்டமிட்டே ஃபுல் போதையில் வந்திருக்கிறார்கள்.

முத்துமாடத்தியின் கூட வந்த பெண்களும் ஒன்றுக்கொன்று சளைத்தவர்களாகத் தெரியவில்லை. முதலில் அவர்களைப் பொருட்படுத்தாமலே இறங்கி விடத்தான் முத்துமாடத்தி

நினைத்தாள். அவர்களது பேச்சுக்களை கடந்து விடவும் பார்த்தாள்.

ஆனால் ஒத்திகை பார்த்தது போல் ஒவ்வொருவராகப் பேச ஆரம்பித்தார்கள். கண்டும் காணாமல் போனால் வழிமறித்து தகராறு செய்வார்கள் போல் தோன்றியது. பலியான புருஷன், கருங்காலிகளால் தாக்கப்பட்ட பீமன், முனியாண்டி, ரத்தினக்கொடி ஆகியோரின் முகங்கள் முன் வந்தன. இப்போது ஒன்றுபட்டு ஒரே மனிதன் போல் எழுந்து நிற்கிற தொழிலாளர்களும் நினைவுக்கு வந்தார்கள்.

வம்புச் சண்டைக்கும் போகக் கூடாது; வந்த சண்டையை விடக்கூடாது என்கிற ஆதிச்சொல் ஊடாடியது. இது வந்த சண்டை; இப்படியே விட்டுவிட்டால் ஏறிமேய்வார்கள். தாக்குதலுக்கு எதிர்த்தாக்குதல் நடத்தினால் போலீஸ்; கோர்ட்டு என்று போய் நிறுத்துவார்கள் நடப்பது நடக்கட்டும்.

“மில்லு மொதலாளி கோடி கோடியாக் கொட்டி மில்ல நடத்துறான்.. இந்தப் பைசா பெறாத நாய்க அவனக் கும்புட்டுக் குனிஞ்சு கெடக்காம கொடியத் தூக்குதுக.. கொடிய.. நரம்ப அத்தாத்தே ஒவ்வொருத்தனும் சொன்னபடி கேப்பா...”

முத்துமாடத்திக்கு ரத்தம் கொதித்தது; ஜிவு ஜிவுவென்று ஏதோ உடம்பு முழுக்க ஏறியது. ராக்காச்சியாய்ப் பாய்ந்து குதறும் ரௌத்திரம் கிளம்பியது... “எடு.. செருப்ப... தே...யாப் பயகளா.. விடிஞ்சு விடியறதுக்குள்ள அந்த மில்லு நாயி தண்ணிய ஊத்தி விட்டுச்சாக்கும்... இம்புட்டு ஆளுகளும் ரத்தத்த வேர்வையாக்க ஒழைக்கலேன்னா ஒங்க மொதலாளிக்கு எங்குட்டிருந்துடா மில்லு வரும். கோடி கோடியாய் பணம் வரும்.. ஏதோ உண்மயக் கண்டு பிடிச்ச மாதிரி ஒப்பாரி வய்க்கிறீக.. ஒரு சவுண்டு விட்டேன்னா ஊரே கெளம்பி வந்துடும்.. அப்பறம் ஒருத்தனுக்கும் ஒத்த எலும்பு மிஞ்சாது.. ஓடுங்கடா அங்குட்டு... எனக்கு வேகாளம் வந்துச்சு.. பிச்சுப் பேன் பாத்துடுவே..” அதே வேகத்தில் முத்துமாடத்தி செருப்பையும் கழட்டிக் கையில் எடுத்துக் கொண்டாள்.

உடன் வந்த பெண்களும் ஆளுக்கொன்றாய்க் “கழட்டி” அடிக்க ரெடியானார்கள்.

வந்த ஐந்து பேரும் வெலவெலத்துப் போனார்கள். கொலைவெறியான தாக்குதலில் சிக்கி சின்னாபின்னமாகி விடுவோம் என்று பயந்தார்கள். முன்னேறி ஊருக்குள் செல்ல அவர்கள் யாருக்கும் தைரியம் வரவில்லை.

“தூமயக்குடிக்கி மகங்களா.. வசதியானவய்ங்களுக்கு வசதியானவந் தொணப் போவான்னு கண்டோம்.. ஆனா ஒங்கள

மாதிரி வந்தட்டிப் பயகளும் தொணப் போனா ஊரு என்னத்துக்காகும்... இதேங் கடேசி... இந்தத் தெசப் பக்கந் தல காட்னீங்கன்னா கொடல உருவி மாலதே போடுவே..."

விருமுட்டி அடித்து நின்ற அவர்கள் பின்னோக்கி நகர்ந்தார்கள். அதற்கேதுவாய் ஏழெட்டுத் தொழிலாளர்கள் தூரத்தில் சேர்ந்து ஆற்றை நோக்கி வருவது தெரிந்தது.. சிக்கினால் இந்த வெறி அந்த வெறி என்று போட்டுத்தீட்டி விடுவார்கள் என்று அஞ்சி திரும்பி மாரியம்மன் கோவில்பட்டி பாதையில் அவர்கள் பின் வாங்கினார்கள்.

முத்துமாடத்தி, முதுகைக்காட்டி ஓடும் அவர்களைக் காண்டு குறையாமல் பார்த்தபடி ஆங்காரமாய் நின்றாள். "இப்புடிக் கையாளுகதே ஏம் புருஷன அன்னிக்குக் கொன்னாய்ங்க.. உள்ளுக்குள்ளயே ரணங்கிற மாதிரி இப்படியாப்பட்ட போங்காளிப்பயக மில்லுக்குப் பத்துப் பேரு இருக்காய்ங்க.. அவய்ங்களுக்கு அப்பதைக்கப்ப ஏதாச்சும் எர கெடச்சாப் போதும்.. குருட்டுப் பூன விட்டத்துல பாஞ்ச மாதிரி பாய்வாய்ங்க.. என்ன ஏதுன்னு ஒரு கணக்குமில்ல.. வழக்குமில்ல.. புடிச்சுக் கணங்கால்லயே போட்டமுன்னாத்தே ஒவ்வொருத்தனுக்கும் சொண தட்டும்..."

தொழிலாளர்கள் நெருங்கி இறங்கினார்கள். அதில் வளர்த்தியாயிருந்த சென்னயசாமி வேப்பங்குச்சியைச் சவைத்து இழுத்துக்கொண்டே கேட்டான். "அதாரு மாடத்தி.. அஞ்சாறு பேரு நிண்டுக்கிட்டிருந்தாப்ல தெரிஞ்சுச்சு.. நாங்க வாறதுக்குள்ள அந்த ஓட்டம் ஓடுறாய்ங்க...?"

"அவய்ங்க என்னா சொன்னாய்ங்க... நீங்க என்னா சொன்னீங்க. என்ன நடந்துச்சு?" சடையால்பட்டி தனவேல் பதட்டமானான்.

முத்துமாடத்தியின் முக இறுக்கம் தளரவில்லை. "ஆரு ஆருன்னா என்னா சொல்றது?.. இதெல்லாம் நமக்குப் புதுசா.. எல்லாம் அந்த மில்லுக்காரப் பய அனுப்பின ஆளுகதே.. காவாளிப் பயக.. இம்புட்டுத் தண்ணியத் தொளிச்சு வுட்டா நாந்தே ஆம்பளன்னு ஓடியாருவாய்ங்க.. ஒங்களுக்கெல்லாம் சோறாக்கிப் போடக்கூடாதாம்... கஞ்சி தண்ணியில்லாமக் காயப் போட்டு வெரட்டிவுடனுமாம்.. ராசா மகங்கே சொல்ல வந்துட்டாய்ங்க.. கேட்டுக்கிறணுமில்ல.." முத்துமாடத்தி அடியாட்கள் தலைமறைந்து புள்ளியாய்ச் சிறுப்பதைப் பார்த்தவண்ணம் எகத்தாளமாகச் சொன்னாள்.

தெய்வேந்திரன் ஆள் உயரத்திற்கு நின்ற வேப்பங் குச்சியில் கையகலத்திற்கொன்றாய் ஒடித்து கூட வந்தவர்களிடம் கொடுத்துக் கொண்டே சொன்னான்: “மூணு நா அஞ்சு நாளைக்கு கூட தாங்க மாட்டாய்ங்க.. அய்யா... சாமின்னு கெஞ்சிக்கிட்டு வந்து காலப்பிடிச்சுக் கதறி மறுபடியும் எங்கள வேலைக்கி எடுத்துக்குங்க சாமின்னு கெஞ்சுவாய்ங்கன்னு அந்த மில்லு மொதலாளி நெனச்சிருப்பா... அவெ நெனப்பில மண்ணு வுழுகிற மாதிரி.. இப்பப் போராட்டம் பதினைந்து இருபது நாளைக்கு மேல போயிடிச்சு.. இப்பவே அவனுக்கு எல்லாம் ஆட்டங்கண்டிருக்கும். மூணு வேளையும் பொறுக்க ஆளுகள வச்சு ஓடுன ஷிப்டுக இப்ப ஒரு வேளைக்கே தள்ளாடுதுன்னாக.. போகப் போக மொத்தத்துக்கும் போயி ஒரு நா சுத்தத்துக்கு மில்ல அடைக்கத்தே போறா. கீழ வுழுந்தாலும் மீசையில மண்ணு ஒட்டக் கூடாதில்ல.. அதே இப்புடி வேலையெல்லாம் பண்ணி ஒத்துமயக் கொலைய்க்க முடியுமான்னு டெஸ்ட் பண்ணுறாம் போல...”

“இதுக்குள்ள பத்து தடவையாவது ஆளுகள அனுப்பி மெரட்டிருப்பா.. அவெ எந்தெந்த வழியில ஆள அனுப்புனாலும் இல்ல கொன்னே போட்டாலும் நா மசியப் போறதில்லை.. வர்ற ஒவ்வொருத்தனோட சொட்ட ஏறக ஒடிச்சுக் கைல குடுத்தாத்தே கிட்ட நெருங்க மாட்டா.. ஒன்னு அவனாச்சு.. இல்ல நானாச்சு.. ரெண்டுல ஒன்னு பாத்துற வேண்டியதுதே..” முத்துமாடத்தி வேகங் குறையாமல் பேசிக்கொண்டே போனாள்.

□

3

மணலாத்துக் குடிசையில் செண்பகபாண்டியன் இறப்புச்செய்தி வந்து விட்டது. எப்படி இறந்தான் என்று தெரியவில்லை. ஆனால், நாப்பது வயசில் நாலு பிள்ளைகளை விட்டு விட்டுப் போய்ச் சேர்ந்து விட்டான். வேலைவெட்டி தேடித் தேனிக்கு வந்தவன் சித்தி வீட்டில் தங்கி அலைந்தான். கஞ்சிக் கிறக்கத்தில் கடை வாசல்களில் யாராவது டீ வாங்கிக் கொடுப்பார்களா என்று காத்திருப்பான். முத்துமாடத்தி அவனை அடையாளம் தெரிந்து அழைத்தாள். "என்னடா கிறுக்கா.. இப்புடி நிண்டுக்கிட்டு இருக்க? நிய்யி ராசம்மாவோட அக்கா மகன்ல..."

செண்பக பாண்டியன் திடுக்கிட்டாற்போல் அவளைப் பார்த்தான். இவ்வளவு குறிப்பாக தன்னை விசாரிப்பது யாரென்று தெரியவில்லை. அந்த முகம் முன் பின் பார்த்ததாகவும் இல்லை.

"என்னடா ஓசிக்கிறே.. நீ பாரஸ்ட்ரோடு ராசம்மாவோட அக்கா மயந்தான.." மீண்டும் அழுத்திக் கேட்டாள் முத்துமாடத்தி.

"ஆமா.. ஆமா.." செண்பக பாண்டியனுக்கு நா குழறியது. ஒரு கணம் கிழக்கு நோக்கி கோலுடன் நின்றிருந்த நேரு சிலையையே பார்த்துக் கொண்டிருந்தான்.

"அங்கென்னா பெராக்கு.. நேரா ஒனக்கு டீ வட வாங்கித் தரப் போறாரு?.." கிண்டலாகக் கேட்டாள்.

"ஆமக்கா.. நீங்க?.." மறுபடியும் குழப்பத்துடன் முத்துமாடத்தியைப் பார்த்தான்.

முத்துமாடத்திக்கு இது வேண்டாத வேலையாகத் தோன்றியது. ஆயிரம் தடவை ராசம்மாளைப் போய்ப் பார்த்திருக்கிறாள். பல தடவை இவன் அங்கிருந்திருக்கிறான். ஒன்றையும் நினைவில் வைத்துக் கொள்ள முடியாதவனை ஏன் கொண்டாட வேண்டும் என்று நினைத்தாள். இருந்தாலும் ஒரு தடவை ஒருவரை யதேச்சையாகப் பார்த்து விட்டாலும் நட்பு கொள்ளும் குணம் அவளை விட்டு விடவில்லை.

"நா ஒஞ் சின்னம்மாவுக்குப் பெரண்டு.. ஒஞ் சித்தி புளி தான தட்றா.."

"ஆமா.. ஆமா.. ஆமக்கா.." காணாததைக் கண்டவன் போல் கூவினான் செண்பகபாண்டியன்.

“அங்க நா அடிக்கடி வருவே புளி வாங்க.. அப்பத்தே ஒன்னயப் பாத்துருக்கே. ஒரு சாடையில வேற ஆரோன்னு பாத்தே.. கடைசீல நா நெனச்சது சரியாப் போச்சு...” அதற்குள் சப்ளை ஆள் வடையும், கையோடு டீயும் கொண்டு வந்து விட்டான். கோளாறாப் பிடிப்பா.. கீழ வுட்றாத..” சப்ளை ஆள் செண்பக பாண்டியனிடம் வேகங் காட்டினான்.

முத்துமாடத்தி மூஞ்சியை தூக்கினாள் “நல்ல சப்ளை ஆள் வந்து சேந்தப்பா, இன்னிக்குத்தே புதுசாக் கடையில சேந்தியா? புள்ளாண்டே வடயத் திய்ம்பானா.. டீயக் குடிப்பானா?..”

“சாரிக்கா... சாரி..” என்று இங்கிலீஷ் பேசினான் சப்ளை ஆள்.

“நல்ல சாரியக் கண்டே.., தெருக்கடைங்கப் போயிச் சரியாப் போச்சு.. பெரிய ஓட்டல் கீட்டல்னா எதுங் கேட்ருப்பே. ஒன்னு தெரிஞ்சுக்க.. எப்பவுமே திய்ங்கிற பொருள மொதல்ல குடுக்கணும்.. அதத் தின்னு தண்ணியக் குடிச்சிட்டாகளான்னு பாத்துத்தே டீயப் போடணும்.. அதுந் டீ குடிக்கிறீகளா இல்லையான்னு கேட்டுக்கிறணும்.. ரெண்டையும் ஒன்னாக் குடுத்தையின்னா வட திய்ங்கறதுக்குள் டீ பச்சத் தண்ணியாப் போயிரும்..”

டீப் பையன் சிக்கக் கூடாத இடத்தில் சிக்கிக் கொண்டதைப் போல் முத்துமாடத்தியைப் பரிதாபமாகப் பார்த்தான். டீச்சரை போல் பிரம்புடன் அவள் நின்று கொண்டிருப்பதாய் அவன் நினைத்திருக்கலாம்.

இந்தப் பேச்சுக்களைக் கல்லாவிலிருந்தவன் கவனித்துக் கொண்டிருந்தான் “என்னங்கம்மா.. என்ன?..” என்றான்.

“ஒண்ணுமில்லண்ணே.. ஒரே தெருவு.. நாங்க வேற ஏதோ பேசிக்கிட்டிருக்கோம்..” என்றாள் முத்துமாடத்தி. வேலைக்காரனைப் போட்டுக் கொடுக்க அவள் விரும்பவில்லை.

டீப் பட்டறையில் இருந்தவனும், “என்ன தாயீ..” என்றான். சப்ளை ஆள் அதற்குள் வேறு கிளாஸ்களை எடுக்க நடந்தான்.

செண்பக பாண்டியனுக்கும் சேர்த்துக் காசு கொடுத்துவிட்டு பட்டியக் கல்லிலிருந்து இறங்கினாள் முத்துமாடத்தி. ரோட்டில் கூட்டம் அத்துக் கொண்டு ஓடியது. ஞாயிற்றுக்கிழமை அரவம் பெருகி வழிந்தது. ஊர் உலகமெல்லாம் அழுது வடியும் ஞாயிறு தேனிக்கானால் முழிப்படைந்து நின்றது. மூன்றாந்தால் முழுக்கக் கை வண்டிகளும், கட்டை வண்டிகளும் லாந்திக் கொண்டு ஓடின. ரெட்டை மாட்டு வண்டிகள் பார் பிடித்தாற் போல் பருத்தித் தாட்டுக்களைப் பொறுக்க அடைத்துக் கொண்டு கமிஷன் கடைகள் பார்த்து ஊர்ந்தன.

பருத்தி, நவதானிய, பெரு வியாபாரம் ஊர் விரவி நடந்தாலும் பெரியகுளம் சாலை தான் பெரும் பகுதியை உள்வாங்கிக் கொண்டிருந்தது. இரு மருங்கிலும், நேரு சிலை துவங்கி ரயில்வே கேட் வரை கூட்டமான கூட்டம்தான்; வண்டியான வண்டிகள் தான். நிற்கிறதா போகிறதா என்று தெரியாத வாகன நெரிசலில் பிதுங்கித் தவித்தது தேனி.

“நா சந்தைக்குள்ள போயிட்டு வரணும்.. இன்னிக்குப் பெரிய சந்த இல்லியா?.. ஒரு வாரத்துக்குத் தக்கன காய்கறிகள வாங்கிட்டு ஊருக்கு வண்டி பிடிக்கணும்.. நீ அங்குட்டு இங்குட்டுந் திரியாம நேர ஓஞ்சித்தி வூட்டுக்குப் போயிரு.. சந்தக் கடவு நாளு.. எதும் போலீசு கீலிசு சந்தேகக் கேஸீல புடிச்சிட்டுப் போயிரப் போறா..”

செண்பகப்பாண்டியன் முத்துமாடத்தியின் பேச்சைக் காதில் வாங்கிய மாதிரி தெரியவில்லை. மறுபடியும் மறுபடியும் நேருவையே பார்த்துக் கொண்டிருந்தான். சிலை வடிவில் இருக்கிற அவரால் என்ன செய்ய முடியும் என்று தெரியவில்லை. உயிரோடு இருந்தால்கூட ஒரு வேலை வாங்கிக் கொடுங்கள் என்று சொல்லலாம்; சிலைகள் என்ன செய்யும் என்று நடுவீதிகளில் நிறுத்துகிறார்களோ தெரியவில்லை.

“அக்கா நானும் சும்மாதான இருக்கே.. ஒங்க கூடச் சந்தைக்கு வரட்டுமா?.. கரும்புக்கட்டு அது இதுன்னு ஏதாவது சொம கெடச்சா பத்தஞ்சு பாக்கலாமில்ல..”

விலகி விலகி யாரோ எவரோ என்று ஓடி விடுவான் என்று நினைத்ததற்கு மாறாகச் செண்பகபாண்டியன் ஒரேயடியாக ஒட்டிக் கொள்ள விரும்புகிறான். வேலியில் போகிற ஓணானை எடுத்துத் தோளில் போட்டுக் கொண்ட கதைதான். கண்டும் காணாமல் போயிருந்தால் தான் தன் வேலையைச் செய்ய முடியும். அவன் அவன் பாட்டுக்கு எதுவோ ஆகிப்போயிருப்பான்.

“நீ இப்ப என்ன செய்யணும்கிற?..”

“ஒங்க கூட வரணும்கிறேன்க்கா..”

“நல்ல ஆளு வந்து சேந்தே.. ஒங்க சின்னாத்தா கூடச் சேந்து புளித்தட்ட வேண்டியதான.. அங்க இல்லாத வேலையா இங்க கெடக்யப் போகுது?”

“செஞ்சு பாத்தே முடியலக்கா?.. அது பொம்பளயாள் வேல..”

“ஊரு ஒலகத்துல பொம்பளயாள் வேல ஆம்பளயாள் வேலன்னா இருக்கு?.. வேலன்னா எல்லாம் வேலதா.. செய்யுறது நம்ம மனசப் பொறுத்திருக்கு..”

செண்பக பாண்டியனுக்கு உடனடியாக ஒன்றும் சொல்லத் தோன்றவில்லை. பதிலுக்குப் பதில் பேசிக் கொண்டிருந்தால்

உள்ளதும் போச்சுடா நொள்ளக் கண்ணா என்றாகிவிடும் என்று நினைத்திருக்கலாம்..

அவனுடைய அமைதியைப் பார்த்து மேலும் குத்திக் காட்ட முத்துமாடத்தி விரும்பவில்லை. கஞ்சிக் கிறக்கத்துடன் அலைகிறவன் ஏதாவது முடிவெடுத்தால் தான் பார்த்துப் பேசிய பின் நடந்தது என்றாகிவிடும். அப்புறம் லேசில் மனசு சமாதானமாகிவிடாது.

“சரி.. வா.. போவம்..”

இப்படித்தான் செண்பகபாண்டியன் பழக்கமானான். முதலில் இதுவெல்லாம் எதற்கு என்று தோன்றியது முத்துமாடத்திக்கு. பாரஸ்ட்ரோடு ராசம்மா வீட்டில் எத்தனையோ தடவை இவனை அவள் பார்த்திருக்கிறாள். ஆனால், ஒருமுறைகூட செண்பகபாண்டியன் இவளை நன்றாகப் பார்த்ததுகூட இல்லை. “யாருத்தா இது.. ஓஞ்சாடையா இருக்கா.. ங்கொக்கா மகனா?..” என்று கூட ஒரு முறை முத்து மாடத்தி கேட்டிருக்கிறாள். அதற்கு ராசம்மாள், “ஆமக்கா.. உள் காட்ல குடுத்த எங்கக்கா மகந்தே.. படிப்பு ஏறல.. கண்ட கண்ட வேலைக்குப் போயித் திரிஞ்சா.. அவங்கம்மா, “ஒழுக்க சலுக்கமா இருந்தா இரு.. இல்லாட்டி எங்குட்டாச்சும் ஓடிப்போயிருன்னா, ஒடனே இங்க கோவிச்சுக்கிட்டு வந்துருவியா.. அப்பறம் ஆத்தாளும் அப்பனும் தேடித் திரிஞ்சு வந்து கூப்புட்டுப் போவாக..”

செண்பகபாண்டியனுக்கு இதுவெல்லாம் கவனத்திற்கு வருவதில்லை. யாரைப் பற்றியோ சித்தியும், இவளும் பேசுகிறார்கள் என்று இங்கும் அங்குமாய் நடந்து கொண்டிருப்பான்.

ராசம்மா அப்போது சொல்லியிருக்கிறாள்; “மாடத்தியக்கா.. இந்தப் பய டவுனுக்கான ஆளுதே.. அங்குட்டுத் திரிஞ்சு இங்குட்டுத் திரிஞ்சு ஒன்னுமில்லாமப் போயிறக் கூடாது. அதே ஒம் புருஷந்தே மில்லுல சூப்பரஸரா இருக்கார்ல.. கூடமாடச் சேத்து வுட்டீன்னா ஒரு ஆள் கணக்குல வந்து சேந்துருவியா.. அப்பறம் ஆன மான வேலயப் பாக்குறான்னு ஏ அக்காகாரியும், மாமாவும் லொங்கு லொங்குன்னு ஓடியாற மாட்டாக.. இங்குட்டே திரிஞ்சான்னா போடா பயலேன்னு ஒரு கல்யாணம் காட்சிய முடிச்சு வச்சிரலாம்.. அதே மில்லு வேலைன்னா பொண்ணுக் குடுக்க நான் நீன்னு ஆளு வந்துருதே.. அதுக்கப்புறம் அவெ இங்கயே இருந்தாலுஞ்சரி.. புள்ள குட்டிகளப் பெத்துக்கிட்டு உள்காட்டுக்கே வெவசாயம் பாக்க ஓடுனாலுஞ் சரி...”

பருத்தி நவதானிய மார்க்கெட்டிற்குள் நுழைந்து பெரிய காய்கறிச் சந்தையை அடைவது தலையைச் சுத்தி மூக்கைத் தொடுவது போலிருந்தது. குறுக்கும் நெடுக்குமாய் வண்டிகள் நூல் முடிச்சுக்களாய் விழுந்து கிடந்தன. இறக்கு லாரிகள், ஏற்று லாரிகள் டெம்போக்கள், கட்டை வண்டிகள், கை வண்டிகள், டயர் வண்டிகள், தள்ளு வண்டிகள் என உரலுக்குள் தலையை விட்டுக் கொண்டிருந்தன. எங்கோ ஒருவராய் அருவுகத்து நின்ற போலீஸ்காரர்கள் செய்வதறியாது திகைத்து நின்றார்கள். “இங்குட்டுப் போ.. அங்குட்டுப் போ” என்று ஒதுக்க முயன்று இடியாப்பச் சிக்கலாக்கித் தவித்துப் போனார்கள். ஒதுங்கி ஒதுங்கி நடந்தாலும் கம்பி மேல் நடக்கிற நெருக்கடியில் அங்குலம் அங்குலமாக நகர்ந்து போனார்கள்.

லாரிகளின் ஹாரன்களும், வண்டியோட்டிகளின், “ஹோ.. ஹோ..” என்கிற சத்தங்களும் சேர்ந்து ஒரு அதகளமான சூழல் நிலவியது. சாயந்தரம் போல் புறப்பட்டு வந்திருக்கலாம் என்று முத்துமாடத்திக்குத் தோன்றியது. அதற்குள் எதுவோ எப்படியோ ஆகி இங்கும் அங்குமாய் இழுபட்டுத் துவைபட்டு ஒரு வழி கிடைத்திருக்கும் என்று நினைத்தாள். ஒரு கலாத் துண்டான நடை எப்போதும் ஞாயிற்றுக்கிழமைகளில் கிடைப்பதில்லை. அதுவும் இன்று செண்பகபாண்டியன் கூட வருகிறான். எதற்கு இந்த பலநாள் அழுக்குச்சட்டை; போய்த் தொலைகிறான் என்று ராசம்மாள் விட்டு விட்டாளா? என்னவாகி இவன் பின் தொடருகிறான்.. துன்பத்தைக் கட்டி ஏன் தோளில் சுமக்க வேண்டும்?

ஒரு வழியாக முதல் சந்தை கேட்டை எட்டிப் பிடித்த போது முத்துமாடத்திக்கு விடை கிடைத்தது. இவனைத் தேடி அலைந்து திரிந்த ராசம்மாள் பலாச்சுளைக் கடை வரிசையில் நின்று கொண்டிருந்தாள். செண்பக பாண்டியனின் சட்டையைப் பிடித்து நிறுத்திக் கொண்டாள்.

முத்துமாடத்தி “ஏ.. என்னா.. என்னாச்சு ராசம்மா…?…” என்றாள் பதறியவளாய்.

“ஏக்கா.. நீயே நாயத்தக் கேளு.. இதெல்லாம் எனக்குத் தேவையா? ஏண்டா இங்குட்டுமில்லாம அங்குட்டுமில்லாம அல்லாடிக்கிட்டுக் கெடக்க.. கல்யாண முழிக்கப் போற ஆம்பள… காக்காசு அரக்காசு சம்பாத்தியமில்லாம கண்டமானிக்குத் திரிஞ்சா கஞ்சிப்பாடு தண்ணிப்பாடு எங்கிருந்து வரும்னு நாலஞ்சு நாளைக்கு முந்தி திட்டிப் போட்டேன்.. பாதகத்தி மகே.. சோத்தப்

போடுறதுக்கு விரும்பாமத்தே வெரட்டுறாகன்னு வெளியேறுனவந்தே.. எங்குட்டுத் திரிஞ்சானோ.. எங்குட்டுப் படுத்தானோ தெரியல.. இப்ப ஒங்கூடத்தேம் பாக்குறே.. அவகப்பனும் ஆத்தாளும் அருவுகத்துக்கு ஒரு பிள்ள இருக்குன்னு அஞ்சாறு தடவ தேடி வந்து அலமோதிக்கிட்டு இருக்காக.. இப்பவும் பாரு கண்டு புடிச்சுக் கூட்டிட்டுப் போனாத்தே ஆச்சுன்னு வூட்டோட கெடக்காக... அங்க தோட்டந் தொறவப் பாப்பாகளா மாடு கன்னப் பாப்பாகளா.. இவெ இந்தக் கூத்து பண்றானேக்கா..” பார்த்த மாத்திரத்தில் பரிதவித்து கதை கதையாய் ஒப்பித்து முடித்தாள் ராசம்மாள்.

பிறகு அவன் மணலாத்துக் குடிசைக்கே போய்ச் சேர்ந்தான். அப்படியும் அவன் அங்கு நிலை கொள்ளவில்லை. மறுபடியும் மறுபடியும் தேனிக்கே வந்து சேர்ந்தான். கைப்பிள்ளையைத் தேடி வருவதைப் போல் அவனது ஆத்தாளும் அப்பனும் போட்டது போட்டபடி ஓடி வருவதும், தேடிப் பிடித்து அழைத்துப் போவதுமாய் சர்க்கஸ் செய்து அலுத்துப் போனார்கள்.

ஒரு சமயம் இவளது புருஷனிடம் கொண்டு வந்து சேர்த்தாள் ராசம்மாள். “மாமா இவன ஒப்புடி சேக்குறது ஒங்க கடம.. நீங்க சொன்னாக் கேட்டுக்குவாகல்ல. ஏதோ அரையுங் கொறையுமா உள்ள திரிஞ்சாலும் தொழிலக் கத்துக்குவான்ல... எனக்கும் பாடு தீந்துடும்... அவுகளும் அலமோத மாட்டாகல்ல..” ராசம்மாள் முறை கொண்டாடி செண்பகபாண்டியனை முத்துமாடத்தியின் புருஷனிடம் ஒப்படைத்து விட்டுப் போனாள்.

அப்புறம் மில்லில் சேர்ந்ததும், பத்து வருஷ வேலை காலத்தில் கல்யாணம் நடந்ததும், தேனி பங்களாமேட்டில் குடி இருந்ததும், பிள்ளைகள் பெற்றதுமான கதைகள் நடந்தேறின. வேலை நிறுத்தத்தில் செண்பகபாண்டியன் முதல் ஆளாக நின்றான். இந்த இரண்டு மாசமும் ஊருகாலப்பன் பொட்டலில் கிடையாய்க் கிடந்தான். கோவித்துக் கொண்டு வருஷநாட்டிற்கு புள்ளைகளை அழைத்துக்கொண்டு போன பொஞ்சாதியை அழைக்கப் போனவன்தான் பிணமான செய்தி இன்று கிடைத்திருக்கிறது.

□

4

திருப்பூரிலிருந்து முத்துமாடத்தியின் பெரியண்ணன் கோவிந்து வந்திருந்தான். பனியன் கம்பெனியில் முப்பது வருஷ சர்வீஸ். கூட பொண்டாட்டி ரஞ்சிதமும் பெரிய பயல் வடிவேலுவும் வந்திருந்தனர். வடிவேலுவுக்கு முத்துமாடத்தியின் மகள் தனத்தின் மீது பிரியம் இருந்தது. தனம் இப்போது கல்லூரியில் கடைசி வருஷத்தில் இருந்தாள். தொடர்ந்து என்னவெல்லாமோ படிக்க அவளுக்கு விருப்பம் இருந்தது. தம்பி பாரதி மீதும், தாய் முத்துமாடத்தி மீதும் அவளுக்கு அளவு கடந்த அன்பு இருந்தது. தகப்பன் இறந்த பிறகு ஒத்தைப் பேரியாய் சம்பாத்யம் ஈட்டி தன்னையும், தம்பியையும் வாடவிடாமல் காக்கும் தாயைத் தவிக்க விட்டு விடக் கூடாது என்று தனம் நினைத்தாள். இதற்காகவே கல்யாணத்தைத் தள்ளிப் போட வேண்டும் என்று முடிவு செய்தாள். முத்துமாடத்திகூட காலாகாலத்தில் ஒன்று நடக்கட்டும் என்று நினைத்தாள். ஆனால் வடிவேலுவின் வகுசி தெரிந்தபின் பின் வாங்கினாள்.

வடிவேலுவைப்பற்றிக் கேள்விப்படுவதெல்லாம் நல்ல விதமாக இல்லை. சும்மாவாவது வடிவேலு புறப்பட்டு வருகிற வழக்கத்தை வைத்திருந்தான். நேரங்கெட்ட நேரத்தில், “அத்தே” என்று வந்து நிற்பான். “என்னாடா அய்யாவு... இந்த நேரத்துல.. அங்க கம்பெனில நொறுங்க வேலை இருக்குமே.. அதவுட்டுப் போட்டு வந்துருக்க?...” என்றால் ஏதாவது சொல்லி மழுப்புவான். ஒன்னுக்கு வெளிக்கிப் போகக் கூட நேரம் கிடைக்காத ஊரில் இருந்து கொண்டு, பொசுக் பொசுக் கென்று ஓடி வருவது முத்துமாடத்திக்கு விசித்திரமாகப்பட்டது. திருப்பூரை பொறுத்த வரை ஞாயிறு தவிர வேறு நாட்களில் ஓய்வை நினைத்துக் கூடப் பார்க்க முடியாது. உள்ளபடி வடிவேலு வேலைக்குப் போகிறானா ஊரைச் சுற்றுகிறானா என்கிற சந்தேகமும் அவளுக்குள் எழுந்தது. பக்கத்து வீடுகளில் விசாரிப்பதைப் போல் விசாரித்துக் கொள்ள திருப்பூர் முழுவதும் ஆட்களை வைத்துக் கொண்டிருந்தாள் முத்து மாடத்தி.

முக்கால் வாசிப்பேர் இங்கிருந்து சென்றவர்கள்தான். சரங்காடு, கரட்டாங்காடு ஏரியாக்கள் முழுவதிலும் தேனி மாவட்டத்தின் ஆட்கள் நிரம்பி வழிந்தார்கள். பல தெருக்களில் இவர்களாகவே

இருந்தனர். யாராவது ஒருவர் மாறி மாறி ஊருகாலன் பொட்டலுக்கு வந்த வண்ணமே இருந்தனர். முத்துமாடத்தி ஒருவர் பாக்கி விடாமல் விசாரிக்கவே செய்தாள்.

“எங்கண்ணே கோவிந்து எப்புடி இருக்காரு?.. அந்தப் பய வடிவேலு வேல வெட்டிக்குப் போறானா இல்ல ஊரச் சுத்துறானா? மதினி ரஞ்சிதம் நல்லாருக்கா? சின்னவ செல்லம் எப்புடி இருக்கா?..”

ஒவ்வொருவரும் ஒவ்வொரு விதமாய்ச் சொல்வதில்லை. ஒன்று போலவே சொன்னார்கள். மஞ்சிநாய்க்கன்பட்டி செந்தட்டிதான் ஒரு தடவை வடிவேலுவை திருப்பூரில் டாஸ்மாக்கில் ஃபுல் போதையில் பார்த்ததாகச் சொன்னான். “என்னப்பா! நீ நேத்து வரல... நீ வந்தாத்தே சரக்கே காலியாகுதுப்பா..” என்று டாஸ்மாக் சூப்ரவைஸர் பேசிக் கொண்டதாகச் சொன்னான். டீக்கடைக்கு வாடிக்கையாளர் போல் சாராயக்கடைக்கு வாடிக்கையாளன்.

இப்படியொருவனுக்குத் தகப்பனில்லாத பெண்ணைத் தள்ளி விட முத்துமாடத்தி அறவே விரும்பவில்லை. கோவிந்தண்ணன் கூட “ஒரு கல்யாணங் காட்சின்னு நடந்தா ஒம் மக திருத்திப்புடுவா மாடத்தி.. விட்டுத் தள்ளு..” என்று கடைப் பொருளைக் காசு கொடுத்து வாங்குவதைப் போல் சாதாரணமாகச் சொன்னான்.

ஆனால் முத்துமாடத்தி இதை போனால் போகிறது என்பதைப் போல் எடுத்துக் கொள்ளவில்லை. வாழ்க்கைப் பிரச்சனையில் விபரீத விளையாட்டு கூடாது என்று நினைத்தாள். பெரும்பாலும் குடிகாரர்கள் நிலையே ருசிகண்ட பூனை மாதிரிதான். பாலை விட்டு விட்ட பூனையென ஒன்றைக் கண்டதில்லை. எலியைக் கூட ஒரு சமயம் போல் பூனை விட்டு விடும். ஆனால், பாலை ஒருபோதும் விட்டதில்லை. குடிகாரர்கள், கல்யாண காரிய நாட்களில் பத்துநாள் விட்டதைப் போல் பம்முவார்கள். நல்லகுடி நாயம் போல் பூஜை புனஸ்காரங்கள் பண்ணுவார்கள். ஐயப்பன், முருகன் என்று மாலை போட்டு போக்குக் காட்டுவார்கள். ஆதிபராசக்திக்கென்று விரதம் இருப்பார்கள். பக்திப்பழங்கள் என்று நம்பி ஏமாற முத்துமாடத்தி தயாராக இல்லை.

வடிவேலுவின் திடீர் திடீர் வருகைகளைச் சந்திப்பதும், சமாளிப்பதும் முத்துமாடத்திக்கு சவாலாகவே இருந்தது. அத்தை ஒருத்திதானே பாத்துக்கொள்ளலாம் என்று வடிவேலு அலட்சியமாக இருந்தான். ஆனால், அது அத்தனை எளிதாகப்படவில்லை. ரெண்டாங் கெட்ட நேரத்தில் வந்து நிற்கும் போது அவள்

கேட்பாள் "ஒத்த ரூம்பு வூட்ல எப்புடிப் படுக்க முடியும்னு வந்து சேந்தே.." என்பாள் முத்துமாடத்தி.

"என்னாத்தே.. ஓ... ஒடம்பொறப்போட ஒத்த ஆம்பளப் புள்ளயப் பாத்து இப்புடிக் கேக்குறே?.." என்று வழிவான் வடிவேலு! "எங்குட்டாச்சும் ஒரு ஓரத்துல வுழுந்து எந்திரிச்சுப் போறேத்தே.."

"இங்குன எந்த ஓரம் ஒனக்காக இருக்குன்னு நடுச்சாமம் பாத்து வந்தே.. எங்க மூணு பேருக்குமே கால் நீட்டத்தா எடம் இருக்கு.. பசிச்சாக் கஞ்சிய ஊத்துறே.. குடிச்சுப் போட்டு ஒங்க பெரிய தாத்தா வூட்டுல போயிப் படுத்தெந்திரி.. விடியால வா.. ஏதாச்சும் செஞ்சு போடுறே.. துன்னுட்டு ஊருக்கு வண்டியப் பாரு.." நிட்டாந்தரமாக முத்துமாடத்தி சொல்வாள்.

வடிவேலு முரண்டு பிடித்து நிற்பான். "நாய் நரின்னு ஊளையிடுற நேரத்துல எந்த பெரிய தாத்தா சின்ன தாத்தான்னு போக முடியும்த்தே.. ஒங்க அண்ணனுக்குத் தெரிஞ்சா ரொம்பக் கோபப்படவார்த்தே அம்புட்டுத் தொலவட்லர்ந்து வந்த புள்ளய இருட்டுக் காட்ல வெரட்டிவிட்ருக்கேன்னு..."

"இது ஒன்னும் இருட்டுக்காடு இல்லே.. பட்டப் பகலு போல நெலா வெளிச்சமிருக்கு.. தெருத் தெருவா லைட்டு எரியுது.. நீ அறியாத ஊரா.. ஒனக்குத் தெரியாத தெருவா?.. நாலெட்டு நடந்தேன்னா பெரிய தாத்தா வூடு வந்துரும். ஒரு தட்ல கதவத் தெறந்திருவாக.. நல்ல வெலாசமான வூடு...தனால உருண்டு எந்திரிக்கலாம்.."

முத்துமாடத்திக்கு அச்சம் தீரவில்லை. என்னதான் அவனிடம் எடுத்தெறிந்து பேசுவது போல் நடந்து கொண்டாலும் உள் மனசில் ஒருவித பயம் படர்வதைத் தடுக்க முடியவில்லை. இத்தனை பிடிவாதமாக அவன் தங்க நினைப்பதில் கோளாறு இருக்கிறது என்பதைத் தெளிவாகப் புரிந்து கொண்டாள். கிட்ட நின்னும் பேச முடியவில்லை. சௌகரியம் போல் புறப்பட்டு வருவதால், அந்த "ஊத்து" ஊத்திக் கொண்டு வந்து நிற்கிறான். பருந்துகளிடமிருந்து குஞ்சுகளைக் கோழி இறகுக்குள் வைத்துக் காப்பதைப் போல் தனத்தைக் காக்க வேண்டிய அவசியமும் அவளுக்கு இருந்தது. இந்நேரம் புருஷன் இருந்திருந்தால் சவட்டி எடுத்து வெளியே எறிந்திருப்பான்.

"சாப்பிட்டியா.. சாப்பிட்டியா" என்கிற கேள்விக்கு வடிவேலுவிடமிருந்து பதிலே இல்லை. அதற்குப் பதில் சொல்ல வேண்டிய தேவையும் அவனுக்கு ஏற்படவில்லை. ஏதோ ஒரு

நோக்கத்துடன் ஊரடங்கிய நேரத்தில் பயணித்து வந்திருக்கிறவன் செம போதைக்கு பிரியாணி, வறுவல் என்று முழுங்கி விட்டுத் தான் வந்திருப்பான். "முழுக்கக் குளிச்சால் கூதல் இல்லை" என்று வந்திருப்பவனுக்கு ரேஷன் அரிசிக் கஞ்சி இறங்கப் போவது இல்லை.

அந்த இரவு முழுவதும் முத்துமாடத்தி பட்டப்பகல் போல் லைட்டைப் போட்டே வைத்திருந்தாள். ஒரு பக்கம் முழுக்குமரியாய் தனம் படுத்துறங்கிக் கொண்டிருந்தாள். அவளையொட்டி சின்னவன் பாரதி கால் மாடு தலை மாடாய்க் கிடந்தான். "என்னாத்தே லைட்ட ஆப் பண்ணலியா?..." தள்ளாட்டத்துடன் கேட்டுக் கேட்டு அலுத்துப்போய் மதிலொட்டி விழுந்தான் வடிவேலு.

"ரொம்ப நாளா வூட்டச் சுத்தம் பண்ணல.. ஒரு பக்கம் விடிய வேலைக்கு ஓட வேண்டியிருக்கு.. இப்பப் பாத்தாத்தே ஆச்சு.." என்று இங்குமங்குமாய்ப் பாத்திரங்களை உருட்டத் தொடங்கினாள் முத்துமாடத்தி. பிள்ளைகளுக்குத் தூக்கம் கெடும் என்றாலும் பாதுகாக்க வேண்டுமே என்கிற கவலை அவளுக்கு இருந்தது.

கொஞ்ச நேரத்தில் வடிவேலுவிடமிருந்து பெருங்குறட்டை எழுந்தது. இப்படி அகாலங்களில் வடிவேலு வந்து சேரும் போதெல்லம் இரவுக் காவலாளி போல் விழித்துக்கிடப்பது முத்து மாடத்தியின் வாடிக்கையாகிப் போனது.

இப்போது கோவிந்தண்ணன் ஒரு முடிவோடு வந்திருப்பது தெரிந்தது. "ஓம் பொண்ணுக்கும் இருபத்திரண்டு இருபத்திமூணு வயசாச்சுங்கிற.. இந்த வருஷங் காலேஜ் முடிச்சிடுவாங்குறே.. இந்தப் பயலுக்கும் இருபத்தேழு இருபத்தெட்டாகப் போகுது.. ஒரு முடிவுக்கு வராமயே நாளத் தள்ளிக்கிட்டுப் போனா எப்புடி?.." ஸ்டூலில் வைக்கப்பட்டிருந்த முறுக்கையும் டீயையும் எடுத்துக் கொள்ளாமலேயே கோவிந்து கேட்டான்.

முத்துமாடத்தி நேராக எதுவுஞ் சொல்லாமல், "பாப்பம்ணே.. அதக் கேட்டா கல்யாணமே வேணாங்குது.." என்றாள்.

"யாருதே எனக்குக் கல்யாணம் பண்ணிவையின்னு விசுக்குனு கேப்பாக... நல்லது கெட்டத நாமதே... பெரியாளுகதே பாத்துச் செய்யணும்.. சின்னஞ்சிறுசுக அறியாமப் பேசுறதயெல்லாம் பெருசா எடுத்துக்கிட்டுப் பேசாம இருந்துரக் கூடாது.." கோவிந்தண்ணன் உரிமைப்பட்டவனாய் வேகம் பண்ணினான். "கழுத சட்டுப்புட்டுன்னு ஒன்னச் சொல்லு" என்பது போல் அவனது முகபாவம் இருந்தது.

வடிவேலும் அவனது அம்மாவும் பாய்விரிப்பில் இருந்தார்கள். அவர்கள் முன்னாலும் முறுக்கும்; டீயும் இருந்தது. பெரியாள் தொடட்டும் என்று அவர்களும் அமைதி காத்தார்கள். டீயும் ஆறி ஐஸாகிக் கொண்டிருந்தது.

சமையலறை என்று தனித்து ஒன்றுமில்லை. ஒரு மூலையில் ஸ்டவ் அடுப்பில் எல்லாம் நடந்தது. தனமும் அவளது தம்பியும் அடுப்பைப் பார்த்து நின்று கொண்டிருந்தார்கள். அசப்பில்கூட தனம் திரும்பி விடவில்லை. அவளுக்கு அத்தனை "பிரியம்" மாமன் மேல்.

"அவரு செத்ததுக்கப்பறம் நானா ஒரு முடிவு எடுக்குறதில்ல.. பிள்ளக பாத்துச் சொல்றதுதே... அதுக ரெண்டும் இன்னும் நல்லாப் படிச்சு வேல வெட்டிக்குப் போக ஆசப்படுதுக.. கைக் காசு பொறண்டப் பொறகு எல்லாம் பாத்துக்கம்மாங்குறாக.." தயங்கி தயங்கியே எல்லாம் சொல்லி முடித்தாள் முத்துமாடத்தி. ஒரு உறுதிதொனிக்கும் பேச்சாகவும் அது இருந்தது.

"அதுக்குள்ள ஏம் மகே கெழவனாயிருவா அப்பறம் வயசாயிருச்சுன்னு பொண்ணுதரமாட்டே.. அப்படித்தான.." இப்போது மதினி அழுத்தம் கொடுத்தாள்.

முத்துமாடத்தி ஏதுமறியாதவள் போல் அவர்களுக்கு முன்னால் மதிலில் சாய்ந்து நின்றாள்: "ஊர்ல ஏம்பொண்ணு ஒருத்திதே அருவுகத்துக்கு இருக்காளாக்கும்.. நல்லா வயசா வாலிபமா இருக்கப்பவே ஒங்க பையனுக்கு எங்கயும் பாத்து முடிக்கலாம்... கூரையில விட்டெறிஞ்சா ஆயரங்காக்கா.."

"அப்படீன்னா ஓம் முடிவு இதேங்குறே.. ஓம் பொண்ண ஏம் மகனுக்குக் கட்டி வைக்க மாட்டேங்குற.. அத டப்புனு போட்டு ஒடச்சுற வேண்டியதுதானே. சும்மா சுத்தி வளச்சுப் பேசிட்டே இருக்கே.." கோவிந்தண்ணனின் குரலில் வன்மம் கூடியது.

"அந்த மில்லுக்காரப் பயல நீ சேத்ததிலர்ந்தே ஓம் புத்தியில கோளாறு வந்திருச்சு.. ஓஞ் சௌரியத்துக்கு அவனக் கல்யாணமும் பண்ணிக்கிட்டே.. இப்ப என்ன ஆச்சு?.. அந்தப் பயலயும் குத்திக்கொன்னு போட்டாய்ங்க.. இம்புட்டு நடந்தும் ஒனக்குப் புத்தி வரல.. இப்பவும் அந்த மில்லுக்காரப் பயகளோடதா செனேகம் வச்சிருக்கே.. அம்புட்டுப் பயகளுக்கும் ஏதோ கஞ்சி காச்சி ஊத்திறியாமே கஞ்சி.. இந்தத் தோரணயெல்லாம் ஒனக்கெதுக்கு? அத்தந் தண்டி மில்லுக்காரன எதுத்து ஒன்னால ஜெயிச்சிற முடியுமா? அதுவரிக்கும் ஒன்னால கஞ்சி காச்சி ஊத்தத்தே முடியுமா? இந்த வெட்டி வேலயெல்லாம் விட்டுட்டு...

கெடச்ச வேலக்கிப் போனமா உண்டான கஞ்சியக் குடிச்சமா ஒரு ஓரத்துல சாஞ்சு விழுந்தமான்னு இல்லாம இந்தக் கிருச கெட்ட பொழப்பெல்லாம் தேவையா?.. இதப்பாரு.. அண்ண ஓ நன்மைக்குத்தே சொல்றே.. ஓங் கையி வெறுங் கையி.. இன்னமுஞ் சரி இதுக்கு மேலயும் சரி.. கள வெட்டித்தா நீ கஞ்சியக் குடிச்சாகணும்.. இந்த நெலமயில ஒன்னய ஆரும் சீந்த மாட்டாக.. பேசாம நாஞ் சொல்றக் கேளு.. வேற எடம்னா பத்துப் பவுனுப் போடு இருபது பவுனுப் போடுன்னு நெருக்கிக்கிட்டு வருவாக.. ஏதோ ஓ நல்லநேரம் நா அண்ணனா ஓங் கூடப் பொறந்தே.. பத்துக் காசு வேணாம் கட்ன துணியோட அவளக் கூட அனுப்பு..'' கோவிந்தண்ணன் ஒன்னுக்குப் பத்தாக முடிச்சுப் போட்டுக் கொண்டே இருந்தான். அவனது ஒவ்வொரு சொல்லும் கொல்லும் ஈட்டிகளாய் முத்துமாடத்தி மேல் பாய்ந்து கொண்டிருந்தன.

ஆனால் இவள் தாக்காட்டவில்லை. விட்டால் எதுவும் பேசுவான் எண்ணமும் செய்வான் என்று தோன்றியது. தட்ட வேண்டிய இடத்தில் தட்டினால் தான் அடங்குவான். அண்ணன் என்பதற்காக விட்டு விடவா முடியும்?

"இப்ப என்னாத்துக்குக் கண்டது கடியதப் பேசுறண்ணே.. நீ வெனயம் வச்சுப் பேசுற ஒவ்வொன்னுக்கும் பதிலச் சொன்னா நான் பாக்கப் பொறந்த நாயி.. அதிகப் பிரசங்கி.. அடங்காப் பிடாரின்னு இன்னொரு பாட்டப் பாடுவ... நா என்னா செய்றே.. ஏது செய்றேன்னு செய்தி வாசிக்கவா இங்க வந்தே.. ஒனக்குக் கெட்டதுன்னு தெரியுறதெல்லாம் எனக்கு நல்லதாப் படுது.. நீயும் பனியன் கம்பேனில இதுநா வரிக்கும் ஒழச்சு ஓடாகிக் கெடக்கே.. ஒனக்குத் தொழிலாளிக நெலம தெரியாமயா போச்சு.. ஓ நோக்கத்துக்கு ஒன்னு நடக்கலேன்னா என்னமும் பேசிட்டுப் போறதா?..'' திடமாகச் சொற்கள் வந்து கொண்டேயிருந்தன. கொஞ்சம் நிமிர்ந்தும் கோபக் குறியுடனும் நின்று கொண்டாள் முத்துமாடத்தி.

"முந்தி மாதிரி இல்ல முத்துமாடத்தி.. இப்ப நிய்யி ரொம்பத்தே பேசக் கத்துக்கிட்டே.. இந்த மில்லுக்காரப் பயகளோட இன்னந் திரிஞ்சு.. இன்னொருத்தனையும் கைல பிடிக்கலாம்னு திட்டம் போட்டுத்தே அந்த பயபுள்ளகளுக்குக் கஞ்சியக் காச்சி ஊத்திக்கிட்டுத் திரியுற.. இது நல்லதுக்கில்ல.. நாசமாத்தேம் போயிடுவ.. ஒன்னய மாதிரி ஓம் மகளும் ஒருத்தனக் கைல புடிச்சுக்கிட்டுப் போகப் போறா.. அப்பத் தெரியும் இந்த அண்ணஞ் சொல்றதுல எவ்வளவு உண்ம இருந்துச்சுன்னு..''

“அண்ணே..” முத்துமாடத்தி வீடதிர தெருவதிரக் குரல் கொடுத்தாள்.

“விட்டா ஒம்பாட்டுக்குப் பேசிக்கிட்டே போறே... ஓம் மகனுக்கு ஏம் மகளக் கட்டிக் குடுக்க விருப்பமில்ல.. குடிகாரப் பயலுக்கு ஆக்கிப் போட நாம் புள்ளப் பெத்து வய்க்கல..” ஆங்கார ரூபியாய் எழுந்தாள் முத்துமாடத்தி.

அதற்குள், “மாடத்தியக்கா... மாடத்தியக்கா அங்க ஒன்னயக் கூட்டியாரச் சொன்னாக.. மதுரயிலிருந்து ஏதோ தலைவரு வந்துருக்காகளாம்.. நீ வந்தப்பெறகுதே பேச்ச ஆரம்பிக்கணும்கிறாக... செத்த வெளிய வாக்கா.. வெரசுனு வாக்கா..” பழக்கப்பட்ட குரல்கள் உள்நோக்கி வந்தன. அதில் ஒரு குரல் தனித்துத் தெரிந்தது. அது நாகவல்லியின் வெண்கலக் குரல்.

□

5

விடிந்தாலும் எழுந்தாலும் முதலில் நினைவுக்கு வருபவள் நாகவல்லிதான். தனக்கு ஈடு ஜோடாய் முத்துமாடத்தி கருதுவது அவளைத்தான். நாகவல்லியின் புருஷன் மலைச்சாமியும், முத்துமாடத்தியின் புருஷன் வேலுத்தம்பியும் ஒன்றாக மில்லில் சேர்ந்தார்கள். அப்போதைக்கெல்லாம் பொட்டைக் காட்டில் புதையல் எடுப்பதைப் போல் ஆட்கள் வந்தார்கள். மில் முதலாளி பூமி பூஜையின் போதே இவர்களை எடுபிடியாய்ச் சேர்த்துக் கொண்டார்.

போடி ரோட்டில் எங்குப் பார்த்தாலும் பொட்டல் காடுதான். அப்போதெல்லாம் வீடுகள் எழும்பவில்லை. கட்டிடங்கள் வரவில்லை. ஐநூறு ஏக்கர்; ஆயிரம் ஏக்கர்; என்று கேட்பாரற்றுக் கிடந்த போது லட்சம் லட்சமாய் கொட்டினார் வைரவன் முதலாளி. கருவேலங்காட்டைச் சமன் செய்து ஒப்புடி சேக்கவே ஓராண்டு ஆகிவிட்டது. பின்னால் பெரிய பெரிய ஆட்களாகி விடலாம் என்று ஸ்பின்னிங்மில் கட்டுமானத்தில் நூற்றுக்கணக்கில் ஆட்கள் வந்து சேர்ந்தார்கள்.

வைரவன் முதலாளி சொன்னார். "சித்தாள்; நிமிந்தாள்; கொத்தனாரெல்லாம் கடலயத் தின்னு கையக் கழுவுன மாதிரி அன்னன்னிக்குத் துட்டுப் பாத்துட்டு ஓடிப்போயிடுவாக.. அவகளுக்கும் மில்லுக்கும் ஒட்டுமில்ல ஒறவுமில்லன்னு ஆயிரும்.. நீங்கள்ளாம் அந்தக் கணக்குல சேத்தியல்ல... இப்பருந்தே ஒங்கள வேலைக்கு எடுத்தது மாதிரிதே.. நெரந்தரமா ஆயுசு பூராம் மாசச் சம்பளம் வாங்கிக்கிறலாம். அதுனால இப்போதைக்கு நீங்க ஒன்னொன்னுக்கும் கணக்குப் பாத்துக்கிட்டு வேல செய்யக்கூடாது.. அப்புடிப் பாக்கணும்னா இப்பவே நீங்க சித்தாள் நிமிந்தாளோட சேந்து யாரோ எவரோன்னு போயிடலாம்.. நாஞ் சொல்ற கண்டிஷன்ல நீங்க இருந்தீங்கன்னா ஒங்க வாழ்க்க ஒளிமயமாயிடும்.. பாருங்க.. மதுர மெட்ராஸ் மாதிரி எடங்கள்லல்லாம் இப்புடிச் சேந்துதே பின்னப் பெறகு நெரந்தரமாயிட்டாக.. ஒரு பிக்கல் பிடுங்கல் இல்லாம ஆயிரமாயிரமாச் சம்பளம் வாங்கிட்டு கனஜோரா வாழ்க்க நடத்துறாக.." பிற்காலத்தில் மில்லின் நிரந்தரத் தொழிலாளிகளாக விரும்புகிற நூற்றுக்கணக்கானோரைக் கூட்டி

வைத்து வைகை மண்டபத்தில் அடிக்கடி பேசினார் வைரவன் முதலாளி.

இதையெல்லாம் களையெடுக்க வந்து நிழல் மேட்டில் மதியக் கஞ்சி குடித்துக் கொண்டிருந்த முத்துமாடத்தியிடமும், நாகவல்லியிடமும் புருஷன்மார்கள் சொன்னார்கள். அப்போது தான் புதுக்கல்யாணமும் ஆகியிருந்தது இருவருக்கும்.

முத்துமாடத்தி அப்போதே சொன்னாள்: "இது என்னமோ எனக்குச் சரியாப்படல.. செங்கச் செமக்கிறது.. கல்லுத் தூக்குறது.. கலவ போடுறதுன்னு அம்புட்டு வேலையையும் நொணங்கப் பாக்க வச்சு சும்மா அனுப்புறான்னா அந்த மில்லுக்காரப் பய எம்புட்டு வெனயமான ஆளு.. கேப்பையில நெய் வடியுதுன்னா கேக்குறவனுக்கு மதி எங்க போச்சும்பாக.. அது மாதிரியே இருக்கு நீங்க சொல்றது..."

நாகவல்லியும் இதே கருத்தைக் கொண்டிருந்தாள். "கேட்டிங்காபிஸுல தாட்டுச் சொமந்து அன்னாடம் பொழப் போய்க்கிட்டிருந்துச்சு.. அதக் கெடுத்துட்டு அங்க போயிருக்கீங்க.. இன்னிக்குக் கெடைக்யுற கெலாக்காயிதே முக்கியம்.. நாளைக்குப் பலாக்காயி கெடச்சாத்தே ஆச்சு.. அப்புறம் அரசன நம்பி புருஷனக கைவிட்ட கதயாயிரும்.."

சொல்லி வைத்தாற்போல் முத்துமாடத்தியும், நாகவல்லியும் பேசியது வேலுத்தம்பிக்கும், மலைச்சாமிக்கும் அத்தனை ரசிக்கும் படியாயில்லை. என்ன இருந்தாலும் 'பெம்புத்தி பிம்புத்தி' என்பது போல் கடந்தார்கள்.

முத்துமாடத்தி தீர்க்கமாகச் சொன்னாள்: "நல்ல மனுஷன்னா இப்ப வேல பாக்குறதுக்கே உண்டான சம்பளத்தப் போட்டுத்தரணும்.. அன்னாடம் என்ன செய்வாக.. எதத் திம்பாகன்னு கணக்குப் போடத் தெரியாத மொதலாளி பிங்காலத்துல எப்புடி ஆனமான சம்பளங் குடுத்துக் காப்பாத்தப் போறா.. அதச் செய்றே இதப் புடுங்குறேன்னு நோனியப் பிதுக்கிப் போட்டு கடேசில மில்லுலயும் சேக்காமத் தெராட்லதே வுடப் போறா..."

என்னதான் இருக்கட்டும்; நாளைக்கு நடக்கப் போவதை நாளைக்குப் பார்த்துக் கொள்ளலாம் என்று புதிய நம்பிக்கையுடன் ஆட்கள் புறப்பட்டு வந்தார்கள். மாடு வைத்திருந்தவர்கள் ஆடு மேய்த்தவர்கள், காடு கரை பார்த்தவர்கள்; கடை கண்ணி நடத்தியவர்கள் என ஆளுக்கு ஆள் பேசிச் சிரித்துக் கொண்டு முள்ளுமொடிகளை வெட்டிக் கொண்டு திரிந்தார்கள். ஏற்கெனவே

தாங்கள் வைத்திருந்த தொழில்கள் என்னவாகும்; யார் எடுத்துச் செல்வார்கள் என்று கணிக்காமல் போட்டது போட்டபடி வந்தவர்களும் இருந்தார்கள். எல்லாருக்குமே ஒரு பொற்காலக் கனவு இருந்தது. அஞ்சும், பத்தும், ஒன்னும், ரெண்டும் படித்தவர்கள் மழைக்குக் கூடப் பள்ளிக்கூடத் தாழ்வாரங்களில் ஒதுங்காதவர்கள் என்று விதம் விதமாய் வகை வகையாய் முதலாளியிடமும், அவர் நியமித்த ஆட்கள் முன்பும் போய் நின்றார்கள்.

“மில் வேலைக்கு ஆட்கள் எடுக்கப்படுகிறார்கள்” என்று திரும்பிய புறமெல்லாம் போஸ்டர்கள் ஒட்டப்பட்டிருந்தது. அந்த ஊருக்கு அது புதியதாக இருந்தது. நவதானிய அரவை மில்கள் ஜின்னிங் பாக்டரிகள் என்றிருந்ததற்கு மேலாக அது ஒரு புதிய ஸ்பின்னிங் மில்லாக உருவெடுத்துக் கொண்டிருந்தது. நிலபுலன்கள் வைத்து, பத்துப் பதினைந்து டிராக்டர்கள் நூறு நூற்றைம்பது வேலையாட்கள்; ஆயிரக்கணக்கில் தென்னை மரங்கள் என்று பொலுப்பமாக இருந்த வைரவன் முதலாளியின் அரங்கு வீட்டில் எந்நேரமும் சுத்துப்பத்துக் கிராம ஆட்கள் குவிந்த வண்ணமே இருந்தார்கள். அதிகபட்சம் லட்சாதிபதிகளே இருந்த அந்தப் பகுதியில் கோடீஸ்வரன் என வைரவன் முதலாளி உருவெடுத்து வந்திருந்தார். கிராம ராஜ்யங்கள் சலித்துப் போய் நகரில் பெரும் வீடு கட்டி வந்த பின் மகாராஜா சிந்தனைகள் வைரவன் முதலாளிக்கு வந்து விட்டிருந்தது.

சும்மா இதற்கும் அதற்குமாய்க் கூலி கொடுத்துக் கொண்டே இருந்தால் முதன்மைப் பணக்காரராய் ஆக முடியாது என்கிற முடிவுடன் தான் அவர் என்ஆர்டி நகரில் குடியேறினார். எடுத்த எடுப்பிலேயே எல்லாம் பளீரென இருக்க வேண்டும்; அடிக்கிற ஒவ்வொரு அடியும் பலமானதாக விழுந்தவன் எழுந்து கொள்ள முடியாத வண்ணம் இருக்க வேண்டும் என அவரது உள்மனம் கூவியது.

பத்து மாடி வீடுகள் கட்டும் விதானத்தில் இடமும் வாங்கிப் போட்டார். நிலபுலன் வருமானச் சோங்கில் பத்தே நாட்களில் மாளிகைப் பணிகள் துவங்கின. இல்லாதவன் பத்து வருடங்கள் ஆனாலும் கூரையைத் தகரமாக மாற்ற முடியாது. இருப்பவனுக்கு எல்லாமே மாயாஜாலம்தான். ஆண்டாண்டு காலமாய்த் தூர்ந்து கிடக்கும் ரோடுகள்; முதல்வர், மந்திரிமார்கள் வந்தால் மின்னுவதைப் போல் பொன்னாக வீடை வடிவமைத்தார் வைரவன் முதலாளி.

அவரது எழும்பும் வீட்டின் முன்னால் ஒருநாள் வேலுத்தம்பியும், மலைச்சாமியும் போய் நின்றார்கள். வைரவன் முதலாளியின் கார் அப்போது தான் கட்டிட நுழைவாயிலில் வந்து நின்றது. வாட்ச் மேன்கள் மொத்தம் மூன்று போர் மூவருமே ஒரே வேகத்தில் கார் முன் ஓடி வந்து நின்றார்கள்.

"கம்புக.. கல்லுக.. சிமிண்டு மூடை, கம்பி, செங்கல், சாந்துன்னு ஒரு பிட்டு போயிரக் கூடாது.. ஒன்றுக்கு மூணு பேரு இருக்கீக.. ஒத்தத் திருட்டும் நடந்துரக் கூடாது.. இங்கிருக்குறத வச்சுத்தே நாளைக்கி அம்மாம் பெரிய மில்லுக்கும் வாச்சுமேனா வரமுடியும்.. இங்க காபி தண்ணிக்குத்தே ஆகும்.. அங்க கைநெறயக் காசு சேரும்.. ஆமா.. அத மனசுல வச்சு வேலயப் பாருங்க.." வைரவன் முதலாளி தஞ்சை பெரியகோயில் வளாகம் போல் படர்ந்து சென்ற கட்டிடத்தில் வலம் வரத் தொடங்கினார். கொத்தனார் சித்தாள் நிமிந்தாள் என்று வேலை பார்த்த ஐம்பது பேரும் அசப்பில் கூட தலை திருப்பவில்லை. இங்கு வேலை பார்ப்பதைச் சாக்கிட்டு, தங்கள் தங்கள் வீடுகளிலிருந்து ஒரு ஆம்பளை கணக்கில் மில் வேலைக்கு அனுப்பிவிடலாம் என்கிற வைராக்கியமும் ஒவ்வொருவரிடமும் இருந்தது. எத்தனை நாள் தான் கட்டிட வேலைகள் செய்வது களை கண்ணிகள் எடுத்துக் காடுமேடுகளில் திரிவது; சொகுசாக ஒரு மில் வேலை அமைந்தால் உடனே ஆபீஸர் சம்பளம் கிடைத்துவிடும் என்கிற கனவுகளில் ஒவ்வொருவரும் மிதந்தார்கள்.

வைரவன் முதலாளி வேலுத்தம்பியையும், மலைச்சாமியையும் உற்றுப் பார்த்தார். "அதே வைக மண்டபத்துல சாயந்தரம் ஆளெடுக்குறோமில்ல.. அங்குன வந்துடுங்க.. ஆனா ஒன்னு அல்லார்ட்டயும் சொல்றதத்தே ஓங்கிட்டயும் சொல்றே.. கோடிக்கணக்குல கொட்டி ஆரும் பண்ணாத வேலய நான் பண்ணிக்கிட்ருக்கே.. ஏ நோக்கமெல்லாம் பத்தைநூறு பேருக்கு வேல குடுக்கணும் இழுபட்டுத் தொவபட்டுக் கெடக்குற குடும்பங்க வயிறாறக் கஞ்சி குடிக்கணும்கிறதுதே.. எனக்கென்னா நெலபொலன் வருமானம் வருது.. அதத்தின்னு தீக்கவே ஆள் இல்ல.. ஏழு தலமொறைக்கி ஒக்காந்து சாப்டாலும் தீராது.. ஏ நோக்கமெல்லாம்.."

வேலுத்தம்பி அலுப்புடன் குறுக்கிட்டான் "இதே ஓங்க நோக்கமுன்னு நீங்க இதுவரிக்கும் சேத்திருக்கிற எல்லாரும் கத கதயாச் சொல்லிட்டாக.. ஒங்களுக்கு ரொம்பப் பெரிய மனசுதே.. சாயந்தரம் வைக மண்டபத்துக்குத்தான வரச் சொல்றீக..

வந்துர்றோம்..” சற்று அழுத்தமும் எகடாசியும் தொனித்தது அவனது குரலில்.

இந்த முதல் சந்திப்பே வைரவன் முதலாளிக்கு வித்தியாசமாகப்பட்டது. ‘ஆள் ஒரு தோரணையா இருக்கானே..’ என்பது போல் அவரது பார்வை வேலுத்தம்பியின் மேல் விழுந்தது. இருந்தாலும் பகைத்துக் கொள்ளக் கூடாது என்று நினைத்தார். வரவழைத்து வேலை வாங்கி நொக்கைப் பிதுக்கினால் புத்தி வரும் என்று அவரது எண்ணங்கள் ஓடின.

சாயந்தரம் வைகை மண்டபத்தில் ஆட்கள் சேர்ந்தார்கள். முத்துமாடத்தியும், நாகவல்லியும் சந்தை வேலையாக வந்த கையோடு வைகை மண்டபவாசலுக்கு வந்தார்கள். ‘இரும்பு அடிக்கிற எடத்துல ஈக்கு என்ன வேலை’ என்பதைப் போல் முதலாளியின் ஆட்கள் பார்த்தார்கள். இப்போதைக்குப் பெண்களை வேலைக்கு எடுக்கும் திட்டம் அவர்களிடம் இல்லை. கரடு மொரடுகளை கண்டேத்தமாக வெட்டி ஒப்புடி சப்புடி செய்யும் வேலைகளை பெண்களால் ஊக்கமாகச் செய்ய முடியாது என்று அவர்கள் மதிப்பிட்டார்கள். மில் ஓட்டமான பின் பெண்கள் பிரிவைத் துவக்குவது அவர்களது திட்டமாகவும் இருந்தது.

“யாரும்மா உள்ற இருக்கிறது?.. ஒங்க வூட்டுக்கார்ரா....” வெள்ளை வெளேர்சட்டையும் அதே போல் ஃபேண்ட்டும் அணிந்து இடுப்பை பெல்ட்டால் இறுக்கிய ஒரு இளைஞன் கேட்டான்.

“ஆமா தம்பி எங்க வூட்டுக்காரரும், இவுக வீட்டுக்காரரும் உள்ள இருக்காக..”

இளைஞன் தொடர்ந்தான் “நீங்க ரெண்டு பேரும் வேல வெட்டிக்குப் போறீகளாம்மா?..”

அவனைப் போல ஆடை அணிகலன்களுடன் அதே ஸ்டைலில் இருந்த இன்னும் இரண்டு இளைஞர்கள் அவர்கள் முன் வந்தார்கள்.

முத்துமாடத்தி மூவரையும் உற்றுக் கவனித்தாள்.. “இந்தப் பயகதே ஆளெடுக்குற ஆளுக போலிருக்கு.. பேச்சுலயே கவுத்திப் போடுவாய்ங்க போல்ருக்கு..”

நாகவல்லியும் இதே யோசனைகளுடன் இருப்பதைப் போல் தோன்றியது. “ஏக்கா நாம போவமா?..” என்றாள். “அவுக இருந்து என்னாண்டு பாத்துட்டு வரட்டுமே” அயர்ச்சியாக வார்த்தைகள் வந்தன.

முத்துமாடத்திக்கு அரைகுறையாக விட்டுச் செல்ல மனமில்லை. "ஏண்டி.. அதே சந்த சவுடிக்குன்னு போயிட்டு வந்துட்டமே.. செத்த ஒக்காந்து என்னாதே பேசுறாகண்டு கேட்டுட்டுப் போவமே.."

"நல்லாக் கேட்ட போ.. அதேஞ் சொல்லீட்டாகள்ல இப்பதைக்கி ஓசி வேலன்னு.. அத ஒழுங்காப் பாத்தா பின்னப் பெறகு சம்பளமின்னு.."

"பொறுடி.. பொறுடி இவளே.. அந்தத் தம்பி கேட்டதுக்கு பதில் சொல்லல.. அதுக்குள்ள நீ முந்துற.." என்ற முத்துமாடத்தி மூவரையும் கண்களால் அளவெடுத்தாள். "புளித்தட்றதுலருந்து புல்லறுக்கப் போறது வரைக்கும் வேலன்னு எது கெடச்சாலும் நாங்க வுடுறதில்ல.. இங்க கூட நீங்க காபி தண்ணி வாங்கி சப்ள பண்ணுங்கன்னு பணங் குடுத்தீங்கன்னா வேணுங்கிறத வாங்கிட்டு வருவோம். கைச்செலவுக்கு எதுனாச்சும் தள்ளி வுட்டீங்கன்னா போதும்.."

இளைஞர்களில் ஒருவன் மிடுக்காகச் சொன்னான். "அதேஞ்சரி.. அப்புடித்தே இருக்கணும். அஞ்சாறு மாசம் இப்புடியே ஒங்க செலவு.. ஒங்க புருஷஞ் செலவு புள்ள குட்டிக செலவுன்னு சமாளிச்சுக்கிட்டீங்கன்னா அப்பறம் மில்லுல மிஷினுக ஓட ஆரம்பிச்சதும் சம்பளங்கிம்பளம்னு போட்ருவாக.. அப்பறம் ஒங்க அல்லாருக்கும் ராஜ வாழ்க்கதே.. ஏன்னா இப்பதைக்கு ஒப்புடி சப்புடி பண்ற வேலதே.. இதுக்குன்னு ஒரு சம்பளம் போட முடியாது.. ஆனா பாருங்க.. அங்குன வந்து வேல தொட்ட ஒடனே மில்லு வேலக்கார ஆளுகளா மாறிடுவாக.. அதுக்குக் குடுத்து வச்சிருக்கணும்.." நாவில் தேன் தடவிய பேச்சுக்களாய் வந்தன.

"ஒங்க மொதலாளிக்கு ஏற்கனவே நெல பொலன்கள்ல கங்கு கணக்கில்லாத வருமானம்னு கேள்விப்பட்டே.. அதிலயே தெனம் ஆயிரம் பேருக்குச் சாப்பாடு போடலாம்னு சொல்வாக.. நீங்க என்னடான்னா ஒரு வருமானமுமில்ல.. இனிமேத்தே மில்லக் கட்டி அது ஓடி அதுல காசு பாத்துச் சம்பளம் போட முடியும்கிறீக.. அதச் சொல்றதுக்கு கூட்டங்கூட்டமா வேற நடத்துறீக.."

முத்துமாடத்தியின் துடுக்குத்தனமான பேச்சு இளைஞர்களைத் திடுக்கிட வைத்திருக்கும் போலும்: உடனடியான பதில் அவர்களிடமிருந்து வரவில்லை. அவர்கள் வேறு என்னதான் சொல்ல முடியும்? அவர்களைப் பொறுத்தவரை சாவியைத்

திருகினால் ஓடும் பொம்மையைப் போன்றவர்கள்; சொன்னதைச் சொன்னபடியே ஒப்பிப்பவர்கள். ஏற்கெனவே நில முதலாளியாகவும் நாளைப் பின் மில் முதலாளியாகவும் ஒரே கல்லில் ரெண்டு மாங்காய் அடிக்கப் போகிற ஒருவரின் சூட்சுமங்களுக்குச் சுவர் அமைக்கிறவர்கள். அவர்களால் கிளிப்பிள்ளைபோல் தான் பேச முடியும்.

வைரவன் முதலாளியின் படகுக்கார் மண்டப வளாகத்திற்குள் தாழ்ந்து எழும்பித் தவழ்ந்து வந்து கொண்டிருந்தது. அரசியல் பிரமுகர்கள் பின்னால் அணிவகுப்பது போல் சில கார்களும் பின் தொடர்ந்து வந்து கொண்டிருந்தன.

சந்தைக் கடை இரைச்சல் போல் கசகசத்துக் கிடந்த உள் அரங்கில் ஒரே நிமிஷத்தில் அமைதி நிலவத் துவங்கியது. படியளக்கிற பகவான் போல் வைரவன் முதலாளி மண்டபத்திற்குள் நுழைய படிக்கட்டுகளில் ஏறத்துவங்கினார்.

பக்கவாட்டில் நின்ற நாகவல்லியையும், முத்துமாடத்தியையும் வைரவன் முதலாளி ஒரு தினுசாகப் பார்த்துக் கொண்டார்.

□

6

பொங்கி நுரை ததும்பிப் புறப்பட்டு வரும் கொட்டக்குடி ஆற்றைக் கண்டவர்கள் ஐம்பது வயதைத் தாண்டி விட்டார்கள். நூறு அடிச்சாலை போல்; படர்ந்து இரு மருங்கிலும் மணல் கரை வைத்து சிம்பு சிணுக்கு இல்லாமல் சீறிப்பாயும் ஆற்று வெள்ள நாட்களை முத்துமாடத்தி பார்த்திருக்கிறாள். அவள் சோட்டுப் பெண்களுடன் நடைபயிலும் போது ஊரே திரும்பிப் பார்க்கும். அத்தனை நளினமும் அழகும் எப்படி வந்தது என்று தெரியவில்லை. ‘பதினாறும் நிறையாத பருவ மங்கை’ பாடலை முணுமுணுத்துக் கொண்டே வேலுத்தம்பி பத்தெட்டு பின்னால் விட்டு நடப்பான். இந்த முணுமுணுப்பு அவளை எட்டியிருக்காது என்கிற தைரியம் அவனுக்கு இருந்தது. ரவிக்குமார் சரவணன் போன்ற ஜின்னிங் பாக்டரி இளசுகளும் அவனுடன் சேர்ந்து நடப்பார்கள். ஆற்றுக்குளியல் அத்தனை இன்பமானது. கையில் சோப்பு டப்பா கழுத்தில் சுற்றிப் போட்ட துண்டு கால்களில் முரட்டு டயர் செருப்பு என வயசுக்கு மீறிய சேட்டைத்தனம் பற்றியிருக்கும். ஆற்றை அடைவதற்கு முன்னால் தோட்டக் காடுகளில் ஆட்கள் அடங்கித் தெரிவார்கள். கூத்தும் குலவையுமாய் இந்தப் பையன்கள் செல்வதை இனம் பிரித்துப் பார்க்க ஆட்கள் இல்லை.

ஆனால், கதிரேசன் மாமா மட்டும் ஒவ்வொரு குளியல் நாட்களிலும் எதிர்த்து வரவே செய்தார். சொல்லி வைத்தாற் போல் வருகிற முத்துமாடத்தியும், பின் தொடர்கிறாற்போல் நைசாய் நடைபோடும் வேலுத்தம்பியையும் அவர் கவனிக்கத் தவறுவதில்லை.

“என்ன மாப்ள.. குளிக்கவா?..”

“ஆத்துக்கு எதுக்குப் போவாக மாமா?”

“இல்ல குளிக்கவா குண்டி கழுவவான்னு கேட்டே..”

“ரெண்டுக்குந்தே மாமா.. ஒன்னு வந்தா இன்னொன்னும் சேந்து வருமில்ல மாமா..”

“அதேம் பாக்குறேல்ல.. எல்லாஞ் சேந்து தான வருது.. சூதானமுடி மாப்ள.. பொட்டிய ராவிரப் போறாய்ங்க..”

“ராவுரப்பப் பாத்துக்கலாம் மாமா..” என்றபடி வேலுத்தம்பி சோட்டாளிகளுடன் கடந்து போவான்.

முத்துமாடத்தியும் தாக்காட்டியே நடந்து போகவும் செய்வாள். ஒரு சமயம் போல் ஒன்றுக்கொன்று நெருக்கமாய் வந்து சேருவார்கள்.

“இன்னிக்கு எந்நேரம் மில்லுக்குப் போறதா உத்தேசம்?..”

“எந்நேரம் போனா ஒனக்கென்னா.. போகும் போது போவே.. இல்ல போகமயே கூட இருந்துருவே..”

“நீ போகுமிடமெல்லாம் நானும் வருவேன்.. போ.. போ..”

“இந்தப் பாட்டுக்கு ஒன்னுங் கொறச்சல் இல்ல..”

தோழிகள் இதையெல்லாம் கண்டு கொள்வதில்லை. ஆற்றுக்குளியல் கால்களில் பற்றிக் கொள்ளும். முங்கி முங்கி எழுந்தாலும் ஆசை தீருவதில்லை. அதிலும் எதிர்த்துக் குளிக்கும் முத்துமாடத்தியைப் பார்த்துக் கொண்டே விழுந்து எழுவதற்கு இணையான இன்பம் ஏதுமில்லை. முத்துமாடத்தி நீர் முங்கலில் தள்ளித் தள்ளி போவாள். வேலுத்தம்பி இன்னும் நெருக்கமாய் வந்து வந்து விலகுவான். இந்த சேஷ்டைகள் தோழிகள் அறியாததல்ல கண்டும் காணாதிருக்கக் கற்றுக் கொடுத்திருந்தாள் முத்துமாடத்தி.

கொட்டக்குடி ஆற்றுப் பாலப் பிரச்சனை ஒரு நூற்றாண்டைச் சார்ந்திருந்தது. அதில் ஒரு போர் வீரன் போல் இளைஞன் வேலுத்தம்பி நின்றதில் முத்துமாடத்திக்கு எப்போதும் ஒருவித பூரிப்பு இருந்தது. ஏற்கெனவே டவுனிலிருந்து இந்த ஊருக்கு வரும் பாதை புழுதிகளால் நிரம்பியிருந்தது. சின்னக் காத்து அடித்தாலும் அள்ளி வீசினாற் போல் தூசிப் படை முகம் முழுக்க அப்பிக் கொள்ளும். முழித்துப் பார்த்தால் குச்சி விழுந்தாற் போல் உறுத்தல் இருக்கும். “புழுதி மணல் பறக்கும் சாலைகளைப் பழுது பார்க்க நாதியில்லை” என்று வேலுத்தம்பியும் அவனது சோட்டாளிகளும் சேர்ந்து போஸ்டர் அடித்து ஒட்டினார்கள். ஸ்பெஷலாக ஒரு போஸ்டரை முத்துமாடத்தியின் வீட்டில் வந்து ஒட்டினான் வேலுத்தம்பி.

“ஏ முதுகுல வந்து ஒட்டாம வுட்டுட்டே..” என்றாள் முத்துமாடத்தி. அப்போது வீட்டில் அவளது தாயும் தகப்பனும் இல்லை. “உள்ள போ.. வந்து ஒட்றே..” என்று கிறக்கமாகச் சொன்னான் வேலுத்தம்பி.

“இந்த லந்துதான வேணாங்குறது. ஓ வயசென்னா.. ஏ வயசென்னா... ரெண்டு பேருக்குமே வயசு பத்தாது.. ஓம்

பாட்டுக்கு ஏடா கூடமா நடந்து பிஞ்சு வகுத்துல பிள்ளயக் குடுத்துட்டு ஓடிறலாம்னு பாத்தியா?.." எச்சரிக்கையாய் பின் வாங்கினாள் முத்துமாடத்தி.

இஷ்டமான இஷ்டத்துடன் தான் இருவருக்குமிடையில் காதல் மலர்ந்தது. ஒருவரையொருவர் ஒருநாள் கூடப் பார்க்கத் தவறாத நெருக்கடியில் ஆழ்ந்து போனார்கள்.

"ரெண்டு மூணு வருஷம் ஓட்டுனம்னா ஒனக்கு பதினெட்டு; எனக்கு இருபத்தொன்னுன்னு ஆயிரும். ஆட்டமாடிக்காச் சேர்ந்துக்கலாம்.." விலகி விலகிப் போனாலும் அவளது இடை வளைக்கும் நெருக்கத்தில் வந்து சொன்னான் வேலுத்தம்பி.

"சொந்தஞ் சுறுத்துன்னாலும் சேந்துக்கிறது அம்புட்டு ஈஸியா என்னா.. ரெண்டு வூட்லயுமே மோந்து குடிக்ய மொந்த இல்ல.. ஆன மான வேல வெட்டின்னு போயி... கொஞ்ச நஞ்சம் சிறுவாடு சேக்காம ஏதாச்சும் நடந்துருமா.."

"நடக்கும்.. நடக்கும்.. நடக்காம என்னா.. ரெண்டு பேருஞ் சேர்ந்து வேல செஞ்சமுன்னா சேக்க முடியாதது என்னா இருக்கு.. அஞ்சு ரூவா மஞ்சக் கயித்தக் கட்றதுங் கல்யாணந்தே அம்பது நூறு பேருக்குச் சாப்பாடு போடுறதுங் கல்யாணந்தே.. எல்லாம் மனசப் பொறுத்தது.."

"என்னா பெரிய வித்தாரம் வேதாந்தமெல்லாம் பேச ஆரம்பிச்சிட்டே.. எதுஞ் சாமியார் கீமியார் ஆகப் போறியா.."

"ஒன்னயக் கல்யாணங் கட்டுனப் பெறகுதா சாமியார் கீமியார் எல்லாம்.."

"அப்பா.. சாமீ.. நீ பாட்டுக்குக் கட்டிட்டு கைவுட்டுட்டு காசி ராமேஸ்வரம்னு போயிராத.. அப்படி ஒரு எண்ணம் இருந்துச்சுன்னா இப்பவே வெலகிக்க.. ஒரு மஞ்சளக் கட்டி மேச்சா எங்கயும் போகாதுன்னு பாட்டுப் பாடிக்கிட்டு வந்துராத.."

தெருவார் பார்த்து விடக் கூடாது என்கிற கவனத்துடன் யாரோ போல் நின்று இருவரும் பேசிக் கொண்டே இருந்தார்கள். சேர்ந்து கொள்வதை விட பேசிக் களிப்பது தான் காதலில் இன்பம். இந்தக் கிறக்கமும் நெருக்கமும் அவர்களை மரப்பிசினாய் ஒட்ட வைத்துக்கொண்டது.

□

7

மூத்துமாடத்தி ஊறுகாலப்பசாமி வளாகத்திற்குள் நுழையும் போதே கூட்டம் துவங்கியிருந்தது. நிற்க இடம் இல்லாமல் ஆட்கள் நெருக்கடியில் அலைமோதிக் கொண்டிருந்தார்கள். ஒரு பக்கம் சமையல் பொருட்கள் வந்திறங்கிக் கொண்டிருந்தன. ஊமையன் ஜோதிவிநாயகம் கைரிக்ஷாவில் மூட்டை முடிச்சுக்களை இறக்கிக் கொண்டிருந்தான். கூடமாட ஒத்தாசையாய் தவமணி சம்சாரம் தூக்கி விட்டுக் கொண்டிருந்தாள். அரிசிச் சிப்பங்கள், கோஸ் மூடைகள், வெங்காய முடிச்சுகள், கத்திரிக்காய்க் கூடைகள், தக்காளிப் பெட்டிகள் என தகினி தகினியாக இறங்கிக் கொண்டிருந்தன. சன்னாசியப்பன் கோவில் பூசாரி சாமியப்பப்பிள்ளையும் உடன் வந்து சேர்ந்து அரிசி தவசிகளை எடுத்து வைத்துக் கொண்டிருந்தார்.

அன்றைக்கு வந்திருந்த மதுரைத் தலைவர் ஊர் முக்கியஸ்தர்களையும் அழைத்து வருமாறு பொன்னம்பலத்திடமும் மொக்கச்சாமியிடமும் சொல்லியிருந்தார். பொன்னம்பலம் தன் பின்னால் தெருவுக்கு ஒரு ஆளாக அழைத்துக் கொண்டான். மொத்தம் பதினோருபேர் சேர்ந்தார்கள். தெருத் தெருவாய் தலைவர் வாழவந்தான் பற்றி எடுத்துச் சொன்னார்கள்.

“பெரச்சன சுமூகமாகத் தீரணும்னுதே மதுர ஆளுக விரும்புறாக.. அங்கதே பஞ்சால தலமச் சங்கமும் இருக்குது.. ஊர் கூடித் தேர் இழுக்கிற மாதிரி.. நாம ஒவ்வொருத்தரும் மில்த் தொழிலாளிகள நம்ம வூட்டுப் புள்ளகளா நெனச்சுக் கஞ்சி தண்ணி ஊத்தி ஒத்துமையா இருக்க வச்சிருக்கம்.. அதெல்லாம் சரி... எதுன்னாலும் ஒரு குறிப்பிட்ட நாளைக்குத்தான.. ஆண்டாண்டுக்கும் இப்புடியே ஓட்ட முடியாதில்ல.. ஒரு முடிவு காங்கணுமில்ல.. அதே பெரிய சங்கத்திலிருந்து தலவருக வந்துருக்காக.. ஆளும் பேருமா இருந்து நம்ம மனசுல படுறதப் பேசுனம்னா இதுக்கு ஒரு முடிவு ஏற்படும்.. நம்ம ஊர நம்பி வந்தவுகளக் காப்பாத்த வேண்டியது நம்ம கடமயில்லியா?..”

தெரு முக்குகளில் நின்று மெக்க போன் வைத்துக் கூவி அழைத்து ஆட்களிடம் சொல்லிக் கூட்டம் சேர்த்தான்

பொன்னம்பலம். மொக்கச்சாமியும் தன் வசம் ஒரு மெக்க போன் வைத்து வேறு தெருக்களில் அலைந்து கொண்டிருந்தான்.

முயற்சிக்குப் பலனாய் நிற்க இடமின்றி ஆட்கள் சேர்ந்து கொண்டார்கள். மதுரைத் தலைவர் வாழவந்தானுக்கு இது மிகுந்த சந்தோஷத்தைக் கொடுத்தது. டவுன் கூட்டங்களில் துவக்க நாட்களில் பேசிய பூரிப்பு இப்போது அவரிடம் இருந்தது. „எளியாரை வலியார் அடித்தால் வலியாரை வாசப்படி அடிக்கும்' என்றார். கூட்டம் உணர்ச்சிகரமாய் கரகோஷம் செய்தது. கிராமப்புற பழமொழிகள்; சொலவடைகள்; உதாரணங்கள் என்று அவர் கலந்து கட்டி அடித்ததில் கூட்டம் உற்சாகமடைந்திருந்தது. அவருடன் குமார், ஜோதிராம் என தலைவர் வரிசை ஆட்கள் மேடையில் இருந்தனர்.

"இன்னியோட இந்தப் போராட்டம் தொவங்கி அறுபத்தி மூணுநாள் ஆகுது.. இது நா வரிக்கும் நடந்ததெல்லாம் வர்க்கப் போராட்டங்களோட வரலாறும்பாக.. அது மாதிரியான ஒண்ணுதே இப்ப நடந்துக்கிட்டிருக்கு.. நெலத் திமிலங்க தொழில் மொதலாளியானா என்னா நடக்கும்கிறத இப்பக் கண்கூடா பாத்துக்கிட்டிருக்கம்.. ஏற்கனவே ஒழச்சு ஒழச்சு ஒன்னுமில்லாமப் போனவகள மொத்தத்துக்கு ஒன்னுமில்லாம ஆக்கணும்னுதே அந்த ஆளு மில்ல விட்டுத் தொரத்திருக்கா.. அவன்தொரத்துறதென்னா நாமளே வெளியேறியிருக்கம்.. ஏழு பேரு சேந்தம்னாலே சங்கம் வய்க்கலாம்னு சட்டஞ் சொல்லுது.. இங்க என்னடான்னா ஏழுநூறு பேரு, எண்ணூறு பேரு சேந்தாக் கூட சங்கம் வைக்கக் கூடாதுன்னு திமிர்வரியாய் பேசுறா மில்லு மொதலாளி.. அதுக்கும் ஆமாஞ்சாமி போடுதுக பத்தம்பது சில்றப் பயலுகளயும், போலீஸவும் வச்சுக்கிட்டு நம்ம வகுத்துல அடிக்கிறாந் தாயளி.. சவுரியத்துக்குச் சேக்குறது சவுரியத்துக்கு வெலக்குறதுக்கு நாமெல்லாம் இவெ வச்ச ஆளுகளா? சங்கம்கிறது தொழில் வளர்றதுக்கும் தொழிலாளிக பொழப்போட்றதுக்கும் பாலமாருக்கு. இதுல இவெ என்ன தப்புக் கண்டுட்டா? வாலிபத்துல சேர்ந்ததுலர்ந்து வயசாகி வெளியேத்துரவரிக்கும் பத்தஞ்ச எச்சாக் கேட்டாலும் குடுக்கக் கூடாதுன்னு ஒத்தக்கால்ல நிய்க்கிறா? விட்டெறிஞ்சத எடுத்துக்கிட்டு நாயி மாதிரி ஓடிப் போயிடுடான்னு.. ஒவ்வொருத்தனும் சொல்றா.. ஒன்னு சேந்தா என்னா நடக்கும்னு இப்பத் தெரிஞ்சுக்கிட்டிருப்பா.."

பட்டியக் கற்கள்; குத்துக் கற்கள்; மொட்டை மதில்கள் குட்டிச் சுவர்கள்; கல் தூண்கள் கட்டை கம்புகள் என அத்தனையிலும் ஆட்கள் இருந்தார்கள். நாள்பட்டுப் போனதால் எண்ணெய்

காணாத தலைகள் ஏகமாய் இருந்தன. முக்கால்வாசிப் பேர் கைலிகளில் இருந்தனர். வெள்ளை வேட்டிகளும் அழுக்கடைந்து கரித்துணிகளாகிக் கொண்டு வந்தன. கை பனியன்கள்; முண்டா பனியன்கள்; டீ சர்ட்டுகள்; முழுக்கை; முக்காக் கை; அரைக் கைச் சட்டைகள் என அணிந்து பலர் ஆங்காங்கே இருந்தனர். வெறும் மேலில் துண்டு போர்த்திக் கொண்டும் சிலர் இருந்தனர். துண்டு விரித்தும் தோதுவாதாக அமர்ந்து கொண்டும் பலர் கேட்டனர்.

மைக் இல்லாமலேயே குரல்கள் தடித்து எழுந்தன. ஊருக்கு ஒதுக்குப்புற பகுதியாகையால் பேச்சுக்கள் துல்லியமாய் விழுந்தன. ஒட்டிய வாக்கில் உயர்நிலைப்பள்ளி, அன்று விடுமுறையாய் இருந்தது; பள்ளி நாட்கள் எனில் பிள்ளைகளின் கூக்குரலில் மைக் வேண்டும். இலவசமாய் மைக் போட முனியாண்டி இருந்தான். ஒவ்வொன்றுக்கும் கணக்குப் பார்ப்பவன் முனியாண்டி; இந்த அறுபத்தி மூன்று நாட்களில் இருபத்தேழு தடவை மைக் போட்டிருக்கிறான். அந்த வருமானத்தையே நம்பி வாழ்பவன் என்றாலும் இதற்காக காபி தண்ணி செலவுகள் அளவில் முடித்துக் கொண்டான். ஊறுகாலப்பசாமி கோவிலில் தொழிலாளிகளைப் பார்க்க அடிக்கடி வருவான். வந்த நேரத்தில் சாப்பாடு நடந்தால் ஆளோடு ஆளாக உட்கார்ந்து கொள்வான். டீ மிச்சர் பலகாரம் எனக் கொடுத்துக் கொண்டிருந்தால் அதில் சேர்ந்து கொள்வான். அவ்வளவுதான் அவனுக்கான கூலி.

அன்றைக்கும் அவன் பெரிய தலைவர்கள் வருகையைப் பற்றிக் கேள்விப்பட்டு மைக்செட் பொருட்களைத் தயார் செய்து கொண்டிருந்தான். பொன்னம்பலம்தான் பள்ளிக்கூட லீவைச் சொல்லி அவனது வேலையைக் குறைத்தான்.

“அதுனால என்னா பொன்னம்பலம் மைக்குன்னா கொஞ்சம் எட்டிப் போகுமில்ல.. சும்மா கெடக்குறது அங்குன வந்தா பிரேஜனமாகுமில்ல..”

“பரவால்ல முனியாண்டி இன்னிக்கு வார ஆளுக மாசம் முப்பதும் கணீர் கணீர்னு மேடைகள்ல மொழங்குறவக.. சாதாரணமாப் பேசுனாலே காதக் கிழிக்கும்.. ஓ மைக்கும் சேந்துருச்சுன்னா ஊர்ச்ஜனங்க என்னமோ ஏதோன்னு ஓடியாந்துருவாக..”

முனியாண்டி ஓசையெழும்பச் சிரித்தான். “அப்பச்சரி பொன்னம்பலம்... நானும் அங்க வந்துர்றே.. ஏதாச்சும் மொண்ட மொடி வேல இருந்தாப் பாத்துக்கிறே..” என்றான்.

மூன்று தலைவர்களும் பேசி முடிந்தபின் ஒரு முடிவுக்கு வந்தார்கள். டவுனில் நேரு சிலைக்குப் பின்னால் கோரிக்கைகளை வலியுறுத்தி பெருந்திரள் தர்ணா இருக்கும் தேதி உறுதி செய்யப்பட்டது.

சமையல் காரியங்களைப் பரபரவெனச் செய்து கொண்டே சுற்றி உட்கார்ந்து கைவேலையாக இருந்த பத்திருபது பெண்களிடமும் முத்துமாடத்தி உரத்துச் சொன்னாள்: "கேட்டுக்கிட்டீங்களா பெரிய தலைவருக என்னா சொல்றாங்கன்னு.. வெனாவ இருக்கணும்.. நூறு நூத்தம்பதுன்னு நாமளும் பொம்பளையாளுகளத் தெரட்டிக்கிட்டு தர்ணாப் பந்தலுக்குப் போகணும்.. ஒத்தப் பொட்டச்சி வூட்ல இருக்கக் கூடாது.. என்னா?.." பொம்பளை ஆட்கள், ஒண்ணாங் கிளாஸ் டீச்சர் சொல்வதை சிறுபிள்ளைகள் கவனத்துடன் கேட்பதைப் போல் கேட்டுக் கொண்டார்கள்.

□

8

ராவுத்தரம்மா அன்றைக்குக் கசாயி சேர்ந்ததில் கொஞ்சம் கொண்டு வந்திருந்தாள். கறி, கந்தல், எலும்பு, ஜவ்வு என குட்டிச் சாக்கு அளவு சேர்த்திருந்தாள். ஒரு ஆடு ரெண்டு ஆடு என்று வாரம் இருமுறை என்று போட்டுக் கைக்கும் மெய்க்குமாய் பொழுதைப் போக்கும் ராவுத்தர் குடும்பம் இவ்வளவு சேர்த்துத் தந்ததில் வியந்து போனாள் முத்துமாடத்தி. நாகவல்லி ஓடிச் சென்று அதைக் கையில் வாங்கிக் கொண்டாள். “செத்தக் கல்லுல ஒக்காருங்க அத்தாச்சி.. சுக்குமல்லிச் சட்டி காஞ்சுக்கிட்டிருக்கு.. ஒரு வா குடிச்சுட்டுப் போங்க.. அத்தா நல்லாருக்காரா.. புள்ள குட்டிக நல்லாப் படிக்குதுகளா?..”

ராவுத்தரம்மா நேருங்கூறுமாய்க் கிடந்த சமையல் பொருட்களைப் பார்த்துக்கொண்டே உட்கார்ந்தாள். உடம்பு முழுதும் கறுப்பு அங்கி. திரையை நீக்கியபடியே உள்ளே நுழைந்ததும் முத்துமாடத்தியும், நாகவல்லியும் அடையாளங்கண்டு கொண்டனர்.

ராவுத்தரம்மா கொடுத்தது பத்தாதுதான் அம்புட்டுப் பேருக்கும் இன்னும் நாலு ஆட்டுக்கறி வேண்டும்.

சூப்பு மாதிரி எதையாவது போட்டால் வெளாவி விடலாம். அதிலும் சேர்த்து ஆளுக்கு ரெண்டு எலும்புத்துண்டுகளாவது விழ வேண்டும். கைவசம் இருத்திக் கொண்டு கறிக் குழம்பாக வைக்க வேண்டுமென்றால் சேர்த்துப் பத்துக் கசாயிக் கடைகளுக்கு அலைய வேண்டும். இன்றைக்கானால் காய்கறி மார்க்கெட் ஆட்கள் நூத்தியெட்டுக் கடைகளிலிருந்து அள்ளிக் கொட்டிவிட்டுப் போய் விட்டார்கள். இதைத் தீர்க்கவே மூணு நாட்கள் பிடித்து விடும்.

ராவுத்தரம்மா அன்புக்காக அன்றைக்குச் சூப்புப் போட்டு தண்ணியாக ஆளுக்கொரு டம்ளர் நீட்ட வேண்டும்.

சுக்குமல்லி வெல்லக் கலரில் கெட்டி சேர்ந்து சுறுசுறுவென மேலேறி வந்திருந்தது. செவனு செட்டியார் ஆலையிலிருந்து வேணுங்கிற அளவுக்கு வெல்ல மூடைகளைக் கொண்டு வந்து சேர்த்து விட்டார்கள். சன்னாசியப்பன் கோவில் பக்கம் கரும்பு ஆட்டினார் செவனு செட்டியார். வெல்லம் பிடிக்கவும் வந்து

எடுத்துக் கொள்ளுமாறு ஒரு வாரத்திற்கு முன்பே முத்துமாடத்தியிடம் சொல்லி விட்டிருந்தார். ரெங்கையாவும், காசிமாயனும் மூனு மைல் ரோஜா சைக்கிளில் சென்று வெல்ல மூடைகளைக் கொண்டு வந்து சேர்த்தனர். கூடவே கரும்பு கடிக்கட்டும் என்று பத்து கட்டுக்களையும் ஒரு ஒத்த மாட்டு வண்டியில் ஏற்றி பின்னால் அனுப்பி வைத்தார் செவனு செட்டியார்.

ஒரு பக்கம் ராவுத்தரம்மா; இன்னொரு பக்கம் செவனு செட்டியார் மார்கழி பூஜைக் கட்டளைக்கு ஆள் பெருகுவதைப் போல தினத்துக்கொன்றாய்ப் பொருட்கள் வந்து சேர்ந்த மணியமாய் இருந்தது. இன்னதுதான் என்றில்லை. தங்களிடம் என்ன இருக்கிறதோ அதை அன்பின் வழியே செலுத்த தலைப்பட்டார்கள்.

வாங்கி வைத்து அடுக்கத்தான் ஒரு கொடாப்பு போட வேண்டியிருந்தது. அதுவும் ஒழுகாமல் இருக்க வேண்டும். ஐநூறு ஆடு; அறுநூறு ஆடு என்ற வைத்துப் புழுக்கைக் கெடை போடும் பொன்னையாகவுண்டர் கொடாப்புப் போடுவதில் கெட்டிக்காரர். அவரிடம் பலதடவை தாக்கல் சொன்ன பின் ஒரு நாள் கோவிலுக்கு வந்து சேர்ந்தார். முதலாவதாக அவர் தேடியது முத்துமாடத்தியைத்தான்.

“பத்துக்காசு வேணாந் தாயீ.. பொருளு வைக்கிறதுக்கு மட்டுமில்ல.. பத்து மனுஷ மக்க தங்குறதுக்கு சேத்து கொடாப்பு போட்டு விட்றே.. ஒத்தப் பொட்டு தண்ணி எறங்குனா என்னான்னு கேளு ஆத்தா..”

“அதுக்காக வீரவாண்டி கோயில் கொடாரம் மாதிரி போட்றாதீக... செலவு கழிவு ஒட்டிக்கு ரெட்டியாகி ஒங்க பாடுதே திண்டாட்டம் ஆயிடும்.. இங்க என்னா மழ தண்ணி பெரிசாப் பேஞ்சா பக்கத்துல வள்ளலாரு மடம் இருக்கு.. வாவரக் காச்சி மரத்தடி பேங்கு இருக்கு.. கெங்கய்யா கவுண்டர் ஓட்டுக் கொட்டம் ஆன்னு கெடக்கு.. அங்குன கொஞ்சம் இங்குன கொஞ்சம்னு செத்த ஒதுங்குனா மழ மாரி நின்னு போயிடும்.. அப்புடியும் உள்ளூரு ஆளுக பத்தம்பது பேராச்சும் வீடு வாசல்னு ஓடிப் போயிடுவாக.. தங்க வய்க்க முடிஞ்ச ஆளுக வூட்டுக்கு. நாலு பேராக் கூப்ட்டுப் போயிருவாக.. அதெல்லாம் இருக்கட்டும் கவுண்டரய்யா.. இப்பக் காலத்துல எங்க திகுடு திம்பா மழமாரி பேயுது.. ரெண்டு சாரலு அடிச்சுட்டு எனக்கென்னான்னு ஓடிப் போயிடுது.. நீங்க பொருள் போக்குவரத்துக்கிண்டு ஒன்னச் செஞ்சு குடுங்க ஒங்களுக்குப் புண்ணியமாப் போயிரும்..”

குச்சி கோல்கள், பனை ஓலைகள், கயிறு கட்டைகள் என ஆள் ஆளுக்குத் தூக்கி வந்தார்கள். என்ன மாயம் என்று தெரியவில்லை. ஒத்த ஆளாக நின்னு பொன்னையா கவுண்டர் டெண்டு டாக்கீஸ் போல் ஒரு கொடாப்பு செய்து கொடுத்து விட்டுப் போய்விட்டார்.

உள்ளே நுழைந்து நின்றால் இன்னொரு விதத்தில் ஒரு சிறிய சர்க்கஸ் கூடாரம் போல் பிரமை தட்டியது. வளைக்கம்புகள் கொடுத்துக் கொச்சக் கயிறுகள் பின்னி பனை ஓலைகளை வாகாய் விரித்து அடக்கி அத்தனை அழகாய் அந்தக் கொடாப்பை உருவாக்கி இருந்தார் பொன்னையா கவுண்டர். ஒரு முழுக் குடும்பமும் தங்கி உலை வைத்துச் சாப்பிட்டு உறங்கி எந்திரிக்கலாம்.

கிடைபோடும் இடங்களில் ஊர்களில், கவுண்டரின் முதல் வேலையே கொடாப்பு போடுவதுதான். நாள் கணக்கில் மாதக் கணக்கில் தங்கி பாடு பார்த்து வருவதில் அவரது இளந்தாரிப் பையன்கள் இருவரும் முனைப்பாக நின்றனர். ஊர் வெளிகளில் பொன்னையா கவுண்டரைத்தேடி விவசாய நிலங்கள் வைத்திருப்போர் வந்து கொண்டே இருந்தார்கள்.

கவுண்டர் அறுக்க ஆடு தருகிறாரா என்று தெரியவில்லை. சல்லிசான விலைகளில் நான்கைந்தைப் பிடித்துக் கொள்ளச் சொன்னால் நிதி சேர்ந்ததில் வைத்துக் கொடுத்து விடலாம். எப்படியாவது ஒருநாள் எல்லாருக்கும் கறிக்கஞ்சி ஊற்ற வேண்டும். முத்துமாடத்திக்கு இந்த எண்ணம் நாளுக்கு நாள் வலுத்துக்கொண்டே போனது.

ஆனால், அவள் கேள்விப்பட்டவரை ஒன்றைப் பத்தாக்கி பத்தை நூறாக்கி நூறை ஆயிரமாய் பெருக்கி கிடைபோடுவது மட்டும்தான் கவுண்டரின் வேலை.

சிவசாமியும், தர்மராஜுவும் முத்துமாடத்தியிடம் அடித்துச் சொன்னார்கள். “கவுண்டரு லட்ச லட்சமா நிதி கேட்டாலும் எடுத்து நீட்டிருவாரு.. ஆனா ஒத்த ஆட அறுவைக்குன்னு குடுக்க மாட்டாரு.. அவரப் பொருத்தவரைக்கும் ஆடுங்கிறது மனுஷன விட ஒசத்தி. வளத்து வளத்துப் பெருகப் பெருகி ஊரடக்கி அதுக திரிஞ்சு புழுக்க போட்டாப் போதும்.. அத வச்சே பெரிய கோடீஸ்வரனாயிருவேம்பாரு.. தப்பித் தவறி அவருகிட்ட அறுக்க ஆடு கேட்றாதீக.. அப்பறம் ஒங்க வானுவமே வேணாம்னு ஒதுங்கிக்கிறப் போறாரு..”

முத்துமாடத்தி சுதாரித்துக் கொண்டாள். பொன்னையா கவுண்டர் மனசில் உயிர்களிடத்தில் அன்பு வேண்டும் என்று நிறைந்திருப்பதாய்த் தோன்றியது.

கடை கடையாய் அலைந்து ஒரு கிலோ அரைக்கிலோ என்று சேர்த்து ஒருநாள் அனைவருக்கும் கறிவாசம் காட்ட வேண்டுமென்று உறுதியெடுத்துக் கொண்டாள்.

□

9

மொாக்கேட்டு சம்சாரம் பிள்ளைகளுடன் வெளியேறிவிட்டாள் என்கிற தகவல் கிடைத்தது. மொக்கேட்டு முன்னணித் தொழிலாளிகளில் ஒருவன். "கட்டி வா" என்றால் "வெட்டி வர"க் கூடிய வேகங் கொண்டவன். மில் முதலாளிக்குச் சிம்ம சொப்பனமாக இருப்பவர்களில் அவனும் ஒருவன். இல்லாமலா அவரது கார் முன் ஓடிச் சென்று படுத்து மறியல் செய்திருப்பான். "எனக்கு ஒரு வழிசொல்" என்பது போல் தான் அன்று நடந்து கொண்டான். "முந்நூறு தொழிலாளிக பொழப்புல மண்ணள்ளிப் போட்டுட்டு ஒனக்கென்னடா கார் வேண்டிக் கெடக்கு காரு.." என்று சட்டையைப் பிடிக்கப் போனான். போலீஸ் வந்து கைது செய்து கொண்டு போனது. எப்.ஐ.ஆர் போடுவதற்குள் முருகவேல்ராஜனும், செல்லச்சாமியும் சென்று மீட்டு வந்தார்கள். மொக்கேட்டுவைக் கண்காணிப்பதற்கென்று முத்துமாடத்தி ஆட்களை வைத்தாள். "பொசுக்குப் பொசுக்குனு நீ பாட்டுக்கு ஓடி வீணா அந்த மில்லுக்காரே அடியாளுககிட்ட மாட்டிச் செத்துராத.." என்றாள் ஒரு நாள். அவள் கணித்தது மாதிரிதான் நடந்தது. வைரவன் முதலாளி அதற்குப் பின்னால் இரண்டு மூன்று தடியன்களைப் பின் சீட்டில் போட்டுக் கொண்டார். ஆயுத சன்னத்தராய் அவர் திரிந்ததில் போலீஸுக்கும் சம்மதம் ஏற்கெனவே துப்பாக்கி லைசென்சு உள்ளவர்.

மொக்கேட்டு கம்பீரம் குலைந்து போய் வீட்டு வாசலில் நின்றிருந்தான். எப்பவும் மிடுக்கா நடந்து பழகுவதால் மொக்கச்சாமிக்கு ஏட்டு என்று பெயர் வந்தது. படிப்படியாக சாமி காலியாகி மொக்க என்பதும் ஏட்டு என்பதும் சேர்ந்து மொக்கேட்டு என்று புழங்கலாயிற்று.

மொக்கேட்டு சம்சாரம் நாகமணி அப்படி ஒன்னும் கோழைத்தனமான முடிவு எடுப்பவள் இல்லை. நாலு பொம்பளைப் புள்ளைகளை வைத்துக் காப்பாற்றும் தைரியம் அவளுக்கு இருந்தது. சிக்குன வேலைகளுக்கெல்லாம் சென்று ரேஷன் அரிசிக்கு வகை தொகையான குழம்பு கூட்டு வைத்து புருஷன் பிள்ளைகள் தின்னக் கொடுத்துக் காப்பாற்றினாள். புருஷன் மில் பிரச்னையில் கைகளைப் பிசைந்து கொண்டு நின்ற நிலையில்,

“நாம் பாத்துக்கிறே நீ போயி போராட்டத்துல கலந்துக்க மாமா..” என்று ஊக்கம் கொடுத்தவள் நாகமணி.

இப்படியொரு நேரத்தில் அவள் கோவித்துக் கொண்டு செல்ல நிச்சயம் விரும்ப மாட்டாள். அவள் அப்படிச் செல்வதற்கான இடங்களும் இல்லை. தாய் தகப்பன் காலமாகி ஏழெட்டு வருஷங்கள் ஆகிவிட்டன. அவள் பிறந்து வளர்ந்த ஊரில் மொட்டை மதிலும் குட்டிச் சுவருமான வீடு ஒன்றுதான் கிடக்கிறது. அதை ஒப்புடி சப்புடி செய்து குடியேறுவதும் அத்தனை எளிதானதில்லை. ஓடு; கூரை வேய வேண்டுமானாலும் பத்தாயிரம்; பதினைந்தாயிரம் வேண்டும். கைக்கும் மெய்க்குமாய் இழுபடுகையில் அதைப் பற்றி யோசிக்க ஒன்றுமில்லை. பிறகு எந்த தைரியத்தில் அவள் பிள்ளைகளுடன் வெளியேறியிருக்கிறாள்?

மெக்கேட்டுவை இவள் கேட்டாள்: “நீ எதுஞ்சொன்னியா?..”

அவன் பதறினான்: “நா ஒத்த வாத்த பேசுவனா மாடத்தியக்கா.. இப்போதைக்கு களகண்ணிக்குப் போயி கடும்பாடுபட்டுக் கஞ்சியூத்துறா.. அவள நா ஒண்ணுசொல்லுவனா மாடத்தியக்கா.. அவ என்ன சொன்னாலும் கேட்டுக்கிற நெலமையில நா இருக்கே.. நாஞ் சொல்றதுக்கு என்னாருக்கு மாடத்தியக்கா..” நா குழறியது கொஞ்சம் விட்டால் அழுது விடுவான் போலிருந்தது.

“சரி.. என்னான்னு வெசாரிப்போம்.. பதறாத காரியம் செதறாதும்பாக. நிய்யி நம்ம ராசகோவாலன்பட்டி பன்னீர் மாமா வூட்டுக்குப் போயி ஒரு சிப்பம் அரிசி தருவாக.. தூக்கிட்டு கோயிலுக்குப் போ..” மாடத்தி சாதாரணமாய்ச் சொன்னாள்.

மொக்கேட்டு பதட்டம் மாறாமல் நின்றான். தனது வாட்டத்தை முத்துமாடத்தி கேலி செய்வதைப் போல் அவனுக்குத் தோன்றியது. “மாடத்தியக்கா நா ஒங்கிட்ட ஒரு வாத்த சொல்லிட்டு அவளத் தேடிப் போகலாம்னு பாத்தா நீ பாட்டுக்கு ஒரு வேலயச் சொல்லிக்கிட்டிருக்கே.. அவ எங்குட்டாச்சும்..”

முத்துமாடத்தி குறுக்கிட்டாள்: “கெணத்துல கொளத்துல வுழுந்து செத்துப் போவான்னுதான சொல்றே.. ஒம் பொண்டாட்டிய நீ புரிஞ்சுக்கிட்டது அம்புட்டுத்தே.. நல்லா குடும்பம் நடத்துன.. அவெ எம்புட்டு நா எங் கூட கள கண்ணிக்கு வந்துருக்கா.. அவளப் பத்தி எனக்குத் தெரியாதா.. அவெ ராணி மங்கம்மா பரம்பரடா..”

அவர்கள் பேசிக் கொண்டிருக்கும் போதே செவந்தியப்பன் தீ வேகத்தில் வந்தான்: “மாடத்தியக்கா.. மாடத்தியக்கா..” பரபரப்பில் அவனுக்குக் கை ஓடவில்லை கால் ஓடவில்லை “மொக்கேட்டு

சம்சாரத்தையும் புள்ளைகளையும் போலீஸ் புடுச்சிட்டுப் போயிருச்சாம்..''

ரவீந்திரன், கனகு, சொட்டையன், மணி என மேலும் பலர் களேபரத்துடன் முத்துமாடத்தியைச் சூழ்ந்து கொண்டனர்.

“எதுக்காம்?.. ஏம் போலீஸ் புடுச்சிட்டுப் போச்சாம்?..'' முத்துமாடத்திக்கு ஒன்றும் விளங்கவில்லை. வீட்டில் இருப்பவளை எப்படிப் போலீஸ் பிடித்துக் கொண்டு செல்லும்?.. அவள் ஒன்னும் இல்லாத கொடுமைக்கு கஞ்சா சாராயம் என்று வைத்து விற்பவள் இல்லையே. அக்கம் பக்கத்து வீடுகளிலும் ஒரு சண்டை சச்சரவுகள் என்று பண்ணுகிறவள் இல்லையே! நாலு பொம்பளைப் புள்ளைகளை வைத்துக் கொண்டு கட்டு திட்டமாகச் சம்பாரித்து வேலையிழந்த புருஷன் உட்பட அனைவரையும் காப்பாற்றுகிறவள் என்று பெயரெடுத்தவள் ஆயிற்றே அவளைப் போல உண்டுமா என்று தானே கேள்விப்பட்டவர்கள் மெச்சிக் கொள்வார்கள்

“ஏ செவந்தி நீ ஆரச் சொல்றே?.. அம்ம நாகமணியப் பத்தியா?.. அவெ ஒரு வம்பு தும்புக்கும் போகாதவளேப்பா.. இந்நேரம் கஞ்சியக்காச்சி ஊத்தி புள்ள குட்டிகளப் பால்வாடிக்கும் பள்ளிக் கொடத்துக்கும் அனுப்பி வச்சுட்டு காடு கரைன்னு ஓடிப் போயிப்பாளேப்பா.. அவளப் போயா போலீஸ் புடுச்சிட்டுப் போயிடுச்சுன்னு சொல்ற?.. நம்ப முடியலேயப்பா..''

செவந்தி தொடர்ந்தான்: “அப்புடித்தா ஒன்னய மாதிரியே எல்லாரும் நெனச்சுக்கிட்டிருந்திருப்பாக.. இவெ என்னடான்னா விடிய புள்ளைகள இழுத்துக்கிட்டு மில்லுக் கேட்டுக்குப் போயிட்டா.. எப்ப மொதலாளி காரு வரும்னு பாத்து முன்னாடி போயி வுழுந்திருக்கா.. சங்கம் வைக்க அனுமதி குடுத்து அல்லாப்பேரயும் மறுபடியும் வேலைக்கு எடுத்தாத்தேங் கார உள்ள விடுவேன்னு மல்லுக்கட்டிருக்கா.. மொதலாளி சும்மாருப்பானா? ஏற்கெனவே தொணப் பொணம் மாதிரி அடியாளுகள வண்டில ஏத்திக்கிட்டு அலையுறவ.. எறக்கிவிட்டுருக்கா.. கறித்திமிரு ஏறுனவய்ங்க சும்மா இருப்பாய்ங்களா வெறி நாய்க மாதிரி கடிச்சுக் கொதறிருக்காய்ங்க.. பச்சப்புள்ளைகன்னு பாக்காம ஆளுக்கொரு பக்கமா வீசியெறிஞ்சிருக்காய்ங்க.. ஒருத்த நாகமணி முடியக் கொத்தாப்புடுச்சு இழுத்துட்டுப் போயி இரும்புக் கேட்ல மோத வுட்டுருக்கா.. இங்குட்டும் அங்குட்டுமா வுழுந்ததிலயும் மோதுனதுலயும் அம்புட்டுப் பேருக்கும் காயமான காயமில்ல.. பத்தாக் கொறய்க்கி போலீஸும் வந்து அடிச்சு ஜீப்புல ஏத்திட்டுப் போயிருக்கு..''

முத்துமாடத்திக்கு குலை பதறியது.. "அட திரியோதரப் பாவீ.. பச்ச மண்ணுகன்னு பாக்காம வீசியெறிஞ்சிருக்கானே.. அவெங் கைல பாம்பு புடுங்க.. தேளு கொட்ட.. பாற விழுந்து நசுக்க.. அவெ வம்சம் வழியெல்லாம் அடிமாண்டு போக.. அவெம் புள்ள குட்டிகள இந்த நாயம் பண்ணுனா சும்மா இருப்பானா? சண்டாளப் பய.. அவெ நல்ல சாவு சாவானா?.." படபடப்பில் இன்னதென்றில்லாமல் வார்த்தைகள் வந்தன.

மொக்கேட்டு எப்போதும் போல் தோரணையுடன் உடல் நிமிர்ந்து மீசை திருகி புஜபல பராக்கிரமசாலியைப் போல் நின்றான். "அந்த மில்லுக்காரனா இல்ல நானான்னு பாத்துட்டு வாறே.. இப்பவே போயி அவெஞ் சங்க அறுத்துட்டுச் ஜெயிலுக்குப் போறே.."

முத்துமாடத்தி அவனது சட்டையைப் பிடித்து நிறுத்தினாள். "இப்ப இங்க ஒத்துமயா ஒண்ணு சேந்து போராடிட்டுருக்கோம்.. யாரும் கம்பு கத்தின்னு தூக்கிட்டுப் போகல.. காச்சு மூச்சுன்னு அலையல.. கணக்கா நடந்து காரியத்த சாதிக்கிறதுக்குத்தே இம்புட்டுப் பெரும் பொறுமயா ஒவ்வொன்னயும் செஞ்சுக்கிட்டிருக்கம்.. ஓ மாறியும் ஓம் பொண்ட்டி மாறியும் உணர்ச்சிவசப்பட்டோம்னார்' உள்ளதும் போச்சுடா 'நொள்ளக் கண்ணா'ன்னுட்டுப் போக வேண்டியதுதா.. நம்ம நோக்கமெல்லாம் உள்ள பேருக்கு ஷிப்டு ஓட்டிக்கிட்டு ஓடுதுன்னு காட்டிக்கிட்டிருக்கிற கொஞ்ச நஞ்சத் தொழிலாளிகளும் வெளியேறி நம்ம கூடச் சேரணும்கிறதுதே.. மொத்த மில்லும் அடபட்டுப் போனா அதிகபட்சமா ஒருவாரம் பத்துநாளைக்குள்ள பேச்சுவாத்தைக்கு வந்துடுவா அந்த மொதலாளி. அதவுட்டுப் போட்டுக் சொல்லுக் கேக்காம மொதல்ல அவங் காரு முன்னாடி போயி எங்களுக்குத் தெரியாமப் படுத்தே.. இப்ப ஓம் பொண்டாட்டி ஓ வழியில ஒனக்கும் தெரியாம எங்களுக்குந் தெரியாம விடிஞ்சு விடியமுன்னே மில்லுக் கேட்டுக்கு ஓடிருக்கா புள்ள குட்டிகளோட.. இதுனால நம்ம மேல, மேல மேல கேஸத்தேம் போடுவாக.. பிரச்சனதேங் கூடும்.. சட்டுப்புட்டுன்னு ஒரு முடிவுக்கு வராம இழுத்துக்கிட்டுத்தேம் போகும்.. மில்லுக்காரணும் புதுசு புதுசா வம்ம வச்சு நம்பள ஒரேயடியாக கழட்டிவுட்டுட்டு மொத்தத்துக்குப் புது ஆளுகளாப் போட்டு மில்ல நடத்தப் பாப்பா.. நம்மளத் தீவிரவாதிகன்னு ஆக்கி அவஞ்சவுரியத்துக்குத் சட்டத்த வளச்சு சங்கத்தக் காலி பண்ணிடுவா.. ரொம்பவும் வெனாவா நடத்துக்கிறணும்.. இப்ப வாங்க எல்லாரும் பொட்டலுக்குப்

போவம்.. கூடிப் பேசி என்னா செய்யுறது.. எப்புடி அவகள வெளிய கொண்டுட்டுவாறதுன்னு ஓசிச்சு ஒரு முடிவுக்கு வருவம்..” பிரசங்கங்கள் கேட்டுக் கேட்டு பிரச்னைகளை அணுகி அணுகி தானும் ஒரு தலைவி போல் பேசிக் கொண்டே போனாள் முத்து மாடத்தி.

□

10

ஒரே நாளில் மூன்று வீட்டுச் செய்முறைகள் வந்து விட்டன. மூணும் மூணு ஊர்களில். நேரமும் ஒரே நேரம். எல்லாமே கல்யாணங்கள். கல்யாணங்களைப் பொறுத்தவரை தாலி கட்டு முன் மண்டபத்தில் இருக்க வேண்டும். லேட்டாகப் போனால் கைநனைக்க மட்டும் வந்து விட்டதாக நினைத்துக் கொள்வார்கள். கொஞ்சம் பெரிதாக மொய் செய்தால் வந்ததே பெருசு என்பார்கள். பெயருக்கு நூறு இருநூறு என்று கைசுருக்கினால் சாப்பிட்டு விட்டு பில் கொடுக்க வந்ததாய் கூசி நெளிய வேண்டி இருக்கும்.

அன்றைக்கு ஆக்கி எடுக்க பந்திபரிமாற ஆண்களில் எத்தனை பேர் பெண்களில் எத்தனை பேர் என்று முன்கூட்டியே ஏற்பாடு செய்து விட்டாள் முத்துமாடத்தி. ஆனால், அதுவெல்லாம் தான் இருந்து செய்வதைப் போல் ஆகுமா என்கிற சந்தேகமும் அவளுக்கு இருந்தது. இருந்தாலும் ஒரு அமய சமயத்திற்குப் போய்த்தானே ஆக வேண்டும் என்று நினைத்துக் கொண்டாள். தான் இருந்து பார்ப்பதைப்போல் உறுத்தான ஆட்களாகத் தேடிப் பிடித்து நிறுத்தவும் செய்தாள்.

சமையல் ஒரு பக்கம் நடந்து கொண்டிருந்தால் பொருள் சேகரிக்கச் செல்லலாம். ஏதாவது பிரச்னை என்றால் தலையிடலாம். நிதிவசூல் என்றால் பெண்களைச் சேர்த்துக்கொண்டு செல்லலாம். ஆனால் தானே போக வேண்டிய ஒன்றுக்கு வேறு யாரை அனுப்ப முடியும். அதுவும் செப்படி வித்தை போல் ஒரே நேரத்தில் எல்லா இடத்திலும் மின்னி மறைய வேண்டும். நல்லவேளை எல்லாம் அக்கம் பக்கத்துச் செய்முறைகள் ஆகிவிட்டன. தூரந்தொலைவுகள் என்றால் திண்டாடித் தெருவில் நிற்க வேண்டும். லட்சுமிபுரத்தில் ஒன்று; குப்பிநாயக்கன்பட்டியில் ஒன்று; போடியில் ஒன்று; ஆக மூன்று, லட்சுமிபுரமும்; குப்பிநாயக்கன்பட்டியும் அடுத்தடுத்து இருந்ததால் அங்கொரு மிதி இங்கொரு மிதி என்று போய் விடலாம். போடி செய்முறைக்குத்தான் அண்ணா நகர் வழியாக

சின்னமனூர் சென்றோ அல்லது தேனி வந்தோ பஸ் பிடித்துச் செல்ல வேண்டும். எந்த வழியாகச் சென்றாலும் காதைச் சுற்றி மூக்கைத் தொடுவது போலத்தான்.

காது குத்து; வசந்த விழா; புதுமனை புகுவிழா என்றால் நாள் முழுவதும் போய் வரலாம். இவைகள் எல்லாம் செய்முறைக்கென்றே

வைக்கப்படுபவை. கல்யாணத்தை அந்த லிஸ்டில் சேர்க்க முடியாது.

முதலில் யார் மூலமாவது செய்முறைகளைக் கொடுத்து விடலாம் என்றுதான் நினைத்தாள் முத்துமாடத்தி. ஆனால் தோதுவாதான ஆட்கள்தான் சிக்கவில்லை. ஒருவேளை மூன்றையும் தவிர்த்து விட்டாலும் அவர்கள் விடமாட்டார்கள். பிறிதொரு நாட்களில் நலம் விசாரிக்க வருவது போல் வந்து சுற்றி வளைத்து விஷயத்திற்கு வந்து மொய்ப் பணத்தை வாங்கியும் போய் விடுவார்கள்.

எது எப்படி என்றாலும் அவளுக்குப் போடி கல்யாணம் முக்கியமானதாகப் பட்டது. கலந்தே தீர வேண்டும் என்கிற எண்ணமும் வலுத்தது. ரொம்பவும் சிரமப்படுகிற குடும்பம். உள்ளூரில் ஒரு பெண் வாக்கப்பட்டு வந்திருக்கிறாள். அவளது தம்பி தொழிலாளிகளில் ஒருவனாய் இருக்கிறான். அவளது அண்ணனுக்குத்தான் இப்போது கல்யாணம். வாக்கப்பட்டு வந்தவளும் அவளது தம்பியும் வந்தே பத்திரிக்கை வைத்து விட்டுப் போயிருக்கிறார்கள். தவிர்க்கவே முடியாது. அவர்களது கையில் செய்முறைப் பணத்தையும் கொடுத்து விடவும் முடியாது. அது மரியாதையாகவும் இருக்காது. இப்படி ஒவ்வொருவரும் ஆள் தேடிக் கொடுத்து விட்டுக் கொண்டிருந்தால் அங்கு செல்லவே ஆள் இருக்காது. நிகழ்ச்சிகளும் வெறும் சடங்காகத்தான் முடிந்து விடும்.

“என்னக்கா ஒரே ஓசனையாயிருக்கே.. நாள மய்க்கா நாளு தலைவருக வாராக.. அதப் பத்தியா? அதுக்கு என்னான்னா செய்யணும்.. எப்புடி நடத்தணும்னுதே இப்பவே நெனைக்க ஆரம்பிச்சிட்ட போல்ருக்கு..”

முத்துமாடத்தி திடுக்கிட்டுத் திரும்பிப் பார்த்தாள். நாகவல்லி நின்று கொண்டிருந்தாள். “நிய்யி எப்பளா வந்தே.. ஒன்னய நாம் பாக்கலியே..” அடுப்பில் உலை கொதித்துக் கொண்டிருந்தது. அரிசியைக் களைந்து போட வேண்டும். காய்கறி அரிந்து குழம்புக்குத் தயார் செய்ய வேண்டும். வெங்காயம், பச்சை மிளகாய், கோஸ், தக்காளி, கத்தரிக்காய், அவரைக்காய் என்று தரை முழுக்கப் பரவி கிடந்தது. சாக்குகளிலிருந்து அப்படி அப்படியே கொட்டி விடப்பட்டிருந்தன. தினமும் ஒரு பெருங்கல்யாணச் சமையல்.

“மூணு ஊர்கள்ல ஒரே முகூர்த்தத்துல கல்யாணம். எங்க போறது.. எப்புடி வாறதுன்னு ஒரே கொழப்பமாருக்கு. தலைவருக

வார தகவலச் சொல்ல வீடு வீடாப் போக வேண்டிருக்கு.. அவக போக்குவரத்து சாப்பாடு தண்ணி எல்லாம் பாக்கணும்.. அதப்பத்தி அம்புட்டுத் தொழிலாளிகளையும் கூப்ட்டு வச்சு சாயந்தரம் பேச வேண்டியிருக்கு.. என்னிக்குமில்லாம மெட்ராஸ்லிருந்தும் மதுரைலருந்தும் அஞ்சாறு பேரு வாராக.. எல்லாரும் பெரிய ஆளுக.. மொதலமைச்சர் மந்திரின்னு யார்ட்டயும் கூசாமப் பேசுற ஆளுக.. இம்புட்டயும் விட்டுட்டு அங்குட்டுப் போறது நல்லாத் தெரில நாகவல்லி.."

"எப்புடின்னாலும் நம்ம செல்வராஜோட அண்ணன் கல்யாணத்த விட முடியாதில்லக்கா.. அவெ நம்ம தொழிலாளி வேற.. போகலேன்னா ரொம்பச் சங்கடப்படுவா.. மித்த மித்த ஆளுகளுக்குத் தாப்பிரியம் சொல்லிக்கலாம். வந்தாப் போனா செய்மொறயக் குடுத்துவிட்டுக்கலாம். இப்ப என்னா நெட்டா தேனி போயிப் பஸ்ஸப் பிடிச்சம்னா போடிக்கு அரமணி நேரம்.. பஸ்ஸு நிய்க்கிற எடத்துலயே கல்யாண மண்டபம்.. தலயக்காட்டி மொய் எழுதுறவய்ங்கிட்ட உண்டானதக் குடுத்துட்டுப் மறுவண்டியப் பிடிச்சா அங்குட்டு அரமணி நேரத்துல தேனில எறங்கி இங்குட்டு மினி பஸ்ஸப் பிடிச்சம்னா காமணி நேரம்.. எப்புடிப் பார்த்தாலும் ஒன்ற மணி நேரம் ரெண்டுமணி நேரத்துக்குள்ள பொட்டல்ல கால் வச்சிரலாம்.." நாகவல்லி வரைபடம் போல் காட்டிக் கொண்டிருந்தாள்.

கேட்பதற்கு நன்றாகத்தான் இருக்கிறது. போக்குவரத்து எல்லாம் சரியாக இருக்க நாம் என்ன எம்எல்ஏவா மந்திரியா.. ஒரு இடத்தில் சின்னத் தடங்கல் என்றாலும் போய் வருகிற நேரத்தை விட அதிகநேரம் வண்டி நின்று விடும். விஷப்பரிட்சை வேண்டியதில்லை.

"நீ என்ன சொன்னாலும் என்னால இன்னிக்கு அங்க வர முடியாது நாகவல்லி. ரெண்டுல எது முக்கியம்னா எனக்கு இதே முக்கியம். அந்தத் தம்பி கிட்ட காரணம் சொன்னாப் புரிஞ்சிக்கிடும். அதப் போட்டுட்டு இங்க ஏ வந்தக்கான்னுதே கேட்கும்.. நீ போறல்ல.. இந்தா இந்த மொய்க்காச எம் பேர்ல எழுதிரு.. அதுவுமில்லாம இங்க நுமுசத்துக்கு ஒண்ணு நடக்குது நாகவல்லி.. போனவாரம் பாத்தேல்ல.. நம்ம நாகமணிக்கு நடந்தத.. அடிச்சதுமில்லாம அவளத் தரதரன்னு போலீஸ் ஸ்டேஷனுக்கு வேற புள்ள குட்டிகளோட இழுத்துட்டுப் போயி அங்கயும் போட்டு வெளுத்திருக்காய்ங்க.. நாம அம்புட்டுப் பேரும் தெரண்டு போனதுனால போலீஸ் வேற வழியில்லாம கேசும்

போடாமவுட்டுட்டா.. இப்புடி ஈங்குறதுக்கும் ஸ்டேஷனுக்கும் கோர்ட்டுக்கும் இழுத்துக்கிட்டுப் போறதுக்கு ஒருமுடிவு கட்டணும்.."

நாகவல்லியும் கல்யாணப் புறப்பாட்டை விட்டு விட்டாள். போய்க் கொள்ளலாம் என்று அவளும் நினைத்திருக்கலாம்.

"ஆமக்கா.. ஆமா.. இப்புடியே ஒன்னொன்னயும் லூஸுல வுட்டோம்னா அந்த மில்லுக்காரனுக்குத் தொக்கு கண்டுரும்.. எதுனாச்சும் செய்யணும்கா.. கேட்டு முன்னால போயி எல்லாரும் மறியல் செய்யலாம்.." நாகவல்லியின் கண்களில் ரௌத்ரம் கூடியது.

"அப்பவும் போலீஸ் புடுச்சு உள்ள போடத்தான செய்யும்.."

"இது ஒத்தாளு ரெண்டு பேரு வேல இல்லக்கா.. அம்புட்டுப் பேரும் புள்ள குட்டிகளோட போனம்னா ஊரே தெரண்டு போன மாதிரி இருக்கும்ல.. அப்ப யார உள்ள புடுச்சுப் போடுவாகன்னு பாப்பம்.."

நாகவல்லியும் ஒட்டி வருகிறாள். இத்தனை விநயமாக அவள் பேசுவது ஒரு விதத்தில் முத்துமாடத்திக்கு ஆச்சரியத்தை வரவழைத்தது. பூவோடு சேர்ந்த நாரும் மணக்கும் என்பது இதுதான்.

"நீ இம்புட்டுப் பேசுறது எனக்குப் பெருமையா இருக்கு நாகவல்லி. எதையும் உன்னிப்பாக் கவனிச்சமுன்னா நாமளும் தலவருகதா.. ஆனா எதுலயும் சாதக பாதகங்களப் புரிஞ்சு பேசணும்.. கௌப்பிவிடுறது ஈஸிதே.. ஆனா அனுபவிச்சாத்தே தெரியும்.. புள்ள குட்டிகளோட எல்லாரும் உள்ள போயிட்டா நாம கேக்குறதெல்லாம் குடுத்துருவானா அந்த மில்லு மொதலாளி.. ஏற்கெனவே போலீஸே அவனுக்குச் சாதகமாருக்கு.. அவெ ஈன்னாப் போதும் எதையாவது சொல்லி கைது பண்ணிறலாம்னு பாக்குறா.. சட்டம் ஒழுங்கு அது இதுன்னு ஒன்னக் கௌப்பி சாமான்யத்துல வெளியில வுட மாட்டாக. நாலொன்னயும் யோசிச்சுத்தா ஒவ்வொன்னயும் செய்யணும்.. எடுத்தேங் கவுத்தேன்னு போயிறக் கூடாது.. இது நம்மளோட மட்டும் முடியுறதில்ல.. நம்மகிட்ட இருக்கிற நியாயங்கள எடுத்துச் சொல்லி நமக்கு ஆதரவா ஆசிரியர், அரசு ஊழியர் மாணவர்; மாதர் பொதுமக்கள்னு அம்புட்டுப் பேரையும் கௌப்பி வுடணும்.. அப்பத்தே இதப் பொது வெசயமாப் பாத்து அரசாங்கம் ஒரு முடிவுக்குக் கொண்டு வரும்.."

நாகவல்லி வாய்க்குள் ஈ போவது தெரியாமல் முத்துமாடத்தியைப் பார்த்து கொண்டிருந்தாள்; "நானும் ஒங்கூடவே இருக்கே ஒனக்கிருக்கிற வெவரம் எனக்கில்லையேக்கா.. வர வர ஒம் பேச்சுல நுணுக்கம் கூடுதுக்கா.."

"இது என்னடி பெரிசு.. என்னென்னைக்கும் சின்னப் புள்ளையாவே இருக்க முடியுமா? ஆளும் வளரணும் அறிவும் வளரணும்.. அது தாண்டா வளர்ச்சிங்கிற பாட்ட நீ கேட்டதில்லியா? நம்ம போராட்டம் தொவங்குனதிலருந்து நம்ம மேடைகள்ல அதுதான ஓடுது.."

"போக்கா நிய்யி.. அந்த மில்லுக்காரனும் அடியாளுகளும் வளந்துக்கிட்டுத்தான இருக்காக.. ஆனா அறிவு ஒன்னும் வளந்ததாத் தெரியலியே.. முட்டாளுக மாதிரில்ல ஒவ்வொன்னயும் செய்றாக..."

"அவெந்தத்துவத்துக்கு அவெ அறிவாளி.. அது பணத்தத்துவம்.. சல்லிக்காசு அதுல போயிறக் கூடாது.. நம்ம தத்துவம் ஒழைப்புத் தத்துவம்.. அதுல கிடைக்கிற கூலிக் காச நாம எழந்திரக் கூடாது.. இது மேட்டுக்கும் பள்ளத்துக்கும் இழுத்துக்கிட்டுத்தே இருக்கும்.. நாமளும் ஒரு வழி பண்ணாம விடக் கூடாது.."

நாகவல்லி பள்ளி மாணவி போல் பம்மிப் பதுங்கி அனைத்தையும் கேட்டுக் கொண்டிருந்தாள்.

□

11

ஆளுக்கொரு குட்டிச்சாக்கைத் தொங்க விட்டுக் கொண்டார்கள். விருமாயி, பவளக்கொடி, சந்திரா, கருப்பாயி, காத்தாயி ஆகியோருடன் நாகவல்லியும் சேர்ந்து கொண்டாள். முன்னால படை நடத்தும் தளபதி போல் முத்துமாடத்தி நடந்தாள்.

ஜனங்கள் அன்பொழுகப் பார்க்கும் அதிகாலை நேரமது. எதிரில் சுப்பையா செட்டியார் வந்தார். "ஏ வூட்ல பத்துப்படி பொன்னி அரிசி இருக்கு.. வந்து எடுத்துக்க ஆத்தா.." முத்துமாடத்தியை வாஞ்சையுடன் நிறுத்தினார். "பத்துப் படி என்னத்துக்கு ஆகும் மச்சான்.. ஒங்க பொழப்பு தழப்புக்கு கொறஞ்சது ரெண்டு மூடையாச்சும் தூக்கிவிடனும்.. இப்ப முக்காவாசி ஒங்களத்தேடித்தே வந்தோம் அம்மியான்.. எளநி எறக்கப் போறீகளாமே... நூறு நூத்தம்பதாவது ஒடனடியா வேணும்; மலலேஸ்வர சித்தப்பா குடுத்தது நூறு கைவசம் இருக்கு.. ஒங்களதும் சேந்துச்சின்னா மதிய வெய்யிலுக்கு ஆளுக்கு ஒன்னா வெட்டிக் குடுத்துரலாம்.."

சுப்பையா செட்டியார் மறுத்துப் பேசவில்லை. பேசினாலும் விட மாட்டாள் முத்துமாடத்தி. அன்னியப் பொன்னியச் சொல்லி அவரைச் சம்மதிக்க வைக்க அவளால் முடியும்; ஆயிரம் தென்னை மரங்களுக்கும் ஐம்பது அறுபது ஏக்கர் நெல் வயல்களுக்கும் சொந்தக்காரரர் அவர். கொஞ்சம் கைச்சுருக்கம் உள்ளவர், ஒரேயடியாகக் கருமி என்றும் சொல்லிவிட முடியாது. வார்த்தை வித்தையும் படைத்தவர்.

முக்கிய வீதியின் மையத்தில் பிடித்து நிறுத்தியதால் கௌரவமாய் ஒன்றைச் சொல்ல வேண்டிய நிலைக்கும் ஆளானார். "பாக்குறே முத்துமாடத்தி.. பாக்குறேத்தா.. நா ஒராளுதே ஊர்ல இருக்கிறேனா.. ஊர் பூராம் ஒங்களுக்குத்தே.. ஒங்க சொல்லத் தட்டுறதுக்கு ஆர் இருக்கா?.. போய்ப் பாருங்க.. நா முடிஞ்சதப் பண்ணிவிட்றே.."

"முடிஞ்சதப் பண்ணி வுட்றதில்ல.. நாங்க சொன்னதப் பண்ணி விடுங்க அம்மியான்.. ஒங்கள நம்பி அங்க ஒல கொதிச்சுக்கிட்டிருக்கு.."

"ஒங்கிட்டப் பேசித் தப்பிக்க முடியுமா முத்துமாடத்தி.. நீ போ.. பின்னாடி அனுப்பி வய்க்கிறே.." பொறியில் சிக்கிய எலி போல் ஆனார் சுப்பையா செட்டியார்.

அவருக்குப் பெரிசாக ஒரு கும்பிடு போட்டு விட்டுதன் பரிவாரத்துடன் நடந்தாள் முத்துமாடத்தி.

பக்கவாட்டு வீதிகள் நிறைய ஓடினாலும் ஊரில் பிரதான வீதி அது தான். அத்தனை வகையான கடைகளும் அதற்குள் அடக்கம்.

சந்திரன் டீ கடையில் அந்நேரமே கூட்டம் எகிறி அடித்தது. முன்னால் அண்டா அகல சட்டி வைத்து அதற்குள் கூடச்சுட வகை வகையாய் வடைகள் எடுத்து பெரிய தாம்பாளத் தட்டில் இட்டுக் கொண்டிருந்தார் திருப்பதி மாஸ்டர். தட்டில் விழுந்த மாயம் தெரியவில்லை. பல்லிடுக்குகளில் அரைபட ஆரம்பித்தது. 'ஒரு குடி ஒரு கடி' என்று வடையுடன் டீ சேர்ந்தது. ஆள் ஆளுக்குத் தீட்டியெடுத்துக் கொண்டிருந்தார்கள்.

ஓச்சாத்தேவர் அத்தனை பேரையும் பிடித்து இழுத்து நிறுத்தினார். "வேல இன்னஞ் சுறுசுறுப்பா ஓடணும்ணு ஆளுக்கு ரெண்டு வடயும் டீயும் எறங்கணும்.. ஆமா. எ தனபாண்டி போடப்பா.. ஒன்னு.. ரெண்டு.. மூணு.. நாலு.. அஞ்சு.. ஆறு

ஏழு எட்டு ஒம்போது.. எனக்குஞ் சேத்து பத்தாப் போடப்பா.. நல்ல டிக்காஷன எறக்கி வுடு.. வட எடுத்துக்கங்க.. டீய வாங்கிக்கங்க.."

அத்தனை பேரும் கடை வாசலைச் சூழ்ந்து கொண்டார்கள். இருக்கிற கூட்டத்தோடு இவர்கள் சேர்ந்ததும் பெருங்கூட்டமாய்த் தெரிந்தது.

"இந்தக் காசு எம்புட்டு வருதோ அம்புட்டையும் சேத்துக் கைல குடுத்தீங்கன்னா பெறகு போஸ்ட்டரு அடிக்க ஆகும்.. நாளைக்கு டவுன்ல ஆர்ப்பாட்டம் இருக்குல்ல பெரியய்யா.."

"அதுக்கு ஒரு பக்கம் நடக்கும் முத்துமாடத்தி.. ஏஞ் சார்பில இதச் சாப்ட்டு ஊக்கமா நடங்க.. ஓராயிரம் போஸ்டா அடிக்கக் காசு சேந்துரும்.. ரெண்டாயிரம் மூணாயிரம், தலக் கட்டு ஊரு.. ஆரு நீங்க கேட்டா இல்லங்கப் போறாக.. ஊர் நல்லதுக்குத்தான கேட்கப் போறீக.. ஒங்க வூட்டுக்கா கொண்டுட்டுப் போகப் போறீக.."

அடுத்து அடுத்து என ஆட்கள் கடை முன் சேர்ந்து கொண்டே இருந்தார்கள். ஊர் முழுக்கப் பத்துப் பதினைந்து டீக்கடைகள் இருந்தாலும் சந்திரன் கடைக்கென்று ஒரு வாகு இருந்தது. வடை தின்றாலும் டீ குடித்தாலும் அதன் ஈரம் நாவில் இருந்து கொண்டே இருக்கும். "எங்க டீ நல்லாருக்கும்.." என்று யாராவது கேட்டால் அனிச்சையாகக் கைகள் சந்திரன் கடை நோக்கித்தான் நீண்டிருக்கும். முத்துமாடத்தியைப் பொறுத்தவரை யாரையும் பகைத்துக்

கொள்வதில்லை. அத்தனை கடைகளுக்கும் அவள் வாடிக்கையாளராக இருந்தாள். ஒரு நாள் சந்திரன் கட என்றால் இன்னொரு நாள் இருளன் கடை; மற்றொரு நாள் முத்துராக்கு டீ ஸ்டால். அவளைப் பொறுத்தவரை எல்லோரும் ஓர் நிறைதான்.

களை கம்புகளுக்கும், காட்டு வேலைகளுக்கும் நடக்கிற பெண்கள் பெருகிப் போனார்கள். மாடுகளை ஓட்டிக் கொண்டு செல்கிறவர்கள் ஆடுகளைப் பத்திக் கொண்டு நடக்கிறவர்களுமாக ஒரு களேபரம் வீதியைச் சூழந்து கொண்டிருந்தது.

வீரபத்ர தேவரின் நீண்ட இரட்டை மாட்டு வண்டி வீதியை அடைத்துக்கொண்டு தேனியை நோக்கிப் போனது. இனி பின்னால் நிறைய வண்டிகள் வரும். பருத்தித் தாட்டுகள்; நவதானிய மூடைகள் என ஏற்றிக் கொண்டு கில்லா பிள்ளையின் ஒற்றை மாட்டு வண்டியும் வந்தது.

ஓரமாய் ஒதுங்கி மேடேறி நின்றாள் முத்துமாடத்தி. கூட வந்தவர்களும் டீப் பட்டறையை ஒட்டிப் போனார்கள்.

முத்துக்கண்ணன் அவன் பங்குக்கு டீ சாப்பிடச் சொன்னான். தேனியில் ஒரு டிராவல்ஸில் வேலை பார்ப்பவன். எப்போதாவது தான் அவனை ஊரில் பார்க்க முடியும்.

“டீ குடிங்கத்தே.. வட சாப்பிடுங்கத்தே.. கூட வந்தவுகளுக்கும் எடுத்துக் குடுங்க.. மாஸ்டர் அவுகளுக்கு வேணுங்கறதக் குடுங்க துட்டு நாங் குடுத்துர்றே..”

முத்துமாடத்தியை எங்கு பார்த்தாலும் பவ்யமாய் நின்று விடுவான் முத்துக்கண்ணன். கூடவந்து உதவி செய்ய முடியலையே என்று புலம்பிக் கொள்வான். சதாவும் டூர் வண்டிகளில் ஓடுவதால் அவனுக்கு நின்று நிதானிக்க நேரமில்லை.

முத்துக்கண்ணன் ஆர்டருக்கு முன்பே ஒச்சாத்தேவரின் ஆர்டர் வந்து விட்டது. ஆள் ஆளுக்கு டீயும் வடையும் வைத்துக் கொண்டிருந்தார்கள். இப்படி இரண்டையம் ஒன்றாகக் கொடுப்பது அவளுக்குப் பிடிக்காததுதான். அவசரத்திற்கு வேறு வழியில்லை. ஆயிரத்தெட்டு வேலைகள் முண்டியடிக்கின்றன. நேரம் ஆக ஆக அங்கு ஒவ்வொரு ஆளாகத் தவிக்க ஆரம்பித்து விடுவார்கள். பொன்னுச்சாமி பால்கொண்டு போனானா என்று தெரியவில்லை. ஆங்கனுக்கு டீத்தூள்; சீனி வாங்கிக் கொண்டு போகும் வேலை. இருவரும் அதை முடித்து வைத்திருந்தால் ஒரு சுற்று வசூல் பார்த்து விட்டுப்போய் டீ போட்டுக் கொடுத்து விடலாம். வேலை வெட்டிகளுக்குச் செல்கிறவர்களை விரைந்து பிடித்தால் காலை வசூல் கணிசமாக இருக்கும். பத்துமணி; பன்னிரண்டுமணி என்று

ஆகிவிட்டால் ஒரு சுடுகுஞ்சு ஊரில் இருக்காது. அப்புறம் சாயந்தரம்தான் வசூல் நோட்டைக் கையில் எடுக்க முடியும்.

“மருமகனே ஒங் கணக்கே வேற.. வெறும் டீ வடையோட வேலய முடிச்சிடலாம்னு பாக்குறியா.. ஒன்னயத்தே வல வீசித் தேடிக்கிட்டிருந்தே.. வசமா வந்து மாட்டிக்கிட்ட... ஈங்குறதுக்கும் ஊரவிட்டு ஓடிப் போயிர்றே.. ஒனக்கு இந்த ஊரு பிடிக்கலியா?”

“எம்மாம் பெரிய போராட்டம் நடந்துக்கிட்டிருக்கு.. ஓம் பாட்ல ஒஞ் ஜோலி தொந்தரவுன்னு போயிர்றே.. நாங்கள்லாம் வேல வெட்டி இல்லாமயா ஊரச் சுத்திக்கிட்டிருக்கம்.. நம்பள நம்பி எம்புட்டு ஆளுக வந்திருக்கு.. அதுகளக் காப்பாத்த வேணாமா? ஒன்னு மண்ணாக் கெடந்து போராடுனாத்தான மில்லுக்காரன ஜெயிக்க முடியும்..” முத்துக்கண்ணனுக்குச் சொல்வதைப் போல் மற்றவர்களுக்கும் கேட்கட்டும் என்று அங்கும் ஒரு பிரச்சாரத்தை ஆரம்பித்து வைத்தாள் முத்துமாடத்தி.

“தெனத்துக்கும் அஞ்சாயிரம் பத்தாயிரம்னு ஆயிடுது.. ஆலாப் பறந்து பொரட்டுனாத்தே அம்புட்டும் நல்லபடியா நடக்கும்.. அரிசி, காய்கறி மளிகச் சாமான்னு அவகவகளுக்குத் தக்கன ஏதாச்சும் குடுத்து ஒதவுறதுனாலதே இம்புட்டு நா தாக்குப் பிடிக்க முடியுது.. அதுல ஓம் பங்கும் கணிசமா இருக்கணும்..” முத்துமாடத்தி சட்டைப் பிடியாய் அவனைப் பிடித்துக் கொண்டாள்.

ஆனால் அவன் விசும்பி ஓட நினைக்கவில்லை. ஆதூரமாக முத்துமாடத்தியைப் பார்த்தான். அங்குலம் அங்குலமாய் ஒவ்வொன்றயும் புரிந்து கொண்டவனைப் போல் காணப்பட்டான்.

“சரிங்கத்தே.. நா என்னா பண்ணணும் சொல்லுங்க.. என்னால எம்புட்டு முடியுமோ அம்புட்டுச் செய்யுறே..”

“பந்தச் செலவு அது இதுன்னு எப்புடியும் பத்தாயிரம் பதினஞ்சாயிரம்னு ஆயிரும்..” என்றாள் முத்துமாடத்தி.

“அம்புட்டச் செய்ய முடியுமாத்தே.. நிச்சயம் ஆயிரம் ரெண்டாயிரத்துக்குள்ள ஏம் பங்கு இருக்கும்..”

அருகில் டீ குடித்துக் கொண்டிருந்த மண்டையன் ஆசாரி சொன்னார் “என்னாப்பா நானும் பாத்துக்கிட்டிருக்கே.. ரொம்ப ஓவராப் போற.. வருங்கால மாமியாக்காரி கேக்குறா.. முழுச்செலவயும் நாம் பாத்துக்கிறேன்னு சொல்லாம அங்குட்டும் இங்குட்டும் சிலுப்பிக்கிற..”

முத்துக்கண்ணனின் முகம் குப்பெனச் சிவந்து வியர்த்துக் கொண்டது. மண்டையன் ஆசாரி இப்படிப் போட்டு உடைப்பார்

என்று அவன் எதிர்பார்த்திருக்கவில்லை போலும். ஓடி ஒளிகிறாற் போல் உள்பெஞ்சில் போய் விருட்டென அமர்ந்து கொண்டான். நிதி ஆவதை மண்டையன் ஆசாரி தடுத்து விட்டார் என்று அப்போதைக்குத் தோன்றியது. ஆனால் நாளையோ மறுநாளோ வீடு தேடி வந்து கொடுத்து விடுவான் என்று முத்துமாடத்தி நினைத்துக் கொண்டாள்.

அதற்கு மேல் உள் சென்று முத்துக்கண்ணனைப் பார்த்து தர்மசங்கடத்தை ஏற்படுத்த முத்துமாடத்தி விரும்பவில்லை. அவள் மனசில் அவன் தான் மருமகன் என்பதை எப்போதோ முடிவு செய்து விட்டாள். அந்தப் பணிவும் அமைதியும் வேலையில் காட்டும் ஆர்வமும் அவளுக்குப் பிடித்துப் போய் விட்டது. அதற்காகவே கூட அவன் டூர் பிடிக்கிறவன்; எல்ஐசி ஏஜெண்ட் என்று எதையாவது பேர் பண்ணிக் கொண்டு அடிக்கடி வீட்டுக்கு வந்து போவதை அவள் அனுமதித்திருந்தாள். தனத்துடனான அவனது பேச்சு படிப்படியாகக் கூடி வருவதை கண்டு கொள்ளாமலும் இருந்தாள்.

□

12

நேரு சிலை போலீஸ் பீட்டிலிருந்து துவங்கி கடைசி சந்தை கேட் வரை பந்தல் நீண்டிருந்தது. முத்துமாடத்தியும் அவளுடன் பெண்களுமாக கோகுலம் மினி பஸ்ஸில் இருந்து இறங்கிக் கொண்டிருந்தனர்.

வாத்தியாருக்கு மொத்தம் ஐந்து மினி பஸ்கள், பல ரூட்டுகளில் ஓடுகின்றன. அன்றைக்கென்றால் அவர் மூன்றைக் கொடுத்து சண்டிங் அடிக்க விட்டிருந்தார். அவரது ஒரே கண்டிஷன் தேவையான டீசல் போட்டுக் கொள்ள வேண்டும் என்பதுதான். போராட்டக் குழுவுக்கு அது ஒன்றும் பெரிசாகப்படவில்லை. வாத்தியாரிடம் வற்புறுத்தினால் அதையும் ஏற்றுக் கொள்ளக் கூடியவர்தான். எப்போதுமே தாராள மனநிலையுடன் அவரும் அவரது சம்சாரமும் இருந்தனர். அதற்காக அவர் ஒன்றும் குறைந்து விடவுமில்லை. சொத்து பத்துக்கள் பள்ளிக்கூடங்கள் என அவர் வளர்ந்து கொண்டுதான் இருந்தார்.

பந்தல் அதற்குள் பாதி நிரம்பிவிட்டது. துவங்கும் போது உட்கார சேர் இல்லாமல் போகும் என்று பொன்னம்பலம் சொன்னான். “இத்தனைக்கும் அறுநூத்தம்பது சேர்ல்ல போட்டிருக்கு..” அவன் முகத்தில் பெருமிதம் கட்டியிருந்தது. நகர சரித்திரத்தில் இதுதான் மிகப்பெரிய ஆர்ப்பாட்டமாக இருக்கும் என்பது அவனது கணிப்பாகவும் இருந்தது.

“ஆமண்ணே.. நீங்க நெனைக்கிறது சரிதே.. இம்மாம் பெரிய டவுன்ல இம்புட்டு நீள பந்தல ஆரு போட்டுருக்காக..” முத்துமாடத்தி மிடுக்குடன் பேசிக்கொண்டு முன்னால் வந்தாள்.

அன்றைக்கு அவளை மைக்கில் பேசச் சொல்லி இருந்தார் டவுன் தலைவர் மகாலிங்கம். அவளையும் சேர்த்து மொத்தம் ஐந்து பெண்கள் பேசுகிறார்கள். செல்லச்சாமியும் முருகவேல்ராஜனும் இதற்காக இந்த ஒரு வாரமும் ஒத்திகை நடத்தியிருந்தார்கள்.

முந்நூறு பேருக்கு தினமும் மூன்று வேளை ஆகாரம் பார்த்துக் கொடுப்பது கூட முத்துமாடத்திக்கு திகைப்பை உண்டாக்கவில்லை. ஆனால் ஒரு வரி மைக்கில் பேசுவது என்பதுதான் அவளைப் பொறுத்தவரை சிகரத்தில் ஏறி கொடியை நாட்டுவதைப் போல் மலைப்பை உண்டாக்கியது. தனியாக மணிக்கணக்கில், நாள் கணக்கில் பேசிவிட முடிகிறது.

இந்த மைக் முன்னால் நின்று தைரியமாக தன்னால் எதைப் பேசி விட முடியும்? அலைச்சலான அலைச்சல் வேலைகளுடன் இந்த அச்சமும் சேர்ந்து அவளை வாட்டியது.

தவமணி சொன்னார்: "மைக்குன்னா என்னா.. அது முன்னாடி நாம ஏம் பயப்படணும்.. அது நம்மளக் கண்டு பயந்தா ஆகாதா? அது அது பாட்டுக்கு நிக்குது.. நாம நம்ம பாட்டுக்கு நின்னு எடுத்து விடணும் மாடத்தி.. சாதாரணமா ஒரு ஆளு கிட்ட நின்னு எம்புட்டு அளக்குறம்.. அதுல கொஞ்சம் எடுத்துவுட்டாப் போதும்.."

"சொல்றது ஆருக்கும் ஈஸிதாண்ணே.. அது என்னமோ மைக்கு முன்னாடி போனாப் பயமாத்தே இருக்கு.. நீங்களே இம்புட்டுப் பேசுறீக.. மைக்கு முன்னாடி போனா ஒதர்றீக.. மூணு வாத்த நல்லாப் பேசுறீக.. நாலாவது வார்த்தைக்கு லலாப் புலான்னு ஒளர்றீக.."

தவமணி இந்த எதிரடியில் கலங்கிப் போனார். "அது வந்து.. நா மைக்கு முன்னாடி போறது வரைக்கும் நல்லாத்தே இருக்கு.. தொட்டொடனே ஷாக்கடிச்ச மாதிரி ஆயிருது.. இம்புட்டுக் காலமாயிடுச்சு அத மாத்த முடீல.."

மரவேரில் சாய்ந்துகொண்டு முத்துமணி சொன்னான்: "இதத்தே ஊருக்குத்தா உபதேசம் ஒனக் கில்லடி கண்ணேன்னு சொல்வாக.."

தவமணி கொதிக்கிற குழம்பை கிண்டிவிட நடந்து போனார்.

ஆனால் மைக் பயமற்ற ராதா, பழனிவேல், கண்ணுச்சாமி போன்றோரும் கூட்டத்தில் இருந்தனர். நன்றி சொல்லியோ, வணக்கம் சொல்லியோ வரவேற்புரை நிகழ்த்தியோ பேசிப் பழகியிருந்தனர். இதில் பழனிவேல் கொஞ்சமும் தயங்குவதுமில்லை. மைக்கைத் தூக்கி லாந்துவதைப் போல் பிடித்துக் கொள்வான். "பெரியோர்களே.. தாய்மார்களே.. மாமன் மச்சான்மார்களே.. மதினி கொழுந்தன்மார்களே.." என்பான். கூட்டம் கொல்லெனச் சிரித்துவிடும்.

எல்லாம் தலைவர்கள் வருவதற்கு முன்பு இந்தப் பேச்சுகள் நடக்கும். அலியார் வந்து வேகமாக மைக்கை நிறுத்துவான். "வக்கால்லி.. அசிங்கப்படுத்தாதடா.. இது எம்புட்டுக் கௌரதியாள மேட எம்மாம் பெரிய தலைவருகள்லாம் பேசுற மைக்கு ஓம் பாட்டுக்கு கண்டது கடியதப் பேசி காட்டுக் கூட்டம்னு பேரு வாங்கித் தந்துராத.."

ஊர் மையத்தில் எம்.பி. ஃபண்டில் கட்டப்பட்ட நிரந்தரக் கலையரங்கம் எல்லா சாதியாருக்கும்.. எல்லா அரசியல் கட்சிக்காரர்களுக்கும் பொதுவாக இருந்தது. மாபெரும் தலைவர்கள்

அரசியல் வானை ஆட்டிப் படைக்கிறவர்கள் என்று அங்கு வந்து அப்புராணியாகப் பேசி விட்டுப் போவார்கள்.

பெரிய டவுன்களில் நடந்த போராட்டங்கள் தவிர்த்து, மற்ற நேரங்களில் இங்குதான் பத்துப் பதினைந்து கூட்டங்கள் மில் நிர்வாகத்தைக் கண்டித்து நடந்திருக்கின்றன. தொழிலாளர்களில் வெடுப்பானவர்களை பேச்சாளர்களாக்க பாண்டிமுத்து முயற்சி செய்து கொண்டிருந்தார்.

தர்ணாக்கள்; ஆர்ப்பாட்டங்கள்; உண்ணாவிரதங்கள், தெருமுனைப் பிரச்சாரங்கள் என ஒவ்வொன்றிலும் முக்கியஸ்தர்கள் வரும் வரை பேசுவதற்கு ஆட்கள் தேவைப்பட்டார்கள். பேசவும் வேண்டும்; நாகரிகமும் வேண்டும்; எதையாவது எடக்கு மடக்காகப் பேசி மாட்டிக் கொள்ளக் கூடாது; யார் என்ன பேசுகிறார்கள் என்று குறிப்பெடுத்து வழக்குப் போடுவதில் போலீஸ் மில் நிர்வாகத்திற்கு சாதகமாயிருந்தது.

அந்த வகையில் முத்துமாடத்தி; ரெண்டு வார்த்தை நாலுவார்த்தை என்று துவங்கி பத்துப் பதினைந்து வார்த்தைகளுக்கு வந்திருந்தாள். இன்றைய உண்ணாவிரதப்பந்தலில் இருபது இருபத்தைந்து வார்த்தைகளாவது பேசி விட முடியும் என்கிற நம்பிக்கை அவளுக்கு இருந்தது.

ஒரு பந்தல்கால் இரண்டு பந்தக்கால்கள் என்று ஓடி இருபது கால்களை எட்டிப் போனது பந்தல். இத்தனை பெரிய பந்தல் போட ஐந்திலிருந்து பத்து வரை ஆகும். ஆனால், லட்சுமணன் கொடுப்பதைக் கொடுங்கள் என்று வாங்கிக் கொண்டிருந்தான். அதுவும் ஆயிரம் அட்வான்ஸ் என்கிற அளவில்தான் இருந்தது. பின்னப் பிறகு ஆகும் வசூலில் அவனுக்குக் கணக்கு முடிக்க வேண்டும்.

இந்த அமைப்புகளுக்கு லட்சுமணன் கடந்த நாற்பது வருஷங்களாகப் பந்தல் போட்டு வருகிறான். பொன்னம்பலத்தின் காலஞ் சென்ற அய்யா அந்த ஊரில் கிளை துவங்கி பொதுக் கூட்டம் நடத்தும் போது ஆள் தேடினார். பத்துக்குப் பத்து மேடை அமைக்க வேண்டி இருந்தது. செல்லச்சாமியின் அய்யாதான் லட்சுமணனைச் சொன்னார். லட்சுமணன் ஊறுகாலப்பசாமி கோவில் பக்கம் பள்ளிக்கூட மதிலோரத்தில் கொஞ்சம் கிடுகுகள் வரிச்சுக்கட்டுகள், ஈத்தைகள், மூங்கில் குச்சிகள், தப்பைகள் சகிதம் உட்கார்ந்திருந்தான். எப்படிப் போடுவானோ என்று யாரும் அவனிடம் வந்ததில்லை. சீரங்கு கவுண்டரிடம் பழகியவன் என்று செல்லச்சாமியின் அய்யா எடுத்துச் சொன்னதும் பொன்னம்பலத்தின் அய்யா போய்க் கூப்பிட்டார் "ஏலேய் ஒழுவாடி.. பெரிய

தலைவரு.. ராமமூர்த்தின்னு ஒருத்தரு பேச வாராரப்பா.. பெருமா கோயிலு முச்சந்தீல சரிஞ்சு கிரிஞ்சுவுழுந்துராம வெனாவப் பந்தல் போடணும் டா.."

ஊர்ப் பெரிய மனுஷன் சொன்னதும் உவகையுடன் ஏற்றுக் கொண்டான் லட்சுமணன். தன்னையும் நம்பி ஒரு கட்சி வேலை தருகிறதே என்று துவங்கியவன்தான் பிராயத்திலிருந்து இப்போது வரை பிரியவில்லை. இன்றைக்கானால் அவனுக்கும் அறுபத்தி மூணு வயசாகிவிட்டது. அவன் பொண்டாட்டி, புள்ளைகளும் தொழிலாளர்களுக்கு ஆதரவாக உண்ணாவிரதப் பந்தலுக்கு வருகிறார்கள். "குடுக்கிறதக் குடுங்க தோழர்.." என்று துவங்கிய முதல் மேடை அமைப்புப் பேச்சை இன்று வரை அவன் மாற்றிக் கொள்ளவில்லை.

பந்தல் கடை பெரிதாகி விட்டது. படிப்படியாக சாமான் சட்டுகளை வாங்கிப் போட்டான். கயிறு கம்பிளி என்று கடையே இன்று மணத்துக் கிடக்கிறது. பள்ளிக்கூடத்துக்கு எதிர்த்தாப்பிலேயே இடம் வாங்கி வீடும் கட்டிக் கொண்டான். சிவப்புப் பெயிண்டிலேயே 'தோழர் ராமமூர்த்தி இல்லம்' என்று போட்டிருக்கிறான். முதல் முதலாக தான் போட்ட மேடையில் பேசிய பெருந்தலைவர் பெயரையே பிள்ளைக்கும் வைத்திருந்தான்.

பந்தலுக்குப் பல ஊர் ஆட்களின் வருகை இருந்தது. கட்சி அமைப்புக்களுக்கு டவுனில் மைக் போடும் சையதண்ணன் ஆட்களை ஏவிக் கொண்டிருந்தார். முத்துமாடத்தி நெடிதுயர்ந்து நின்ற மைக் ஸ்டாண்ட் அருகில் போடப்பட்டிருந்த சேரில் உட்கார்ந்திருந்தாள். அவளை மொய்த்துக்கொண்டு பெண்கள் உட்கார்ந்திருந்தனர். தனித் தனிச் சேர்களில் உட்காரச் சொல்லியும் அவளுக்கருகில் சேர்களை இழுத்துப் போட்டுக் கொண்டிருந்தனர். கூட்டம் துவங்கியதும் ஒரு ஒழுங்குக்கு வரும் என்று முத்துமாடத்தி நினைத்துக்கொண்டாள்.

திடீரென்று மைக் உயர உயரப் போய்க் கொண்டிருப்பதைப் போல் அவளுக்குப் பட்டது. அதனருகில் தான் குட்டையாய் குள்ளமாய் விழுந்து கிடப்பதைப் போல் அவளுக்குப் பிரமை தட்டியது. ரோடுகளில் ஆட்கள் பெருகிப் போய்க் கொண்டிருந்தார்கள். சந்தை நாட்களில் சிக்கல் முக்கலாகிக் கொள்ளும் ஊர் சாதாரண நாட்களிலும் பரபரப்பை அள்ளிக் கொண்டிருந்தது.

போலீஸ்காரர்கள் நிறைய வந்து விட்டார்கள். பந்தல்காலுக்கு ரெண்டு ரெண்டு பேராக நின்று கொண்டனர். எதிர்த்தாற் போல் நான்கைந்து போலீஸ் வண்டிகள் நின்றன. உயரதிகாரிகள்

போலிருந்த சிலர் இங்குமங்குமாய் நடந்து பரபரப்பைக் கூட்டிக் கொண்டிருந்தனர். எல்லார் கைகளில் உலக்கை அளவு தடிகள் காணப்பட்டன. மாட்டை அடிக்கத்தான் மனிதர்கள் கம்பு வைத்திருப்பார்கள். மனிதனுக்கு மனிதன் அது எதற்கு என்று முத்துமாடத்தி நினைத்துக் கொண்டாள். மனிதன் மிருகமாவது என்று இதைத்தான் சொல்கிறார்கள் போலும்.

எப்படியும் இன்றைக்குப் பந்தலில் உட்காரும் எல்லாரையும் கைது செய்து ரிமாண்டில் வைத்து விடுவார்கள் என்று வாழையாத்துப்பட்டி மூக்கன் பீதியைக் கிளப்பியிருந்தான். மில்லுக்காரன் சொன்னால் போலீஸ் வில்லாய் வளைந்து வேலாய் நிமிர்ந்து நிற்கும் என்று முத்துமாடத்திக்குத் தோன்றியது. இதுதான் வாழவந்தான் சொன்னதைப் போல் எளியாரை வலியார் அடிப்பது என்பது.

முத்துமாடத்தியின் மனக்கணக்கில் பதினெட்டு ஊர்கள் வந்து கொண்டிருந்தன. ஊருக்கு இருபது பேர் முப்பது பேர் என மில் வேலைக்கு வருகிறார்கள்; அவர்களது குடும்பங்குட்டிகள் என்று வந்து சேர்ந்தால் பந்தல் தாங்குமா என்று தெரியவில்லை. இவ்வளவு ஏற்பாடுகளுக்கும் முன் நிற்க தைரியம் கொடுக்க டவுனில் ஆட்கள இருக்கிறார்கள். பெரிய ஆபீஸும் இருக்கிறது. ராஜப்பன், ராமராஜ், சின்னச்சாமி, முத்துச்சாமி, ராஜேந்திரன், உதயன், வெங்கடேசன் என பெரிய பெரிய ஆட்களும் அங்கு இருக்கிறார்கள்.

ஒருமுறை முத்துமாடத்தி அங்கு போயிருக்கிறாள். அத்தனை தொழிலாளர்களுக்கும் அசராமல் சோறாக்கிப் போடுகிறாள் என்று எல்லாரும் எழுந்து நிற்காத குறையாக வரவேற்பு கொடுத்தார்கள். ராஜப்பன், “தலைவியே வருக..” என்றார்.

இவளுக்குப் புல்லரித்துப் போய் விட்டது. எதற்கு இப்படி எல்லாம் ஏற்றி விடுகிறார்கள் என்று தத்தளித்துப் போனாள். உண்மையில் தான் தலைவியா என்கிற சந்தேகமும் அவளுக்கு எழுந்தது.

ராமராஜின் பேச்சு முதிர்ச்சியாய் வந்தது; “ஏங்காலத்துல ஓ மாதிரி தைரியசாலிப் பொம்பளையப் பாத்ததில்லேம்மா.. நாங்க கூட பல சமயங்கள்ல இப்புடிப் போங்க.. அப்புடிப் போங்கன்னு வழிகாட்டத்தே செய்வம்.. ஆனா ஓ மாதிரி நேரடியா செயல்ல எறங்குறது கஷ்டம்.. இங்க ஒத்தாளு ரெண்டாளுக்கு ஒல வைக்கிறதே பெரும்பாடாருக்கு, நீ என்னடான்னா அசால்ட்டா அந்த வேலய எடுத்துச் செய்றே.. ஒனக்கு ரொம்பப் பெரிய மனசும்மா..”

முத்துமாடத்தி திக்குமுக்காடி நின்றாள். அவள் கேள்விப்பட்ட, மதிக்கிற பெரிய பெரிய ஆட்களின் புகழுரையால் கூசி நெளிந்து நின்றாள்.

அன்றைக்கு ஒரு கூட்டமும் ஆபீஸில் வைப்பதாக இருந்தது. அத்தனை தொழிலாளர்களுக்கும் இடம் பத்தாது என்று கருதி பக்கத்தில் விநாயகா மண்டபத்தை ஏற்பாடு செய்திருந்தார்கள்.

“கொஞ்ச நேரத்துல நாங்க எல்லாரும் அங்க போயிருவம்.. நீ நம்ம வீரபத்ரபிள்ள தோழரோட அங்க வந்துரும்மா.. ஒன்னய எல்லாரும் அங்க எதிர்பார்த்துக் காத்திருப்பாக..”

இவளுக்கு அதிர்ச்சியாயிருந்தது. அத்தனை பெரிய கூட்டமும் தன்னை எதிர்பார்த்துக் காத்திருப்பதா அதுவும் இத்தனை பெரிய ஆபீஸ்காரர்கள் ஏற்பாடு செய்திருக்கிற கூட்டத்தில் பெரிய பெரிய தலைவர்களைத் தானே எதிர்பார்த்துக் காத்திருப்பார்கள்? இது என்ன விநோதம்?

ஒருவர் பின் ஒருவராக அவர்கள் அனைவரும் கூட்ட அரங்கிற்குக் கிளம்பிப் போய் விட்டார்கள். கடைசியில் உள் ரூமிலிருந்து குள்ளமாய் ஒருவர் வெளியே வந்தார். தார்ப்பாய்ச்சியதைப் போல் வேட்டி. முழங்கால் வரை தொங்கிய பெரிய பெரிய கைகள் வைத்த கதர்சட்டை. சிகப்புத்துண்டு. காரை படிந்த பற்களுடன் சிரித்துக் கொண்டே அருகில் வந்தார்.

“செத்த அப்புடிப் பேனுக்கு அடீல ஒக்காரும்மா.. நீங்கதே முத்துமாடத்தியா? ஒங்க பேருதேம்மா எங்க பாத்தாலும் அடிபடுது.. லேசுப்பட்ட வேலயா நீங்க பாக்குறது.. நாம் பாருங்க.. தெனம் அரப்படி அரிசி போட்டு அதுக்குண்டான சாமாம் பாத்து கொழம்பு தண்ணி வைக்கிறதவே மலையா நெனச்சுக்கிட்டிருக்கே.. நீங்க அண்டா அண்டாவா ஆக்கிக் கொட்றீங்களாமே.. அது பெரிய அதிசயந்தாம்மா.. அதுக்காகத்தே ஒங்களுக்கு அல்லார் மத்தியிலும் மெட்ராஸிலிருந்து வாற பெரிய தலைவரு பொன்னாட போத்தப் போறாரு..”

முத்துமாடத்திக்கு எந்த வெய்யிலிலும் அளவாகத்தான் வியர்க்கும். ஆனால் அன்று வியர்த்துக் கொட்டியது. “பொன்னாட போத்தி மரியாத செய்ற அளவுக்கு நா என்ன பண்ணிட்டே..” அவள் வெள்ளந்தியாய்க் கேட்பதை வேடிக்கையாகப் பார்த்துக் கொண்டே வீரபத்திரபிள்ளை உள்ளே போனார். கொஞ்ச நேரத்தில் சுடச்சுட டீயும் தட்டில் பிஸ்கட்டுகளும் கொண்டு வந்தார்.

“நீங்க வருவீங்கன்னுதாம்மா பால் வாங்கி வைக்கச் சொன்னாங்க..” வீரபத்ரபிள்ளை பெயருக்கு முடிகள் என்றிருந்த

தலையில் கண்ணாடி பார்த்துச் சீவிக் கொண்டே புறப்படத் தயாரானார்.

அன்றைய கூட்டம் தேரோ திருவிழாவோ என்றிருந்தது. ஆளுக்கு ஆள் முத்துமாடத்தியைப் புகழ்ந்து தள்ளிக்கொண்டே போனார்கள். அவள் கடைசிவரைக்கும் சேரில் சிறுகுழந்தையைப் போல் சுருண்டு உட்கார்ந்திருந்தாள். கடைசியில் நன்றி கூறச் சொல்லி மைக் முன் நிறுத்திய போது திண்டாடித் தெருவில் நின்றாள். நா வறண்டு விட்டது; வார்த்தைகளே அற்றுப் போய் அந்த நிமிஷத்திலிருந்து ஊமையாகி விட்டதைப் போல் கைகால்கள் உதறலெடுத்தது. கூட இருந்த பெண்கள் "பேசு.. பேசு.. பேசு முத்துமாடத்தி.." என்று தைரிய மூட்டினார்கள். "ஒத்த வாத்தயச் சொல்ல இம்புட்டுப் பயப்படுற.." நாகமணி கூட நக்கலடித்தாள். அந்த ஒத்த வாத்தையச் சொல்லி முடிப்பதற்குள் அண்டம் புரண்டு விடும், ஆகாயம் விழுந்து விடும் என்கிற அச்சம் அவளைப் பீடித்தது. பொன்னாடை போர்த்திய மெட்ராஸ் தலைவர் அவள் என்ன பேசப் போகிறாள் என்று ஆர்வத்துடன் கவனிப்பதைப் போலிருந்தது.

கூட்டத்தலைவர் முத்துச்சாமி ஊக்கப்படுத்தினார் "எல்லாரும் நம்ம தொழிலாளிகதே.. நம்ம தோழர்கதே.. ஒங்கூடயே சுத்துறவககிட்டப் பேசுறதுக்கு ஏம் பயப்படுறே.. நறுக்கா நாலு வாத்த நன்றின்னு சொல்லி முடி.."

பத்து நிமிஷம் போல் ஆரவாரம் எழுந்தது. ஆள் ஆளுக்கு, "பேசு முத்துமாடத்தி.. பேசு.. ஒனக்கா சொல்லித் தரணும்.. பேசு..." என்று பிடித்தார்கள்.

ஒரு வழியாக அவள் நன்றி என்பதைக் கூட "நன்னி" என்று சொல்வதற்குள் விடிந்து வெள்ளக்கோழி கூவி விட்டது.

அப்புறம் கோயில் கூட்டங்களில் கொஞ்சம் கொஞ்சமாக வார்த்தைகள் வந்தன. கொஞ்சம் கோர்வையாகவும் வருவதாக ஒருமுறை மதுரைத் தலைவர் ஜோதிராம் பாராட்டினார்; வாழவந்தான் ஒரு படி மேல் சென்று, "போகப் போகப் பொளந்து கட்டிருவே.." என்றார்.

இதுவெல்லாம் சேர்ந்து இப்போது டவுன் மேடை வரை வந்திருக்கிறது.

□

13

இன்றைக்குப் பதினோரு நாட்கள் ஆகி விட்டது. பதினைந்து நாள் ரிமாண்ட் என்று மதுரை ஜெயிலில் போய் அடைத்து விட்டார்கள். எங்கு பார்த்தாலும் தட்டுகளைத் தூக்கிக் கொண்டு ஆட்கள் நடந்தார்கள். ஆண்கள் முந்நூற்றி இருபது பேர் பெண்கள் நூற்றி எண்பது பேர் ஆக ஐநூறு என்கிற ரவுண்டில் எண்ணிக்கை இருந்தது. பதினைந்து நாட்களில் கூட விடுவார்கள் என்று சொல்ல முடியாது. வெளியில் விட்டால் சட்டம் ஒழுங்கு பாதிக்கும் என்று முதலாளியின் வக்கீல் அரசாங்க வக்கீல் என்று வாதாடினால் மேலும் நீடித்து விடுவார்கள். அவர்கள் வைத்ததுதான் சட்டம்; ஐம்பது நாள்; நூறு நாள் என்று கூட உள்ளே வைத்துவிட முடியும்.

முத்துமாடத்தி பெண்கள் குழுவின் தலைவியாக உள்ளேயும் இருந்தாள். அச்சடிச்ச சோறு அவுன்ஸ் குழம்பு என்று அங்கும் ஆள்விடாமல் கைப்பற்றிப் பரிமாறும் வேலை அவளுக்கு இருந்தது. எங்குமே அவள் ஒரு அன்னலட்சுமியாகத்தான் இருந்தாள். அவள் இருக்கிற தைரியம் ஒவ்வொரு தொழிலாளிக்கும் இருந்தது. அவர்களது பெண்டு பிள்ளைகளுக்கும் இருந்தது. ஆண்கள் பகுதிக்குச் செல்ல முடியாவிட்டாலும் பார்க்க வருகிறவர்கள் மூலம் அங்கு நடப்பதைக் கேட்டுத் தெரிந்து கொண்டாள். ஒரு விதத்தில் தனக்கு முன்பு இந்த சங்கத்தை வழிநடத்திய மூத்த தலைகள் அங்கிருக்கிற தைரியம் அவளுக்கு இருந்தது. எப்படியும் அவர்களும் ஜெயிலரிடம் வாதாடி போராடி அங்குள்ள தொழிலாளர்களின் தேவைகளைப் பூர்த்தி செய்வார்கள் என்கிற நம்பிக்கையும் அவளுக்கு இருந்தது. வயது வித்தியாசமில்லாமல் அனைவரும் தனக்குக் குழந்தைகளாகி விட்டார்களோ என்கிற தாய்மை உணர்வு அவளுள் அரும்பியது.

'ஒரு சாண் வயிறு இல்லாட்டா உலகத்தில் ஏது கலாட்டா' எனும் பழம் பாடலை அடிக்கடி முணுமுணுத்துக் கொண்டே முத்துமாடத்தி காணிக் வார்டர்களிடமிருந்து சோற்றுப் பாத்திரங்களை வாங்கிக் கொண்டாள். ஆள் உயரக் குதுப்பியும், குழம்பு மோந்து ஊற்ற பெருங்கரண்டியுமாய் அவள் எப்போதும் இருந்தாள். கைக்கு கையாய் நாகவல்லியும், வேதமணியும் இருந்தார்கள். முத்துராக்குவும், செந்தட்டியம்மாளும் தட்டுத்

தட்டாய்ச் சோற்றை வாங்கி சிந்தாமல் சிதறாமல் பரிமாறும் பணிகளில் இருந்தார்கள்.

ஜெயிலர், ஜெயில் சூப்ரண்டண்ட் மற்றும் முக்கிய சிறை அதிகாரிகள் வருகையின் போதெல்லாம் முத்துமாடத்தியைத் தான் அழைத்தார்கள்.

“ஏதாச்சும் கொற இருக்காம்மா.. குளிக்க எடுக்க எதுஞ் செரமம் இருக்கா சொல்லுங்க.. படுக்கப் போத்திக்க வேணுங்குறதெல்லாம் இருக்கா.. கொசுக்கடிக்கு பத்தி வாங்கிக்கிறீகள்ல.. சோறு தண்ணி ஒழுங்க கெடைக்குதா..” ஜெயிலர் கிராமிய பாஷையில் கீழே இறங்கி வந்து வரிசை கட்டிக் கேட்டார்; கேட்க வந்ததில் எதுவும் விட்டுப் போகக் கூடாது என்கிற கவனமும் அவருக்கு இருந்தது. கொஞ்சம் அடிபட்டவர் போலும்.

மேஜை முன்புறம் நின்று அவரைப் பார்த்த முத்துமாடத்திக்கு சிரிப்பு வந்தது. டைட்டான அரசாங்க உடைகளுடன் மிடுக்காக அமர்ந்திருக்கும் அவரது வெள்ளை வெளேர் முகத்தில் கன்னங்கருப்பாக ஹிட்லர் மீசை எழும்பி நின்றது. அவர் பேச பேச மீசையும் பேசிக் கொண்டிருந்தது.

“பாதகமில்லீங்கய்யா.. கொஞ்சங் கொழம்பு தண்ணியாயிருக்கு.. பருக்கைக்கு வேக்காடு பத்தல.. அவுச்ச நெலக்கல்லப் பருப்ப சேத்துக் கொஞ்சம் குடுக்கச் சொன்னீங்கன்னா எடப்பட்ட நேரம் பசியாரிக்கிரும். டீத் தண்ணீல இன்னங் கொஞ்சம் பால் உண்டனா ஊத்தனும்..”

ஜெயிலர் அமைதியாய் ஏறிட்டுப் பார்ப்பார். சுற்றி வார்டன்கள் காணிக் வார்டன்கள் என நிற்பார்கள். இவர்கள் தான் அத்தனைக்கும் பொறுப்பு. இவர்கள் பக்கத்தில் இருக்கும் போது சொன்னால் தான் வேலையாகும் என்று கணக்காகச் சொல்வாள் முத்துமாடத்தி.

“நீங்க சாதாரணக் கைதிகன்னா ஒத்த வாத்த இது வேணும்.. அது வேணும்னு கேக்க முடியாது.. அரசியல் கைதிகளாப் போய்ட்டீக.. இல்லேன்னா கூப்ட்டே பேச மாட்டே..” ஜெயிலரின் மீசை எழும்பி இறங்கியது. அது தான் பேசியது அவரது சின்னவாய் அசைந்து கொடுத்தது அவ்வளவுதான்.

முத்துமாடத்தி மேலும் எழும்பிய சிரிப்பை உள்ளுக்குள் புதைத்துக் கொண்டாள். மனசில் நினைப்பதை வெளிக் காட்டுவது தான் சிரிப்பு. ஏடாகூடமான சிரிப்புகள் ஏற்படுத்தும் உபாதைகள் கொஞ்சநஞ்சமல்ல. அவளை நம்பி அத்தனை பேரும் பயமற்று இருக்கிறார்கள். பசியாற்றும் தேவதை என்று பம்மிப் பதுங்கி நிற்கிறார்கள். சிரித்துத் தொலைத்து சிக்கலை ஏற்படுத்திக் கொள்ள

வேண்டாம். "என்னயப் பாத்தா கோமாளி மாதிரி தெரியுதா?" என்று ஜெயிலர் எகிறினால் சாதாரணக் கைதிகளாக எடுத்துக் கொண்டு சாத்து சாத்து என்று சாத்திவிடுவார்கள்.

வெளியில் என்றால் சந்து சந்தாக ஓடித் தப்பி விடலாம். உள்ளுக்குள் என்றால் நாலாபுறமும் ஏறிக்குதிக்க முடியாத சுவர்கள் தான். உயரே உயரே போன மரங்களையும் வெட்ட வெளியில் தெரிகிற வானையும் தவிர ஒன்றையும் பார்க்க முடியவில்லை. நீள நீளமாய்ப் போன பிளாக்குகளில் தகினி தகினியாய் அடைந்து கிடப்பதைத் தவிர வேறொன்றுமில்லை. கத்திக் கூப்பாடு போட்டாலும் வெளியில் கேட்காது. இன்னொரு பகுதியில் அடைபட்டுக் கிடக்கிற தோழர்களுக்கும் கேட்காது.

இத்தனை பீதியாய் யோசிக்கத் தேவையில்லை என்றும் நினைத்தவாறு முத்துமாடத்தி ஜெயிலர் அறையிலிருந்து வெளியேறினாள். சட்டங்கள்; தர்மங்கள்; நியாயங்கள் என நீள நீளமாய்ப் படித்திருந்தாலும் இந்த ஜெயிலர் உள் மனசில் கொஞ்சம் வெள்ளந்திதான் என்று நினைத்துக்கொண்டாள் முத்துமாடத்தி.

அவளுக்கு உண்ணாவிரத தினத்தில் நன்றி தெரிவித்துப் பேசமுடியாமல் போன வருத்தம் தீர்ந்தபாடில்லை. எத்தனை வேலைகள்; பாடுகள் இருந்தாலும் அந்த நாள் சம்பவங்கள் ஊடாடிக் கொண்டே இருந்தன.

□

14

காலையிலிருந்தே வண்டி வண்டியாய் இறங்கிய போலீஸுடன் மத்திய ரிசர்வ் போலீஸ் படையும் சேர்ந்து கொண்டது. விசாரித்துப் பார்த்தால் ஊரில் நடந்த சாதிக் கலவரத்தின் மூன்றாவது நினைவு நாள் என்று சொல்லிக் கொண்டார்கள். அதில் செத்தவர்களுக்கு அஞ்சலி செலுத்த பல ஊர்களிலிருந்து ஆள் வரும். அப்போது ஏதாவது கலவரம் நடக்கும் என்று போலீஸ் பார்த்தது. செத்தவர்களுக்குக் கட்டும் சமாதியை மந்தக் கண்மாயோரம் அமைத்திருந்தார்கள். அங்கு ஆட்களைப் போக விடக் கூடாதென்று தடுப்பரண்கள் அமைத்திருந்தார்கள்.

முதலில் இந்த உண்ணாவிரதத்திற்கு அனுமதியே கிடைக்கவில்லை. கடைசியாக இந்தத் தேதியை முடிவு செய்து தலைவர்கள் பிடிவாதமாக நின்ற போது இந்த நினைவு நாளைக் காரணம் காட்டி போலீஸ் மறுத்தது. அதற்குப் பாதையைத் திருப்பி விட்டு இதற்கு அனுமதி தரலாம் என்று தலைவர்கள் வற்புறுத்திய போதும் சரியான பாதுகாப்பு வழங்க முடியாது. எல்லோரும் சமாதிப் பிரச்னையில் பாதுகாப்புக்குச் சென்று விடுவோம் அது இது என்று போலீஸ் தட்டிக் கழித்தது. ஒவ்வொரு திட்டமிடுதலின் போதும் போலீஸ் எதையாவது காரணம் காட்டி மறுத்துக் கொண்டே போனது. இது வேலைக்கு ஆகாது என்று கடைசியாக எஸ்.பி.யைப் பார்க்கப் போனார்கள். அவரும் முன் வைத்த காலை பின் வைக்காமல் நின்றார். இப்படியே போனால் தொழிலாளர் பிரச்னைக்காக எந்த ஒரு போராட்டத்தையும் மேற்கொள்ள முடியாது என்று தான் போலீஸை மீறி பந்தலைப் போட்டு ஆட்களைத் திரட்டிக் கொண்டு வந்து சேர்ந்தார்கள்.

மாவட்டத்தின் பல ஊர்களிலும் ஐந்து, பத்து, ஐம்பது நூறு என்று வேலை பார்த்த தொழிலாளர்கள் அவர்களது குடும்பங்கள் என்று ஐநூறு அறுநூறு பேர் பந்தலில் உட்கார இடமின்றிப் பெருகிய போது உண்ணாவிரதம் துவங்கியது. ராஜப்பன் மைக்கைப் பிடித்து, ‘பெரியோர்களே! தாய்மார்களே தொழிலாளத் தோழர்களே! நகர்வாழ் வர்த்தகப் பெருங்குடி மக்களே!, என்று ஆரம்பித்தார் அடுத்த வார்த்தை எடுக்க முனையும் போது சப்-

இன்ஸ்பெக்டர் வந்து மைக்கை ஆப் செய்தார்; ராஜப்பன் மைக்கைக் கெட்டியாகப் பிடித்துக்கொண்டார்.

"அனுமதியிருந்தாத்தே மைக்ல பேச முடியும்.. ஒங்களுக்குக் குடுக்கல.. பேசுறத நிறுத்துங்க.." என்றபடி மைக்கைக் கழற்ற ஆரம்பித்தார். அதற்கேதுவாக பத்திருபது போலீஸார் அரண் போல் வந்து சூழ்ந்து கொண்டனர். உருளைத் தடிகள் மிரட்டலாக அனைவர் கைகளிலும் இருந்தன. சிலர் அதைச் சுழற்றிக் கொண்டு வேலை கொடுக்கும் ஆயத்தத்தில் இருந்தனர். ராஜப்பனுக்கு அருகில் நெருக்கமாக அமர்ந்திருந்த சின்னச்சாமி, முத்துச்சாமி, ராமராஜ் உள்ளிட்ட தலைவர்கள் முஷ்டிகளை உயர்த்திக் கொண்டு எழுந்தனர். பந்தலில் அல்லோலகல்லோலப் பட்டுக் கி நந்த அனைவரும் மைய இடத்தை நோக்கிக் குவிந்தனர்.

சின்னச்சாமி முழங்கினார்: "நசுக்காதே.. நசுக்காதே தொழிலாளர் போராட்டத்தை நசுக்காதே.. அனுமதி கொடு.. அனுமதி கொடு மைக்கில் பேச அனுமதி கொடு.. நிறைவேற்று.. நிறைவேற்று மில் தொழிலாளர்களின் நியாயமான கோரிக்கைகளை நிறைவேற்று!"

கூட்டம் சேர்ந்து முழங்கியது. முத்துமாடத்தி பெண்களை அழைத்துக் கொண்டு மேடைப் பகுதியை நெருங்கினாள். சேர்கள் நாலாபுறமும் வீசியெறியப்பட்டதைப் போல் கவிழ்ந்து கிடந்தன.

"விலகி விடு.. விலகி விடு.. காவல் துறையே விலகி விடு.. செய்யாதே.. செய்யாதே.. தொழிலாளர்களுக்கு துரோகம் செய்யாதே.. ஆதரிக்காதே.. ஆதரிக்காதே.. முதலாளி போக்கை ஆதரிக்காதே... பேசித்தீர்!.. பேசித்தீர்... பிரச்னைகளைப் பேசித்தீர்! வஞ்சிக்காதே! வஞ்சிக்காதே.. தொழிலாளர்களை வஞ்சிக்காதே!.. வயிற்றிலடிக்காதே! வயிற்றிலடிக்காதே.. தொழிலாளர்களின் வயிற்றிலடிக்காதே.." கோடைப் பெருமழையாய் கோஷங்கள் கொட்டின இடி மின்னலாய் வானைப் பிளந்தன.

பொன்னம்பலமும், மொக்கேட்டுவும் சப்-இன்ஸ்பெக்டரின் சட்டையைப் பிடிப்பது போல் நெருங்கினார்கள். அதற்குள் அடிகள் அவர்கள் மேல் சரமாரியாக விழுந்தன. ஐம்பது நூறு பேர் என போலீஸார் பண்ணலாக பரசலாக கூட்டத்தில் இறங்கி தீவிரப்படுத்தினர்.

மத்திய ரிசர்வ் படையும் தன் பங்குக்கு இறங்கி தாக்குதல் நடத்தி ஆட்களைத் தூக்கி வண்டியில் போட்டார்கள்.

"அமைதி.. அமைதி.. எல்லாரும் அமைதியா இருங்க.. அடிக்கு அடின்னு போயிராதீக.. வெளைவு ரொம்ப மோசமாப் போயிடும்.. அவக நம்மள என்னமுஞ் செஞ்சுட்டுப் போகட்டும்.. இப்ப

நம்மளக் கைதுதான பண்றாங்க.. பண்ணிட்டுப் போகட்டும்.. அதுக்காக ஆளுக்கு ஆள் கலகம் பண்ண வேணாம்.. இப்புடி நாம எப்ப மோதல்ல ஈடுபடுவோம். என்ன செய்வோம்னு நம்மளத் தூண்டி விட்டுப் பெரச்னையத் தெச திருப்பப் பாக்குறாங்க.. அதுக்கு நாம எரையாகிடக்கூடாது.. அமதியா வண்டீல ஏறுங்க.." போலீஸ் வேனில் இருந்தபடி ராஜப்பன் உரத்து முழங்கினார். சின்னச்சாமியும் அதிர்வேட்டுக்கள் போல் பின் தொடர்ந்தார்.

அங்குசத்திற்குக் கட்டுப்பட்ட யானை போல் கூட்டம் அப்படி அப்படியே நின்றது. போலீஸ் வண்டிகளும், பிரைவேட் பஸ்களும் வரிசையாக நின்று போராட்டக்காரர்களை அணி அணியாக ஏற்றிக்கொண்டார்கள். ரொம்பவும் வயோதிகர்கள் கைக்குழந்தைகள் வைத்திருந்த பெண்கள் என ஒரு பகுதியினரை போலீஸ் கைது பண்ணாமல் விட்டு வைத்தது.

முத்துமாடத்தி பெருமளவு பெண்களுடன் வண்டியில் வீராவேசமாக ஏறினாள். முழக்கங்களைப் பின்பற்றி தானும் முழங்கினாள். வண்டியில் செங்கொடிகளுடன் ஏறிய தொழிலாளர்களின் கோஷம் வான்முட்ட எழுந்தது.

"தொழிலாளர் ஒற்றுமை ஓங்குக!"

"தொழிற்சங்க ஒற்றுமை ஓங்குக!"

"விவசாயி, தொழிலாளர், மாதர், வாலிபர், மாணவர் ஒற்றுமை ஓங்குக!"

□

15

ஜாமீன் கையெழுத்துகளை பல ஊர்களில் போட வைத்தது போலீஸ். ஊர் ஊருக்குப் பதினைந்து பேர் இருபது பேர் என பிரித்தடிக்கப்பட்டிருந்தார்கள். ஒரு இடத்தில் தங்கி உணவு சமைத்து ஒற்றுமை பேணுவதை உடைக்கப் போலீஸ் முடிவெடுத்தது. போராட்டம் இதனால் பிசுபிசுத்து ஒன்றுமில்லாமப் போகும் என்று மில் முதலாளியும் மனப்பால் குடித்தார்.

ஆனால் முத்துமாடத்தி சொன்னாள்: “என்ன ஆனாலும் பரவால்ல.. எம்புட்டுச் செலவானாலும் பரவால்ல.. நா வசூல் பண்ணி பஸ் செலவுகளுக்குத் தாரே.. எம்புட்டுத் தொலைவுகள்ல இருந்தாலும் சரி.. அன்னன்னிக்குக் கோயில்ல கூடிரணும்; விடிய அவஞ் சொல்ற நேரத்துக்கு சொல்ற எடத்துக்குப் போயிக் கையெழுத்துப் போட்டுக்கலாம். அவெ என்னா நம்பள டில்லி பம்பாய்ன்னா தூக்கி அடிச்சிருக்கா.. இந்த ஜில்லாவுலதான அங்குட்டும் இங்குட்டுமாத் தூக்கியெறிஞ்சிருக்கா.. அவெ நடத்துற நாடகத்த நடத்தட்டும்.. அதுல போலீஸும் எம்புட்டு நடிக்குதோ நடிக்கட்டும்.. நாமளா அவனான்னு பாத்திடுவம்..” எல்லாரும் ஸ்டேஷன்களில் கையெழுத்துப் போட்டுவிட்டு வந்த ஒரு நாள் இரவில் அவ்வளவு பேரையும் கூட்டி வைத்து முத்துமாடத்தி பேசினாள்.

அந்த கூட்டத்திற்கு மதுரை பஞ்சாலையிலிருந்து வாழவந்தானும் ஜோதிராமும் வந்து சேர்ந்திருந்தார்கள். அவர்கள் இரவு தங்கி மறுநாள் ஊருக்குப் போகும் திட்டத்தில் ஏழு மணிக்குத் தான் பெருமாள் கோவில் முக்கில் வந்து இறங்கினார்கள். முத்துமாடத்தியும் ராமக்காளும் கடை கடையாய் உண்டியல் பாத்திரம் தூக்கிக் கொண்டு சென்றார்கள். பின்னால் ஆண்களும், பெண்களுமாய் பத்துப் பதினைந்து பேர் இருந்தார்கள். அவர்களுடன் கனத்த சரீரத்துடன் இருந்த வாழவந்தானும், அதில் பாதியாய் நின்ற ஜோதிராமும் சேர்ந்து கொண்டார்கள்.

முத்துமாடத்தி, ராக்கப்பனையும், செந்தாமரையையும் கூட்டத்திலிருந்து பிரித்தாள். முந்தானை முடிச்சிலிருந்து துட்டெடுத்துக் கொடுத்தாள். “அவகளுக்கு வேணுங்குறத வாங்கிக்

குடுத்து கோயிலுக்குக் கூட்டிட்டுப் போ.. பஸ்ஸில வந்த அலுப்பு இருக்கும்ல..”

வாழவந்தான் சிகப்பு கைப் பையைக் கம்புக் கூட்டில் இடுக்கிக் கொண்டே சொன்னார். “இதென்னம்மா பெரிய அலுப்பு.. மம்பட்டியெடுத்து வேல செஞ்சுட்டாவாறோம்.. நடங்க.. நடங்க.. அப்புடியே நெட்டாப் போறது தான.. நாங்களும் சேந்தம்னா வசூல் கூடும்.. கேஸுச் செலவு நெறய இருக்குல்ல.. சள்ளு சள்ளுனு போங்க.. தேங்கி நிய்க்கக் கூடாது.. காச உண்டனாப் போடச் சொல்லுங்க..”

ஜோதிராமும் அழுத்தம் கொடுத்தார். “அலுப்பு சலுப்பு பாத்தம்னா ஒண்ணும் நடக்காது.. சுத்தி அலஞ்சு நம்ம நெலமயச் சொல்லிக் காசப் பிடிக்கணும்.. மில்லுக்காரனுக்குப் போலீஸ் இருக்குன்னா நமக்கு ஒரு ஊரே இருக்கு.. ஒலகமே இருக்கு ஓராள் விடாமப் பாத்து பண்ணி கேஸச் ஜாம் ஜாம்னு நடத்தணும். எதுக்கும் பின் வாங்கக் கூடாது..”

முத்துமாடத்திக்கும் நேரத்தைப் பேச்சிலேயே போக்கிவிடக் கூடாது என்று தான் நினைத்தாள். அதற்கேதுவாய் தலைவர்களின் பேச்சும் இருந்தது. கடை, வீடு என்று பார்க்காமல் இருபுறமும் பார் பிடித்து முன்னேறினார்கள். வரிசைக்கும் பத்துப் பேர் எனச் சேர்ந்து கொண்டனர். முத்துமாடத்தியின் உண்டியலில் வாழவந்தான் வந்தார்.

முத்துராக்கு தலைமை தாங்கிச் சென்ற வரிசையில் ஜோதிராம் சென்றார். “போடுங்கய்யா.. போடுகங்கம்மா.. அள்ளிப் போடுங்க.. நம்ம வூட்டுப் புள்ளைக சங்கங் கேட்டு கூலி கேட்டுப் மூணு மாசமாப் போராடுறாக.. அவக வகுத்துல மில்லுக்காரனும் போலீஸ்காரனும் சேந்து அடிக்கிறாக.. ஜெயில்ல போடுறாக.. ஊர் ஊரா வெரட்டி அடிக்கிறாக.. போராட்டத்த ஒன்றுமில்லாமாக்கி எல்லாரையும் பணிய வைக்கப் பாக்குறாக. ஒங்க வூர நம்பி வந்தவுகள நீங்க கை வுட்ராதீக.. அவங்க ஜெயிக்கணும்.. அவங்க ஜெயிச்சா நீங்க ஜெயிச்ச மாதிரி..”

மறுத்துப் பேச எதிர்த்துக் கூற ஆட்கள் இல்லை. பாதையில் சென்ற சிலரும் அவர்களுடன் சேர்ந்து கொண்டார்கள். கூட்டம் சேரச் சேர நோட்டும் சில்லரையுமாய்ப் பெருகியது. “கூட்டஞ் சேந்தா நோட்டு வரும்.. நோட்டப் பாத்தா பாட்டு வரும்..” என்கிற பாடல் முத்துமாடத்திக்கு ஏனோ ஞாபகத்திற்கு வந்தது.

சந்திரன் டீ கடையில் காலாடி சுப்பையா மகன் மில்ட்ரி ரத்னம் நின்று கொண்டிருந்தான். கூட்டமாய் வருகிற அவர்களை முந்தி

வரவேற்பதைப் போல் கைகளை விரித்துக் கொண்டு வந்தான். "வாங்க.. வாங்கய்யா.. வாங்கம்மா.. வாங்க வாங்க.. எல்லாரும் வாங்க.. டீ சாப்டுங்க.. வட எடுத்துக்கங்க.. இந்தாப்பா சுப்ரமணி எல்லாருக்கும் வேணுங்றதக் குடுப்பா.." என்றவன் தனித்துத் தெரிந்த வாழவந்தானையும், ஜோதிராமையும் கூடுதல் வணக்கம் போட்டு வரவேற்றான். "உள்ள வாங்கய்யா. வாங்க.. வந்து ஒக்காருங்க.. ஏப்பா நம்ம ஊரு ஸ்பெஷல் முட்டாசு இருக்கில்லப்பா.. இவகளுக்கு அதக்குடு.." என்றவன் தொண்டையைச் செருமிக் கொண்டு தொடர்ந்து சொன்னான்: "நானும் ஒங்களோட சேந்தவந்தேய்யா.. மில்ட்ரிக்குப் போறதுக்கு முந்தி நம்மதுலதே.. மெம்பராயிருந்தே.."

முத்துமாடத்தி உண்டியல் பாத்திரத்தை ஏந்திக் கொண்டு சொன்னாள். "இந்த டீ சாப்ட்றது.. வட திங்குறது.. இதுக்கெல்லாம் நேரமில்ல ரத்னம்.. அதெல்லாம் இன்னொரு நா ஆற அமரச் சாப்டுக்கலாம்.. இப்ப நீ எம்புட்டு வாங்கிக் குடுக்க நெனைக்கிறியோ அதப்பூராம் இந்த டப்பாவுல போடு.. அதுக்கு மேல நிய்யி ஊருக்குப் போறதுக்குள்ள அம்புட்டு பேருக்கும் ஒரு நா சோறு போடு.."

ரத்தினம் சொன்னான். "அத ஒரு நா செய்றேக்கா.. அதுக்கும் இதுக்கும் முடிச்சுப் போடாம இப்ப வேணுங்கிறதச் சாப்புடுங்க.."

இந்த வாதப் பிரதிவாதங்களுக்கிடையில் மாஸ்டர் சுப்பிரமணி படபடவென்று டீ அடித்து வரிசையாக டம்ளர்களில் ஊற்ற ஆரம்பித்தான். வம்படியாக ஆளுக்கொரு வடையும் எடுத்துக் கொடுத்தான் ரத்தினம்.

எல்லாம் முடிந்த பிறகு அட்டப் பாக்கெட்டில் இருந்து பெரிய பர்ஸை எடுத்தான். அது பிள்ளைத்தாச்சி வயிறு போல் ஊதியிருந்தது. கொத்தாக வந்த ரூபாய்களை எண்ணாமல் எடுக்காமல் அப்படியே அகன்றிருந்த உண்டியல் வாயில் போட்டான். வாழவந்தான் சொன்னார்: "காசு எல்லார்ட்டயும் இருக்கும்.. அம்புட்டுப் பேருக்கும் குடுக்கணும்கிற மனசு இருக்கும்னு சொல்ல முடியாது.. இந்த ஊரப் பொறுத்தவர எல்லாருக்கும் பெரிய மனசுதே.. அதுனாலதே இதத் தேர்ந்தெடுத்து இம்புட்டுப் பேரு வந்திருக்காக போல்ருக்கு.."

முத்துமாடத்தி ரத்தினத்திற்குப் பெரிய கும்பிடாய்ப் போட்டுவிட்டு அணித்தலைவியாய் நடக்க ஆரம்பித்தாள்.

□

16

வீரபாண்டி மாரியாத்தா அருள் இறங்கி ஆட்களை அனுப்பி வைத்துக் கொண்டிருந்தாள். தீச்சட்டிக் கூட்டம் திமிறியடித்துக் கொண்டு போனது. சட்டி தூக்கிய ஆட்கள் வரிந்து கட்டிய வேட்டியும், கால் சலங்கையும், பூணுலுமாக நடந்து போனார்கள். கைகளில் வேப்பிலைக் கொத்துக்கள் இருந்தன. வர்ணமிடப்பட்டிருந்த அகல மண் சட்டி முழுக்க கங்கு கனிந்து கொண்டிருந்தது. முழுக்கைகளையும் தூர நீட்டி சட்டி முழுக்கக் கங்கு கனிய நடந்தாலும் குபு குபுவெனத் தலை வழியே ஊற்றப்படும் மஞ்சத்தண்ணி தீயில் பட்டுத் தெறிக்கவும் செய்தது. அணையும் கங்கை நெய்விட்டு ஏற்றியபடி ஆண்களும் பெண்களும் நடந்தார்கள்.

அவர்கள் அப்படியே ஆற்றில் இறங்கி மாரியம்மன் கோயில்பட்டி வழியாகவோ அல்லது பாலம் ஏறி முத்துத்தேவன்பட்டி வழியாகவோ சென்று மெயின் ரஸ்தாவை அடைந்து கோயில் பார்த்து தெற்கு முகமாய் நடப்பார்கள்.

வருஷாந்திர திருவிழா ஊரே கேளு நாடே கேளு என்று தான் வீரபாண்டியில் வந்து சேரும். புதன்கிழமை தீச்சட்டி நாள். ஒரு வாரத் திருவிழாவில் முந்தி நிற்கும். முதல் செவ்வாய், நடு வெள்ளி, கடைசிச் செவ்வாய் என நான் முந்தி நீ முந்தி என்று ஓடினாலும் பெருவாரியாய்ச் செல்லும் தீச்சட்டி நாள் புதன்கிழமையாகவே இருக்கும். அதுவும் ஊறுகாலப்பன் ஊரில் கறி புளி எடுத்துப் பொங்கல் வைத்து வழிபாடு நடத்தி தீச்சட்டி தூக்கிச் செல்வதைப் பார்க்க அண்டை அயல் ஊர்களிலிருந்து ஆட்கள் பெருகி நிற்கும்.

முருகவேல்ராஜனும் செல்லச்சாமியும் அன்று பெரிய கவுண்டரைப் பார்த்து விட்டு வந்தார்கள். பெருமாள் கோயில் அன்னதானம் அன்று ஒருநாள் மில் தொழிலாளர்களுக்கு என்று முடிவாகி இருந்தது. அதையும் ஊருகாலப்பசாமி கோயிலில் வைத்துத் தருவதென்று சொல்லியிருந்தார் பெரியகவுண்டர் இதற்கெல்லாம் தீச்சட்டி எடுப்போர் சங்கம் முன்வந்திருந்தது.

வாழையாத்துப்பட்டி, பூதிப்புரம், மஞ்சிநாயக்கன்பட்டி, கெப்புரங்கன்பட்டி, வலையப்பட்டி, ஆதிபட்டி என அத்தனை

ஊர்களிலும் வருஷாந்திர தீச்சட்டிக்காரர்கள் கணிசமாக இருந்தனர்.

ஆதிபராசக்தி கோவில், ஐயப்பன் கோவில், பழனி முருகன் பாதயாத்திரைக்குழு; வடலூர் வள்ளலார் சுத்த சன்மார்க்க சங்க நடைப்பயணக் குழுக்கள் போல் இந்தத் தீச்சட்டிக் குழுவின் தலைவர் பெரிய கவுண்டருக்குப் போராடும் தொழிலாளர் மேல் தனிப்பரிவு இருந்தது. "என்னத்தையா மனுஷ கடேசீல கொண்டுட்டுப் போயிடப் போறா.. அவெ என்னா மில்லயா எழுதிக் கேக்குறா.. சங்கத்தானய்யா வைக்கணும்கிறா.. சங்கமின்னா என்னா பூதமா பேயா பெசாசா? நல்லது கெட்டதுகள்ல கூட இருந்து ஒரு மத்யஸ்தம் பண்றதுதானப்பா.. இதுக்குப் போயி இம்புட்டு அலப்பற பண்ணுவானா அந்த மொதலாளி.. ஊர்ல ஆயிரம் சங்கம் இருக்கு.. அது மாதிரி அந்த மில்லுல ஒரு சங்கம் இருக்கக் கூடாதா? வைக்கிறதுக்குள்ள வெளியேத்துறான்னா அவெ எம்புட்டுப் பெரிய கொடுமக்காரனா இருப்பா.. ஓராளுக்கு நல்லதச் செய்யக் கூடாது.. தானும் தாங்குடும்பமுமே எல்லாத்தையும் அள்ளித் திய்ங்கணும்கிற நெனப்புதே இன்னொரு ஆள அண்ட விடாமப் பண்றது.. வக்கால்லி அவனாச்சு.. இல்ல நாமாச்சு.. ஒரு கை பாத்துரலாம்.." ஓங்கு தாங்காய் வளர்ந்திருந்த பெரிய கவுண்டர் தரைபடர்ந்தோடும் வெள்ளை வேட்டியும் முழங்கால் வரை இறங்கும் கதர்ச் சட்டையுமாய் கோயில் திண்டில் அமா;ந்து கொண்டு சொன்னார்.

முத்துமாடத்திக்கு இதைக் கேட்க சந்தோஷமாய் இருந்தது. இப்படி இடையிடையே வரும் அன்னதானங்களினால் சற்று கை ஓய்ந்து உட்கார முடிகிறது. அதுவும் ஒரு மதியப் பொழுதுதான் காலைக்கும் இரவுக்கும் இரை தேடிவந்து கூட்டில் சேர்க்க வேண்டும்.

கம்படிப்பு காலங்களில் கூழுக்கென்று அங்கொன்றும் இங்கொன்றுமாக பத்திருபது மூடைகள் என வந்துசேரும். மில் தொழிலாளர்களின் துண்டு துக்காணி நிலங்களில் பிற நவதானியங்கள் பயறு பச்சைகள் எனச் சேர்ந்தால் அவித்து ஆக்கி எடுத்து குழம்பு வைத்து ஊற்றுவாள் முத்துமாடத்தி.

□

17

கண்டிஷன் பெயில் முடிந்தாலும் வழக்குகள் அனுமார் வாலாக நீண்டு கொண்டிருந்தது. பெரியகுளம் கோர்ட்; லட்சுமிபுரம் கோர்ட்; பாளையம் கோர்ட் ; மதுரை கோர்ட்; என்று ஊர் ஊராக வழக்குகள் நடந்து கொண்டிருந்தன. கஞ்சி காய்ச்சி ஊற்றுவதைவிட வழக்குச் செலவுகளை பார்ப்பதுதான் பெரிய பிரச்னையாக இருந்தது. சில சமயங்களில் மொத்தமாக முந்நூறு பேரும் பொதுச் சொத்துக்களைச் சேதம் விளைவித்தல்; அமைதிக்குப் பங்கம் விளைவித்தல்; கேசுக்காக தாமரைக்குளம் சப்-கலைக்டர் ஆபீஸுக்கு வரவழைக்கப்பட்டார்கள். வக்கீல் பன்னீர் செல்வம் இதில் முதன்மையாக நின்றார் ; ஊருக்கு ஒரு வக்கீல்கள் என உதவிக்கு வந்தாலும் அதிகம் அறியப்பட்டவராக பன்னீர்செல்வமே நின்றார். ஒரொரு சமயங்களில் அவர் கோயில் வளாகத்தில் குவிந்திருக்கும் தொழிலாளிகளைப் பார்க்க வந்து விடுவார். எழுச்சிமிகு பேச்சாளரான அவர் கவிதை மழை பொழிவதிலும் வல்லவர். வக்கீல் என்றாலும் அதுவல்லாத சமயங்களிலும் ஒயிட் ஃபேண்ட் ஒயிட் ஷர்ட் தான் அவரது அணிகலன். கோர்ட் வேலைகளுக்கு கறுப்புக் கோர்ட் போடும் போது மட்டும் இறுக்கமான டையைக் கட்டிக் கொள்வார்.

சாயந்தரங்களில் தும்பைப் பூ வெண்மையுடன் வீதியில் இறங்கி நடக்க ஆரம்பிப்பார். சிறிதாய் சிகப்பாய் கைக்குட்டை போன்ற துண்டு தோளில் கிடக்கும். வழியில் தெருவில் போவோர் ஒருவர் பாக்கியில்லாமல் வணக்கம் செலுத்திப் போவார்கள். "பன்னீர் சார் சௌக்கியமா?" என்று பவ்யமாய்க் கேட்பார்கள். அவர் ஒருவரையும் சும்மா அனுப்புவதில்லை. முடிந்தவரை டீ சாப்பிடச் சொல்வார். அது பெயருக்கு அழைப்பதைப் போல் இருக்காது. சுப்பையா, முத்துச்சாமி என பலர் தொழிலாளர்களுக்கு வாதாடுபவர்கள் இருந்தார்கள். ஆனால், முதலில் முத்துமாடத்தி பன்னீரைத்தான் பார்க்கப் போவாள். அவரது ஆபீஸ் ஒடுக்கமான சந்து போன்ற தெருவில் இருந்தது.

பிரதானச் சாலையிலிருந்து சற்று விலகி உள்ளொடுங்கிய அந்த ஆபீஸைப் பார்ப்பதைப் போல் அம்பேத்கர் சிலை வடிவில் சட்டப் புத்தகத்துடன் நின்று கொண்டிருப்பார்.

"வாங்க தலைவரம்மா.. என்று வாய் குளிர வரவேற்பார்" பன்னீர். "எங்க ஒங்க படை பட்டாளத்தையெல்லாம் காணம்.. ஒத்தையா வந்திருக்கீங்க.." என்று கேட்பார் அன்பொழுக.

அதற்குள் பியூன் மூலமாக டீ வந்து சேரும். "இந்தத் தபால செல்லச்சாமி ஒங்ககிட்டக் குடுத்துட்டு வரச் சொன்னார் சார்..."

"சார்னு சொல்லக் கூடாது.. தோழர்னுதே கூப்பிடணும்.."

"நீங்க மட்டும் தலைவரம்மான்னு கூப்பிடலாமா?"

"மாத்திக்கிறேந் தோழர்.. மாத்திக்கிறெ.. இந்தத் தபால ஏதாவது ஒரு தொழிலாளிகிட்டக் குடுத்து அனுப்பிருக்கலாமே.. அம்புட்டுப் பேரு அடஞ்சு கெடக்காகளே.." என்றார் பன்னீர்.

"நாந்தாந் தோழர் வம்பாக் கெளம்பி வந்தே.. வழக்கு வம்புன்னு மில்லு மொதலாளி எதையாச்சு போட்டுக்கிட்டே இருக்கா.. அது சம்பந்தமா எனக்குந் தெளிவு தேவப்படுதில்ல.. சேந்து நிய்க்கிற பொம்பளைகளுக்கும் புரிய வைக்க வேண்டியிருக்கு.. தொழிலாளிகளுக்கும் சொல்ல வேண்டிருக்கு.. ஆம்பளைக எம்புட்டுதே பாப்பாக.. சங்கம் போராட்டம்னு உள்ள நொழஞ்சிட்டோம்.. அது அவுக சமாச்சாரம்.. இது இவுக சமாச் சாரம்னு ஒதுங்க முடியாதில்ல.. அதா.."

பன்னீர் மேஜை முன் காரல்மார்க்சின் பெரிய தாடி படம் இருந்தது. அண்ணல் காந்தியடிகள், அம்பேத்கார், இ.எம்.எஸ் நம்பூதிரிபாட் என பெரிய பெரிய படங்கள் மதிலில் அறையப்பட்டிருந்தன. படங்களை ஒவ்வொன்றாகப் பார்த்துக் கொண்டிருந்தாள் முத்துமாடத்தி. ஒரு படத்தில் அவளது கண்கள் நிலைகுத்தி நின்றன. "இவகள்லாம் தெரியும்.. இவுக யாரு?" என்று ஒரு படத்தைக் காட்டினாள் முத்து மாடத்தி.

"அவக எவ்வளவு முக்கியமோ அதே அளவுக்கு முக்கியமானவரு இவரு.. இ.எம்.எஸ்.நம்பூதிரிப்பாடுன்னு சொல்வாக.. ஒலகத்திலயே தேர்தல் மூலமா மொதல் மந்திரிசப அமச்சவரு தாஞ் சொத்துக்களயெல்லாம் கட்சிக்கும், பொதுமக்களுக்கும் எழுதி வச்சவரு.. சொதந்திரப் போராட்டத்துல தீவிரமா ஈடுபட்டவரு. அதுக்காக மத்திய சர்க்கார் குடுத்த பென்ஷனையும் விருதுகளையும் கூட வேணாம்னவரு.."

"அப்படீன்னா ரொம்ப ரொம்ப முக்கியமானவர்தே.." வியப்புடன் சொல்லிக்கொண்டாள் முத்துமாடத்தி.

அப்போது வயது முதிர்ந்த ஒரு பெண்ணும் ஆணும் கீழே நின்று மேலே எட்டிப் பார்த்தனர். "வக்கீலய்யா.." என்று ஈனசுரத்தில் அந்தப் பெண் கூப்பிட்டாள். கூட வந்த ஆள் கூனிக்குறுகிப் போய் நின்றான்.

“நெலப்பிரச்சனையா வந்திருக்காக.. நாளைக்கு அவகளுக்கு வாய்தா.. கோர்ட்டுல அட்டண் பண்ணனும்.. அது சம்பந்தமாய் பேசவந்துருக்கா..”

முத்துமாடத்தி எழுந்து கொண்டாள்! “அப்ப நா கௌம்புறேங்கய்யா..” கையெடுத்துக் கும்பிட்டு விடைபெற ஆயத்தமானாள்.

வக்கீல் பன்னீர் குறுக்கிட்டார்: “ஏம்மா முத்துமாடத்தி வழக்குகள் சம்பந்தமா சட்ட வெவரங்களத் தெரிஞ்சுக்கணும்னு வந்திருக்னேனு சொன்னீங்க.. ஒண்ணுங் கேக்காம ஓடுனா எப்புடி? அவுக இப்பப் போயிடுவாக.. செத்த ஒக்காருங்க.. இன்னிக்கு மதியச் சாப்பாடு எங்க வூட்டுலதே.. ஒங்களுக்கு..”

முத்துமாடத்திக்கு மறுத்துப் பேசத் தோன்றவில்லை. அம்பேத்கர் சிலையையும் வக்கீல் பன்னீரையும் மாறி மாறிப் பார்த்தாள். பொருத்தமான இடத்திற்குத் தான் வந்திருப்பதைப் போல் அவளுக்குத் தோன்றியது. “சரிங்கய்யா” என்றவாறு தொப்பென்று விழுவது போல் பதட்டத்துடன் சேரில் மறுபடியும் உட்கார்ந்து கொண்டாள்.

அவள் உட்கார்ந்த வேகம் பன்னீருக்குள் சிரிப்பை வரவழைத்திருக்கும் போலும்; லேசாப் புன்னகைத்துக் கொண்டார்.

□

18

மூத்துமாடத்தி தள்ளுவண்டி நிறைய செரகாயுடன் போனாள். ஸ்டியரிங் அவளது கைகளில் இருந்தது. வண்டி மலைச்சியம்மன் கடை தள்ளுவண்டிகள் முன்பு மாதிரி இல்லை. பழசுபட்டு அடித்தட்டுகள் பிய்ந்து ஏற்றிக் செல்வது வீதியில் ஒழுகும் நிலைக்கு வந்திருந்தது. பின்னால் நாகவல்லியும், மயிலம்மாளும் விழுவதைப் பொறுக்கி மேலாகப் போட்டுக் கொண்டு வந்தனர். வண்டி முழு ஆள் படுத்துறங்கும் விதானத்தில் இருந்தது. தெருவில் பார்த்த வேலுச்சாமி பிள்ளை, "ஏத்தா தெரமான வண்டியாப் பாத்து எடுத்துட்டுப் போகாம இப்புடி ஒழுக விட்டுக்கிட்டே போறீகளே.. எம்புட்டுத் தடவ விழுகுறது.. எம்புட்டுத் தடவ எடுத்துப் போடுறது.. நல்ல ஆளுக வந்து சேந்தீக.." என்றபடி வேப்பங்குச்சி முனையை அதக்கி மென்றபடி ஆற்றுப் பக்கம் இறங்கினார்.

தினசரி இது ஒரு வேலையாகத்தான் இருக்கிறது. காளி மதினி, சுப்பக்காள் போன்றோரும் வாடகைக்கு வண்டி விடுகிறார்கள். போனது வந்ததைப் பார்த்து வைத்திருப்பார்கள். ஒழுகல் புழுகல் என்று அதில் வருவதில்லை. இன்றொரு நாள், நாளை ஒருநாள் என்று சுழற்சி முறையில் மூன்று கடைகளிலும் வண்டிகள் கிடைத்தன. பொதுக் காரியம் என்பதால் யாரும் காசு கேட்பதில்லை. வெறகு வெங்கிலி பார்ப்பதும் அத்தனை எளிதானதாயிருப்பதில்லை. அதற்கென்று ஆவாரப்பனும், முனியசாமியும் ஒதுக்கி விடப்பட்டிருந்தார்கள்;. ஒருநாள் கரட்டுப் பக்கம் போவார்கள் இன்னொரு நாள் சன்னாசியப்பன் மலை மேல் ஏறுவார்கள். அவர்களைத் தவிர சங்கிலியும், நாகபாண்டியும் விறகு தேடிக் காடுமேடெல்லாம் அலைவார்கள். இந்தக் கணக்குகள் அடிக்கடி மாறி வேறு வேறு ஆட்களையும் முத்துமாடத்தி நியமிக்கவும் செய்தாள்.

விறகுக் கடைகள் இங்கொன்றும் அங்கொன்றுமாய் ஊரில் நாலைந்து இருந்தன. ஆரம்பத்தில் போனது வந்ததுகளைப் பொறுக்கி எடுத்து ஆள் ஆளுக்குக் கொடுத்தார்கள். ஆனால், தினமும் கல்யாணச் சமையல் போல் நடப்பதற்குக் கொடுத்து மாள முடியாமல் திண்டாடினார்கள். ஒரு எரிப்பு ரெண்டு எரிப்பு

என்று தான் அது வந்தது. கல்லடுப்பில் திணித்ததும் எரியும் விறகுகள் மரக்குச்சிகள்; மூணுநாள் எரித்தாலும் கங்கு காணாத விறகுகள் என்று விதம் விதமாய் வந்து கொண்டே இருந்தன. பொடிச் சுள்ளிகள் எத்தனை அள்ளி வந்தாலும் பொசு பொசு வென்று எரிந்து அரிசி தவசிகள் வேகாமல் பருக்கை பருக்கையாகப் பயறு பயறாய் நின்றன. நன்கு வேகாத சோறு தண்ணிகள் வயிற்றோட்டத்தை உண்டு பண்ணும் என்கிற பயமும் முத்துமாடத்திக்கு இருந்தது. ஒருவர் இருவர் என்றில்லை. அத்தனை பேரின் உடல்நலத்தையும் பாதுகாக்க வேண்டும்.

லாரி விறகுகள் அடைந்து வைக்க வேண்டுமென்றால் அதற்கு பத்தாயிரம் இருபதாயிரம் என்று வேண்டும். ஐம்பதாயிரம் ஒரு லட்சத்திற்கென்று ஒரு மூலையில் அடைந்து வைத்துக் கொண்டால் மாதக் கணக்கில் கூட அவதிகள் இன்றி ஓடிவிடும். கல்லடுப்புக்கு ஏதுவானவை மா, புளி, மஞ்சனத்தி, கருவேல விறகுகள். வட்டப்பாறை ஒரு தடவை அப்படி லாரி நிறைய ஏற்றி விட்டார். மலைக் கூப்புகள் எடுக்கிறவர் அதுவும் கேரளாக்காரர். போராடுகிறவர்களுக்கு உதவும் மனசும் அந்த மண்வாகில் இருந்தது. சாதாரணமாகவே ஐந்தாயிரம் பத்தாயிரம் கொடுப்பவர் செலவோடு செலவாகப் போகட்டும் என்று ஒரு லாரியைத் திருப்பி விட்டிருந்தார்.

வட்டப்பாறையை போல் இன்னும் சில கூப்புக்காரர்களையும் முத்துமாடத்தி விசாரித்துக் கொண்டிருந்தாள். இன்னும் எத்தனை நாட்கள் போராட்டம் நீடிக்கும் என்று தெரியவில்லை. லேபர் ஆபீஸ் பேச்சு வார்த்தைகள் முடிவுக்கு வராமல் நீண்டு கொண்டிருந்தன. “வேலைக்கு வேன்னா எடுத்துக்கிறே.. ஆனா சங்கம் வைக்கக் கூடாது” என்று வைரவன் முதலாளி முயலுக்கு மூணு கால் என நின்றார். மதுரை பஞ்சாலை சங்கத்தினர் மாநில அரசு வரை தலையீடு செய்ய முயன்று கொண்டிருந்தனர். தொழிலாளர் நலத்துறை அமைச்சர் மாவட்டத்தில் எங்கு வந்தாலும் தொழிற்சங்கத் தலைவர்கள் போய்ப் பார்த்தனர். “நல்லபடியா முடிச்சிரலாம்.. ஒங்க நன்மைக்குத்தானே என்னயப் போட்டுருக்காக..” என்று ஆந்த வார்த்தை சொன்னாலும் கடைசியில் மில் முதலாளியின் கெஸ்ட் ஹவுசில்தான் அவரது தங்கல் இருந்தது.

“ஜென்மத்துக்கும் இந்தப் பெரச்ன தீராது.. மில்லுக்காரனுக்கு குளிர் விட்டுப் போச்சு... சங்கங் கேட்டு நின்ன ஒத்த ஆள இனிச்சேப்பானான்னு பாப்பம்.. ஒளியப் போயி தலயாரி

வூட்டுக்குள்ள போனது மாதிரிதே மந்திரியப் பார்த்தது..'' தவமணி கொதித்தெழுந்து பேசினார்.

''எம்புட்டு நாளைக்குத்தே அவெ ஒரு ஷிப்ட் ஒன்ர ஷிப்டுன்னு ஓட்டுவான்னு பாக்குறே.. வீம்புக்குப் புளியங்காதிங்குறா.. உள்ள இருக்கிறவ ஒணந்தா ஒத்த மிஷினு ஓடுமா.. மொத்த மில்லுமில்ல நின்னு போயிடும்.. அப்பறம் தானா தாயளி எறங்கி வந்துடுவா..'' சடையால்பட்டி கனகராஜ் நெஞ்சு படபடக்கச் சொன்னார்.

''தொழிலாளர் நலத்தொறைன்னு ஏ ஒரு மந்திரியப் போட்றாய்ங்கன்னு தெரியல.. இங்குட்டு வந்தா நேர அவங் கால் மாட்ல போயி வுழுகிறது.. அவெம் போட்ற கறிக்கஞ்சியத்திங்கிறது.. அவந்தோள்ல கையப் போட்டுக்கிட்டுப் போறது.. இவெய்ங்கதே நம்ம பெரச்னயத் தீக்கப் போறாய்ங்களாக்கும்.. மொத்தமாகத் தொழிலாளிகள அடகு வச்சிட்டுப் போயிடுவாய்ங்க..'' போடி சுப்புக்கண்ணுவுக்கு கண் மண் தெரியாத கோபம் வந்தது.

ஆள் ஆளுக்குப் பேச்சுக்கள் கூடியதைப் பார்த்து கொண்டே அடுப்பில் விறகுகளைத் திணித்துக் கொண்டிருந்தாள் முத்துமாடத்தி. அன்றைக்கு காற்று அதிகமாயிருந்தது. சுற்றுக்காடுகளில் செம்மண்ணை அள்ளி வந்து பிரகாரத்தில் போட்டது. மழைக்கோப்பில் வெய்யிலும் உறைக்கவில்லை. திண்டுகள், கல்லுகள் மரவேர்கள் என அத்தனையிலும் ஆட்கள் இருந்தார்கள். கொஞ்சப் பேர் குளிக்க எடுக்க என்று ஆற்றுப்பக்கம் போயிருந்தார்கள். வீடுவாசல்களைப் பார்த்து வரவும் சிலர் சென்றிருந்தார்கள்.

ஒவ்வொருவரிடமும் முத்துமாடத்தி எச்சரித்துத்தான் அனுப்பினாள். ''வெனாவாப் போயிட்டு வரணும்.. அங்குட்டும் இங்குட்டும் கண்டேத்தமாச் சுத்தக் கூடாது.. போன காரியம் முடிஞ்சிருச்சின்னா பொசுக்குன்னு வந்து நிய்க்கணும்.. தேடி அலைய வுடக் கூடாது.. அங்குட்டு மில்லுக்காரே கண்ணுல வெளக் கெண்ணய வுட்டுக்கிட்டு அலையுறா.. அவெ வச்ச ஆளுகளும் திகுடு திம்பாகத் திரியுறானுக.. ஏதாவது ஏடா கூடம் ஆச்சுன்னா கேஸுக்கு மேல கேஸு போட்டுத் தீட்டிடுருவா.. அப்பறம் ஒரல்ல தலயக் குடுத்த கதயாயிடும்..''

முத்துமாடத்தியின் சொற்கள் வெல்லும் சக்தியைப் பெற்றிருந்தன. எங்காவது போய் விட்டுத் திரும்புகிறவர்கள் ஊறுகாலப்பன் கோவில் வளாகத்திற்குள் நுழைந்ததும் முதலாவதாக முத்துமாடத்தியைத்தான் தேடுவார்கள், பள்ளி ஆசிரியரிடம் மாணவர்கள் ஆஜர் கொடுப்பதைப் போல், ''மாடத்தியக்கா நா வந்திட்டே..'' என்பார்கள்.

19

"யாரு எங்க வந்து தங்குறது? எந்தக் காட்டுக் கழுதைகளோ இங்க வந்து கும்மரச்சம் போடுதுக.. அதுக்காகவா அப்பன் பூட்டங்காலத்திலிருந்து இதக் காவக் காத்தோம்.. ஆன்னு கெடந்தா கேப்பாரில்லேன்னு ஆளாளுக்கு வந்து நாட்டாம பண்றதா? .. ஒத்த ஆளு உள்ள இருக்கக்கூடாது.. சொடக்குப் போடுறதுக்குள்ள காலி பண்ணிறனும்.. இல்ல போலீஸ ஏறக்கிக் காலி பண்ணுவோம்.." மீசை பாண்டியும் கூட ஏழெட்டுப் பேரும் இடுதடியன்கள் போல் வந்து புல் 'தண்ணி'யில் கலகம் செய்தார்கள்.

சுவரும் காம்பவுண்டும் இல்லாத வெட்டார வெளி; சுத்துக்குச் சுத்து வேலி அமைத்தாற் போல் கருவேல மரங்களும் காட்டுக் கொடிகளும் புதர் அடைசலும்தான் ஊறுகாலப்பன் கோயிலைத் தனித்துக் காட்டின. ஊரில் இதுபோல் இத்தனை விஸ்தாரமான கோயில் வளாகமும் இல்லை, ஒதுக்குப்புறமும் இல்லை; இத்தனை பெருங்கூட்டம் வந்து எப்போதும் தங்கியதுமில்லை.

சீட்டு விளையாட்டுக்காரர்கள்; தாயம் உருட்டுவோர்; கஞ்சா கசக்குவோர் 'தண்ணி' அடிப்போர்; ஒண்ணுக்கு ரெண்டுக்கு ஒதுங்குவோர் என்று சேர்ந்தால் தான் ஆளரவம் இருக்கும், மற்ற நேரம் மர்மபிரதேசம் போல் அமைதி இருக்கும்.

ஊர் எல்லையில் சூலாயுதங்களுடன் கண்ணைத்திரட்டி விழிக்கும் சாமியைக் கண்டு பொண்ணு பொடுசுகள் பயந்தன. சின்னஞ்சிறுசுகள் ஓடி ஒளிந்தன. பள்ளிக்கூட நாட்களில் பயகள் போய் துணிந்து விளையாடினால் உண்டு.

படிப்படியாகக் கிளம்பி பட்டியக் கற்கள் பதித்து இப்போது தான் அது கோயில் கணக்கில் சேர்ந்திருந்தது. வெள்ளாமை விளைச்சல்களில் ஜெயித்தோர், வேண்டுதல் நிறைவேறக் கண்டோர் கைங்கரியத்தில் சின்னச் சின்ன மாற்றங்கள் வந்து கொண்டிருந்தது.

முத்துமாடத்தி அப்போதுதான் காலை இளம் வெய்யில் சோங்கில் காய்கறிகளை அரியத் துவங்கியிருந்தாள். ஆட்களில் அதிகம் பேர் அந்நேரத்திற்கு ஆற்றுக்கும் குளத்திற்குமாக சென்றிருந்தார்கள். ரெங்குவும் பார்வதியும் கூட மாட ஒத்தாசையாக

காய்கறிகளை அரிந்து கொண்டிருந்தனர். முத்துக்கண்ணனும் பாப்பையாவும் காளிமதினி கடையிலிருந்து பொறுக்க விறகுகளை ஏற்றி வந்து தள்ளுவண்டியிலிருந்து இறக்கிக் கொண்டிருந்தனர்.

முத்துமாடத்தி கொஞ்சமும் தாமதிக்கவில்லை. வண்டியிலிருந்து ஆள் நீள விறகுக்கட்டை ஒன்றை எடுத்துக் கொண்டாள். இது அன்பாய்ப் பேசி அனுப்பி வைக்கக் கூடிய காரியமில்லை என்று அவளுக்குத் தெரிந்து விட்டது. முதலில் சும்மா தூக்கி வருவது போல் அவர்கள் முன் பாவனை செய்து கொண்டாள்.

இரண்டெட்டுப் பின் வாங்கிய மீசை பாண்டி, "இந்தாத்தா ஓ வேகத்தையெல்லாம் வேறாள்ட்ட வச்சிக்க.. நா படு மோசமான ஆளு.. மொட்டுக் கட்ட நீ இம்புட்டுப் பேருக்குச் சோறாக்கிப் போடுறியாக்கும்.. போத்தா போயி வேற வேலயிருந்தாப் பாரு.. எந்த நாயி எப்படிப் போனா என்னா எவ எக்கேடு கெட்டா ஒனக்கென்னா கஞ்சிக்கு ஆலாப் பறந்து சாகட்டும்னு விடாம காச்சி ஊத்துறியாக்கும்.. கஞ்சி.. அதுக்கு இந்த ஊர்ப் பொதுக் கோயில்தே செடச்சதாக்கும்.. என்னமோ நீதே உண்டாக்கி உருவாக்குன மாதிரி.." கட்டம் போட்ட டவுசர் பெரியதாய் வெளியில் தெரிய கைலியை நெஞ்சு வரை ஏற்றிக் கட்டிக் கொண்டு நின்றான் மீசை பாண்டி. உடன் வந்த ஆட்களும் அவனுக்குச் சளைத்தவர்கள் அல்ல என்று சலாவரிசை அடித்து கொண்டு நின்றனர்.

"ஏலேய்.. நா ஆக்கிக் கொட்றே.. இல்ல ஆத்து மணல்ல போடுறே.. அதக் கேக்க நீங்க ஆருடா.. விட்டு வகுந்தேன்னா செரகாயெல்லாம் பிஞ்சு போயிடும்.. மில்லு நாயி ஊத்திவிட்டா தொலவக்கன போட்டுக்கிட்டு வந்து ஆடுவீகளோ.. ஒங்க பொண்டாட்டி புள்ளகளயும் இப்புடி தெருவில அலயவுட்டாத்தேந் தெரியும்டா.. ஒன்னு ரெண்டுன்னு சொல்றதுக்குள்ள இந்த எடத்தக் காலி பண்ணிடுங்க. இல்லேன்னா விட்டு வகுந்துருவே..."

மீசை பாண்டி இப்போதும் மில்லில் வேலை செய்யும் உள்ளூர் ஆள். முதலாளியின் வண்டிக்குள் அமர்ந்து செல்லும் நெருக்கம். கூட நிற்பவர்கள் முகங்கள் முன்பின் பார்த்தறியாததாய் இருந்தன. ஒருவேளை அவர்கள் இப்போது மில்லில் புதுசாகச் சேர்ந்திருக்கலாம் அல்லது அடிதடிக் கென்றே அழைத்து வரப்பட்டவர்களாக இருக்கலாம்.

மீசை பாண்டி அனைவர் கைகளிலும் சிரகாய்கள் இருப்பதைப் பார்த்து முன் பாய்வது போல் பாவலா செய்தான். பெண்களின் வீரத்தை குறைத்து மதிப்பிட்டிருக்கலாம். ஆனால், அதற்குள்

ஆங்காங்கே இருந்த மில் தொழிலாளர்கள் வேட்டிகளை வரிந்து கட்டிக்கொண்டு நெருங்கினார்கள்.

"ஒரு ஆத்தாளுக்கும் அப்பனுக்கும் பொறந்திருந்தா எல்லாரும் கிட்ட வாங்கடா. ஊர்ப் பொதுக்கோயிலு இது. இதச் சொந்தங் கொண்டாட எல்லாருக்கும் உரிம இருக்கு. உள்ள வந்து குடிச்சுக் கூத்தடிக்க கூடாது... தேவுடியாத்தனம் பண்ணக்கூடாது... ஒன்னய மாதிரி தொழிலாளிகளுக்குத் துரோகம் பண்ற கருங்காலிக வரக் கூடாது... மத்தபடி என்னடா... நாப் பயலே... ஒனக்குஞ் சேத்துத்தானடா சலுக சங்கஞ் சேர்ற உரிமன்னு கேட்டுப் போராடுறோம்..."

'தண்ணி'க் கிறக்கத்தில் அவர்களுக்கு ஒன்னும் ஏறப்போவதில்லை. இடுப்பில் கத்தி, சைக்கிள் செயின்களை மறைத்துக் கொண்டு அவர்கள் வந்திருக்கக்கூடும். அதை எடுப்பதற்குள் சிரகாய்கள் வீச்சில் மண்டைகள் பிளந்து விட வேண்டும். மில் முதலாளி போலீஸ் அனுப்பிப் பிடிப்பதெல்லாம் அப்புறம். வருவது வரட்டும் பார்த்துக் கொள்ளலாம். இப்போது பிளந்து கட்டினால் நாளைப் பின் வாலாட்ட மாட்டார்கள். இங்கு வருவதைப் பற்றி யோசிக்க மாட்டார்கள்.

"ஓ ரப்பு ராங்கியெல்லாம் எம்புட்டு நாளைக்கின்னு பாக்குறே... புருஷ எறந்த பொறகு கள்ளப்புருஷன தேடிக்கிட்டவ நீ... இங்கயும் எவனாச்சும் சிக்குவான்னுதான கஞ்சி காய்ச்சி ஊத்துறே... ஆதாயமில்லாம ஆராச்சும் ஆத்தக் கட்டி எறப்பாகளாக்கும்..."

அதற்குள் முத்து மாடத்தியின் வாய் பேசவில்லை. சிறகாய்கள் பிய்ந்து போயின. அடுத்து அடுத்து என எடுத்த வேகம் தெரியவில்லை. "தே...யா...மகனே... எங்க வந்து யாரப் பாத்து என்ன பேச்சுப் பேசுற... நாக்க இழுத்து வச்சு அறுத்திடுவே... இந்த மட்ல ஓடிப்போயிடு... இங்கயே அடிச்சே கொன்னு போடுவே... அநியாயங்கள எதிர்த்து நிக்கத் துப்புக் கெட்ட ஒன்னய மாதிரி சும்பப் பயக இப்புடித்தே ஈனத்தனமாப் பேசிக்கிட்டு வருவாங்கடா சந்தப் பொறுக்கி நாயி... நீ வந்து எனக்குச் சர்டிபிகேட் குடுக்கிறயாக்கும்... இல்லாததையும் பொல்லாததையும் கத கட்டி விட்டா இப்புடியே வுட்டுட்டு ஓடிப்போயிடுவான்னு கனவு கண்டு வந்தியாக்கும்... நா அந்த வம்சத்துல பொறக்கலடா... இது ஒழைக்கிற கையிடா... எவங்கிட்டயும் பிச்ச வாங்கி எவங்கூடயும் படுத்து நாய்ப் பொழப்புப் பொழய்க்கிற ஈனச் சிறுக்கி இல்லடா நா..."

மீசை பாண்டி வெலவெலத்துப் போய் நின்றான். கூட நின்றவர்கள் அவனை விட்டு விலகி ஓரடி, ஈரடி என்று பின் வாங்கி ஒரேயடியாய்க் கண்மறைந்து போனார்கள். இதற்கு மேல் ஒரு வார்த்தை பேசினாலும் எகிறினாலும் பிணமாய்த்தான் கீழே விழ நேரும் என்று அஞ்சி அடி விழுந்த இடங்களைத் தடவிப் பார்த்துக் கொண்டே ரத்தம் வழிய ஆற்றுப் பாதை வழியே இறங்கி ஓடினான் மீசை பாண்டி.

ஒருவேளை அவன் குறுக்கே விழுந்து மில்லுக்கு ஓடி முதலாளியிடம் முறையிட்டு ரத்தக் காயங்களைக் காட்டி போலீஸ் படையுடன் வரலாம். நாள்ப்பட நாள்ப்பட இது மாதிரி இன்னும் பலவாக்கில் தொழிலாளர்களுக்கு நெருக்கடிக்கு மேல் நெருக்கடிகள் கொடுத்தால் ஏதுடா வம்பாப் போச்சு என்று அவரவர் பாடு பார்க்க ஒதுங்கிக் கொண்டால் போராட்டத்தை ஒடுக்கி விடலாம் என்ற மில் முதலாளி திட்டமிட்டிருக்கலாம் என்று முத்துமாடத்தி நினைத்தாள். ஆனால் மலை போன்ற மன உறுதியுடன் இருந்தால் யார் என்ன செய்து விட முடியும் என்கிற எண்ணங்களும் அவளுள் ஓடின.

□

20

ஊர் திரண்டு நின்றது. வாடி வாசலை மொய்த்துக் கொள்வதைப் போல் போலீஸ் வண்டியைப் போர்த்திக் கொண்டு கூட்டம் நின்றது. பெருமாள் கோவில் மந்தை அன்று சித்திரைப் பெருவிழா நாளைக் கண்டது. பலசரக்குப் பொருட்களை வாங்க வந்திருந்த முத்து மாடத்தியைக் கைது செய்யும் நோக்கத்தில் சர்க்கிள் இன்ஸ்பெக்டர் ஸ்டான்லி வந்து இறங்கினார். கூடவே நான்கைந்து போலீஸாரும் அடுத்தடுத்துக் குதித்தனர். ஊருகாலப்பசாமி கோவில் அங்கு இங்கு என்று விசாரித்து கடைசியில் வண்டி அவள் முன் வந்து நின்றது.

"நீ தானம்மா முத்துமாடத்தி வண்டீல ஏறும்மா..." ஸ்டான்லி அதிகாரக்குரல் எழுப்பினார்.

முதலில் யாரையோ அழைக்கிறார்கள் என்றுதான் முத்துமாடத்தி வேறு கவனத்தில் இருந்தாள். திரும்பத் திரும்ப அழைக்கும் குரலால் அவள் தன் வயப்பட்டுத் திரும்பினாள். ஸ்டான்லியைக் கண்டதும் "வணக்கம் சார்" என்றாள்.

ஏற்கெனவே பலமுறை பார்த்தமுகம்; பொதுக்கூட்டம், ஊர்வலம், உண்ணாவிரதம் என்று பந்தோபஸ்துகளுக்கு அவர் வந்திருக்கிறார். மைக் அனுமதிக்காக ஒருமுறை செல்லத்துரையுடன் சென்றிருக்கிறாள். ஊர்ப்பிரச்சினைகள், திருவிழா, கூப்பாடு, சண்டை சச்சரவுகள் என்று அனைத்திற்கும் வந்து போகும் அதிகாரி அவர். கொஞ்சம் துடுக்கும் மிடுக்குமான ஆள்.

"வணக்கமெல்லாம் இருக்கட்டும்மா, மொதல்ல வண்டில ஏறும்மா..."

முத்துமாடத்தி துணிவாய் நிமிர்ந்தாள். எதுவோ நடக்கப் போகிறது என்பதை உணர்ந்து கொண்டாள். "இன்னதுக்குன்னு காரணம் தெரியணும்சார்... ஏ வண்டில ஏறுணும்... எதுக்கு ஏறணும்..." பலசரக்கு வாங்கிய சாக்கைத் தோளில் ஏற்றியபடி கேட்டாள் முத்துமாடத்தி.

எங்குதான் இருந்தார்கள் என்று தெரியவில்லை. புற்றீசல்கள் போல் ஆட்கள் சேர ஆரம்பித்தார்கள்.

"இங்கென்னா அவுத்துப் போட்டா ஆடுறாங்கன்னு இம்புட்டுப் பேரு வந்து நிய்க்கிறீக... போங்க அங்கிட்டு.." ஸ்டான்லி விறைப்பாகக் கம்பைச் சுற்ற ஆரம்பித்தார். போலீஸ்காரர்களும்

சார்ஜ் என்றால்; பாய்வதற்கு ஏதுவாக வலம் வந்தனர். பாம்பாட்டியைச் சுற்றி நொடிப்பொழுதில் சேர்வதைப் போல் கூட்டம் சேர்ந்து விட்டது.

கடுவாமுத்து நாயக்கர்தான் ஸ்டான்லி முன்னால் நெருங்கினார். ஊரில் பெரிய மனிதர்களில் ஒருவர். எங்கும் எதற்கும் மடங்கிப் பேசக் கூடியவரல்ல. ஊருக்கு ஒன்று என்றால் நான் என்று முன் வந்து நிற்பவர். அவரை வைத்துத் தான் ஊரில் பலகாரியங்கள் நடக்கும்.

"ஒரு பெரிய அதிகாரி... வாயடக்கமாய் பேசுங்க சார்... ஊர்ல நல்லது செய்றவகள பொசுக்குனு வந்து வண்டீல ஏறும்பீக... என்ன ஏதுன்னு நாங்க கேக்க வேணாமா? பெறகெதுக்கு பெரியாளுகன்னு நாங்க இருக்கனும். இதெல்லாம் பாத்துக்கிட்டு சும்மாருக்க முடியாது..."

"பாத்துக்கிட்டு நிக்கலைன்னா இதேம் பாத வூட்டுக்குப் போ... இங்க நின்னு ராப்காடு பண்ணாத... நீ வண்டீலு ஏறும்மா.. ஏறும்மான்னா..." ஸ்டான்லியின் குரலில் கடுமை ஏறிக் கொண்டிருந்தது.

முத்துமாடத்தி நின்றபடியே நின்று கொண்டிருந்தாள். ஒரு பிட்டு அசையவில்லை.

"இங்க ஒன்னும் ஒங்க அதிகாரம் கொடி கட்டிப் பறக்கல... காக்கிச் சட்டைன்னு போட்டா என்ன செஞ்சாலும் கட்டுப்பட்டு நடக்கனுமா... மொதல்ல காரணஞ் சொல்லுங்க... அப்புறம் வண்டீல ஏறுறதா ஏறக்கூடாதான்னு பாப்பம்..."

கூட்டம் ஆற்று வெள்ளம் போல் பெருகிக்கொண்டே இருந்தது. போலீஸ் லத்திக்குப் பயந்தது அந்த ஊர் இல்லை. பாலப்பிரச்சினை, பாதைப் பிரச்சினை, கூட்டுக் குடிநீர் திட்டம், பஸ் போக்குவரத்து என ஆயிரத்தெட்டு பிரச்சினைகளுக்கு வகை வகையாய், விதம் விதமாய் போராட்டத்தை நடத்தி வெற்றி வாகை சூடிய மக்கள் தான் அப்படிக் கூடிக் கொண்டிருந்தார்கள். ஒரு சமயத்தில் பத்து ஊர் ஜனங்களும் சேர்ந்து மையமான பாலப்பிரச்சினைக்கே தேர்தல் பகிஷ்கரிப்பும் செய்திருக்கிறார்கள். போலீஸ் என்றால் குளிர் விட்டுப் போன நிலையும் இருந்தது.

கடுவாமுத்துநாயக்கர் கோபம் தலைக்கேறிய நிலையில் இருந்தார். போலீஸ் என்றால் கொம்பு ஒன்றும் இல்லை. அவர் வீட்டுப் பையனும் திருச்சியில் சப்-இன்ஸ்பெக்டராக இருந்தான். ஆனால், ஸ்டான்லி போல் திமிர்த்தனமான அணுகுமுறை அவனிடம் இருந்ததில்லை. மேலதிகாரிகள் எது சொன்னாலும்

அப்படியே போய் விழுந்து குதறுவது என்கிற பழக்கமும் அவனிடம் இல்லை. இதைச் செய்து தருகிறேன். அதை முடித்துத் தருகிறேன் என்று பத்து நூறு லஞ்சமும் வாங்கியும் அறியான். பணக்காரர்களுக்கு ஒரு நிலைப்பாடு ஏழைகளுக்கு ஒரு நிலைப்பாடு என்று எடுத்ததுமில்லை. திருச்சியின் சொக்கத்தங்கம் என்று அவனுக்கு ஒரு விருதும் கொடுத்திருந்தார்கள்.

ஸ்டான்லி இரு உள்ளங்கைகளிலும் லத்தியை உருட்டிக் கொண்டே நெஞ்சை விறைத்துக் கொண்டு முத்துமாடத்தியைப் பார்த்தார். முத்துமாடத்திக்கு ஏனோ ஜெயிலரின் மேல்நோக்கிச் சிரித்த மீசை ஞாபகத்திற்கு வந்தது. சிரிப்பை அடக்கிக் கொண்டாள். அவளுக்கு இப்போது பயமற்றதனம் வந்திருந்தது. தான் மடங்கினால் தொழிலாளர்களின் வாழ்வு முடங்கிப் போகும் என்று நினைத்துக் கொண்டாள்.

“மீசைப்பாண்டியவும் அவெங் கூட வந்த ஆளுகளயும் செரகாயக் கொண்டு அடிச்சிருக்க… எல்லாருக்கும் ரத்த காயம்… அம்புட்டுப் பேரும் ஆஸ்பத்திரில உசுருக்குப் போராடிக்கிட்டிருக்காக…” ஸ்டான்லி பூசணிக்காயிலேயே பெரியதாக ஒன்றை எடுத்து கவள சோற்றில் மறைத்துக் கொண்டிருந்தார்.

ரத்தினம் பிள்ளை, மாயாண்டித்தேவர், பெத்தனகவுண்டர் என இதர பெரிய தனங்களுக்கும் தகவல் சென்று அவர்களும் கடுவா முத்து நாயக்கருக்கு அருகில் வந்து நின்றார்கள்.

ஸ்டான்லியின் விறைப்பு கொஞ்சங் கொஞ்சமாய் குறைந்து கொண்டிருந்தது. அவர் இந்தப் பகுதிக்கு அதிகாரியாய் வந்ததிலிருந்து பல போராட்டங்களைப் பார்த்து விட்டார். கூட்டுக் குடிநீர் திட்டத்திற்கு மறியல் செய்த போது அவர் சப்-இன்ஸ்பெக்டராக இருந்தார். அப்போதிருந்த சர்க்கிள் இன்ஸ்பெக்டர் சீனிவாசன் கண்மண் தெரியாமல் அடித்த போது இப்போது வந்திருக்கிற மாயாண்டித் தேவர் தான் அவரது கையை ஒடிப்பது போல் பிடித்து லத்தியைப் பிடுங்கியவர். அதற்குப் பிறகு அவருக்கு சரமாரியாக அடிகள் விழுந்ததும் போலீஸ் பிடித்துச் சென்றதும் அவரை மீட்க ஊரே திரண்டு போய் போலீஸ் நிலையத்தை முற்றுகையிட்டதும் அதனால் அவர் விடுவிக்கப்பட்டதும் தனிக்கதை.

“செரகா அடில உசிரு போறதுன்னா அந்த அடி அம்புட்டுப் பலமா வுழுந்திருக்கு… அப்படித்தானே இன்ஸ்பெக்டரய்யா…” ரத்தினம்பிள்ளை நக்கலாகக் கேட்டார்.

“ஒரு பொம்பள ஆம்பளய அடிக்கிறதுன்னா அது லேசில நடக்காது. அதுவும் முத்துமாடத்தி மாதிரி ஒரு நியாயக்காரி, அடிக்கிறான்னா அதுல காரணமில்லாமலும் இருக்காது... எங்களுக்குத் தெரிஞ்சு அவ எந்த வம்புச் சண்டைக்கும் போனவல்ல” பெத்தன கவுண்டர் முத்துமாடத்தி மகாத்மியம் பாட ஆரம்பித்தார்.

“நான்னா அந்த மீச பாண்டிப் பயல வெட்டிப் பொலி போட்டுருப்பே... குடிக்கிற கஞ்சி கூட்ல சேராம அந்த பாவி மக அம்புட்டு ஒழச்சுப் போடுறா.. என்ன கருமாயப் பட்டாளோ ராப்பகல்னு பாராம அம்புட்டு ஆம்பளைகளையும் தாம் பெத்த பிள்ளைகளா நெனச்சு பசியாத்திக்கிட்டிருக்கா.. அவளப் போயி அந்த வெறுவாய்க் கலங்கெட்ட நாயி அந்தக் கேள்வி கேட்டுருக்கா.. என்னய வுட்ருந்தா அங்குனயே அவஞ்சங்க அறுத்துருப்பே. பொம்பளங்குறதுனால விட்டு வச்சிருக்கா... பாவம் ஒரு பக்கம் பழி ஒரு பக்கம்ங்கிற மாதி அந்த மில்லுக்காரே ஏவிவிட்டா நீங்களும் வந்துருவீக... டர்ரு புர்ருன்னு ஜீப்பப் போட்டுக்கிட்டு வெட்டியா இந்தக் கம்ப சுத்துறத விட்டுட்டு வண்டிய எடுங்க... அந்தப் பாண்டிப் பய செத்தா சொல்லி விடுங்க மறுநா பால் தெளிக்க வந்துர்றோம்...” அளவு மாற்றம் குண மாற்றம் என்பது போல் கூடிக் கிடந்த ஜனங்கள் ஆளாளுக்குப் போலீஸை எதிர்த்துப் பேசுவதற்கு தைரியம் பெற்றிருந்தார்கள்.

முத்து மாடத்திக்கு எங்கில்லாத தைரியமெல்லாம் வந்து சேர்ந்திருந்தது. “இந்த ஊருக்கு நா அப்புடி என்னா செஞ்சுட்டே.. அம்புட்டுப் பேரும் தூக்கிக் கொண்டாடுறாக...” உணர்ச்சி வசப்பட்டதில் அவளுக்கு நெஞ்சு விம்மியது.

பெருமாள் கவுண்டர் இன்னும் வேகமாக அணுகினார். “இந்தக் கைது அது இதுன்னு பூச்சாண்டி காட்றத விட்டுட்டு அடுத்த வேலய பாருங்க.. அப்படி கைது பண்ணனும்னா என்னைய பண்ணுங்க.. இங்க இருக்கிற அத்தன பேரயும் பண்ணுங்க... முத்து மாடத்திய மட்டும் விட்ருங்க... அவ மணிமேகலை பரம்பரை... அட்சய பாத்திரம் வச்சிருக்கவ. அவள நம்பி அம்புட்டு வகுறும் எறஞ்சிக்கிட்டுக் கெடக்கு...”

இந்த வாதப்பிரதிவாதங்களுக்கிடையில் ஊருகாவலன்கோவில் வளாகத்தில் குழுமியிருந்த தொழிலாளர்களும் நூற்றுக்கணக்கில் அங்கு வந்து சேர்ந்தனர். ஆள்ஆளுக்குப் பேச்சுக்கள் கிளம்பி ஞாயிற்றுக்கிழமை தேனிச்சந்தை போல் இரைச்சல் பெருகியது.

“ஏங் கடமயச் செய்ய விடாம தடுக்குறீக... கம்ப்ளைண்டு

வந்திருக்கு... ஆதாரமில்லாம நா ஒண்ணும் கைது செய்ய வரல..." ஸ்டான்லி பேப்பரைத் தட்டி காட்டினார். நிமிர்ந்து தூக்கிப் பிடித்துக்கொண்டு பழைய கம்பீரத்துக்கு வந்தார். "பேசாம எல்லாருமே வெலகிக்கிட்டா நல்லது... இல்லேன்னா..."

பொன்னுக்காளையும் செவத்த மாயனும் எகிறிக் கொண்டு முன்னால் வந்தனர். "அதேம் பெருமாள் அப்புச்சி சொல்லீட்டாகள்ல... அம்புட்டுப் பேரையும் கைது பண்ணுங்க.. இன்னும் பத்து பதினஞ்சு வண்டியக் கொண்டாங்க... மிச்சமிருக்கிற போலீஸ் மில்ட்ரின்னு அல்லாத்தையும் கொண்டாந்து எறக்குங்க... ஆனா எங்க தெய்வத்தத் தொட்டீங்கன்னா நடக்குறது வேற..."

"என்னடா... என்ன நடக்கும்?.. பூச்சாண்டி காட்றீகளா?..." உறையில் கிடந்த துப்பாக்கியில் கை வைக்கப் போனார்.

"சுடுங்க... ஒரேயடியா சுட்டுப் பொசுக்குங்க... அப்புறம் ஒத்த காக்கிச் சட்ட இங்கிருந்து வெளியேறாது..." மில் தொழிலாளர்கள் ஆள் ஆளுக்கு ஸ்டான்லி முன்னால் வந்து நெஞ்சைப் பிளந்து காட்டினார்கள்.

திடீரென்று ஒரு குரல் உரத்து முழங்கியது. "போலீஸ் அராஜகம் ஒழிக... வக்காலத்து வாங்காதே.. வக்காலத்து வாங்காதே.. மில்லில் கைக் கூலிகளுக்கு வக்காலத்து வாங்காதே.. திரும்பிப் போ.. திரும்பிப் போ... காவல்துறையே திரும்பிப்போ... கைது செய்யாதே! எங்கள் தலைவி முத்துமாடத்தியைக் கைது செய்யாதே.. கைது செய்யாதே!..."

கோஷங்கள் இடைவெளியின்றி அதிர்வேட்டுக்களாய் எழும்பிக் கொண்டே இருந்தன. ஊரில் ஒரு வீட்டிலும் ஆட்கள் இல்லாமல் ஆண் பெண் சகிதம் அங்கே குழுமிக் கிடப்பதைப் போல் ஒரு எழுச்சி அங்கே ஏற்பட்டிருந்தது.

முத்து மாடத்தி புல்லரித்துப் போய் நின்றிருந்தாள். அவளது கண்களில் உணர்ச்சிப் பெருக்கால் நீர் பெருகத் துவங்கியது. இது நாள் வரை வாழ்ந்ததன் அர்த்தம் அன்று விளங்கியதைப் போல் விம்முதமுற்றாள். முழுக் கூட்டத்தையும் ஒரு சுற்று நா தழுதழுக்கப் பார்த்துக் கொண்டாள். "இவுகளுக்கு அப்புடி என்ன பண்ணிட்டே... சோறாக்கிப் போடுறது அம்புட்டுப் பெரிய விஷயமா?... இம்புட்டுப் பாசத்தப் பொழியறாக... எனக்கு ஒன்னுன்னா இம்புட்டு உசுர வுட்றாக..." அவளது மனசெல்லாம் நன்றிப் பெருக்கால் நிறைந்திருந்தது.

டவுன் கூட்டத்திற்குச் சென்றிருந்த உள்ளூர்த் தொழிற்சங்கத் தலைவர்கள் பொன்னம்பலமும், செல்லச்சாமியும் கைப்பைகளுடன்

இறங்கி கூட்டத்தில் புகுந்து இன்ஸ்பெக்டர் ஸ்டான்லியை நெருங்கினார்கள். அவர்களுக்கு ஏற்கெனவே இங்கு நடப்பது குறித்து யார் மூலமோ தகவல் போயிருக்கும் போலும். அதற்காகவே முன்கூட்டியே புறப்பட்டு வந்தவர்களைப் போல் காணப்பட்டார்கள்.

ஸ்டான்லி ஏதாவது விபரீதம் நடப்பதற்குள் புறப்பட்டுப் போய் விட நினைத்தவர் போல் கூட்டத்தை விலக்கிக் கொண்டு ஜீப்பை நோக்கி விரைந்தார். உடன் வந்த போலீஸாரும் வாலைச் சுருட்டி கொண்டு வண்டியில் ஏறப் போனார்கள்.

□

21

பெரியகுளம் சாலையின் இரு மருங்கிலும் சேர்த்து முந்நூறு கடைகளாவது இருக்கும். நேரு மதுரை சாலையில் கிழக்கு முகமாகக் கோல்பிடித்து நின்றாரென்றால் தென் வடலாக அடையாளம் சொல்வதற்கு ரயில்வே கேட் இருந்தது. முந்நூறும் முந்நூறு விதமான கடைகளாக இருந்தன.

கொஞ்சம் அதிகமாகச் சொல்வதென்றால் ஒரு சாரியில் மாட்டுத் தீவன கடைகளும் இன்னொரு புறத்தில் பருத்தி நவதானியக் கடைகளும் அணி வகுத்தன. பக்கவாட்டில் கிழக்கும் மேற்குமாய் இடையிடையே வகுந்தாற்போல் சென்ற துணை வீதிகளில் உரம், பூச்சி மருந்துக் கடைகளும் அதே போல் பருத்தி நவதானியக் கடைகளும், சாக்குக் கடைகள், மரக்கடைகள், காய்கறிக் கடைகள் லாரி செட்டுகள் என அடைந்து கிடந்தன.

அளவில் தேனி என்பது இரண்டு மூன்று பெரிய வீதிகளைக் கொண்டதாயிருந்தது. பெரியகுளம், மதுரை சாலைகளைத் தவிர்த்துப் பார்த்தால் கம்பம் சாலை மூன்றாவது பெரியதாக இருந்தது. இந்த மூன்று சாலைகளிலும் அரைவாசிக் கடைகள், இன்னொரு அரைவாசிக் கடைகள் உள் வீதிகளில் இருந்தன. மாபெரும் ஜவுளிக் கடல்கள், நகைக்கடைகள், ஷாப் கடைகள், பல்பொருள் அங்காடிக் கடைகள், டிபார்ட்மென்டல் ஸ்டோர்கள் பெரும்பாலும் மதுரை சாலையில் அடவி இருந்தன. பாத்திரக்கடைகள், பம்புசெட்டுக் கடைகள், பாய் தலையணைக் கடைகள், ஒர்க் ஷாப்புகள் என கம்பம் சாலையிலும், சுப்பன்செட்டி தெருவிலும் பெருகியிருந்தன.

மொத்தமாகப் பார்த்தாலும் வேறு பல மாவட்டங்களைப் போல் பிரமாண்ட உணர்வுகளைத் தேனி தருவதில்லை. ஒரு வேளை அந்தப்பகுதி சார்ந்த உட்கிராமங்களில் குடியிருப்பதாலோ அடிக்கடி வந்து செல்வதாலோ இப்படியொரு உணர்வு தட்டுகிறதோ என்று முத்துமாடத்தி நினைத்துக் கொண்டாள்.

சரியாகப் பத்துமணி என்றால் பத்து மணிக்கே துணைப் பெண்களுடன் வந்து சேர்ந்திருந்தாள் முத்து மாடத்தி. அவளையும் உடன் வந்த பெண்களையும் வரவேற்க சின்னச்சாமியின் சம்சாரம் ரெபேக்காள் நின்றிருந்தாள். ரெபேக்காள் சர்ச் நடவடிக்கைகள் என்று போனாலும் மக்களின் அடிப்படைப் பிரச்சினைகளுக்காக

புருஷனுடன் சேர்ந்து கொடி தூக்கினாள். இதனால் அவள் மாதர் சங்கத்தின் மாவட்ட தலைவியாகவும் ஒரு சமயத்தில் ஆனாள்.

ரெபேக்காள் கேரள மாநிலம் சாந்தாம்பாறையைச் சேர்ந்தவள். சின்னச்சாமி தமிழர் பகுதியில் பிரச்சாரத்திற்கென்று சென்று வந்தபொழுது காதல் மலர்ந்தது. இருவரது பெற்றோர்களும் இயக்க ஈடுபாடுகளில் இருந்ததால் தடையொன்றுமில்லை. திருமணத்திற்குப் பின் கேரளத்தில் விட்ட பணியைத் தமிழகத்திலும் தொடர்ந்தாள் ரெபேக்காள். மலையாளம் கலந்த அவளது தமிழ்நடைப் பேச்சு கூட்டங்களில் தனித்து மின்னியது.

அவ்வப்போது ஊருகாவலன் பொட்டலுக்கு வந்து உற்சாகப்படுத்துவாள். "ஜனநாயகம்கிறது நமக்கு எல்லா வாய்ப்புகளையும் ஏற்படுத்தித் தருது... அதுல ஒன்னுதே சங்கம் வைக்கிறதுங்கிறது... சங்கம்கிறத சங்கறுக்கிற ஒன்னா ஏ தொழில் நடத்துறவக கருதனும். அது ஒரு மத்தியஸ்த அமைப்பு, கொடுபடாத ஊதியத்தக் கொடுக்க வைக்கிறதுக்கான ஏற்பாடு... அத ஆனையா, புலியா, சிங்கமா நெனச்சு பயப்படுறதுக்கு என்ன இருக்கு?... மடியில கனமிருந்தா வழியில பயமிருக்கும்... அதுமாதிரி தப்புச் செய்றவககே அத அனுமதிக்காம மேலும் மேலும் தப்புச் செய்வாக... எல்லாம் அந்தத் தப்ப சங்கம் திருத்தும்கிற பயந்தே... திருந்தாத உள்ளங்கள் இருந்தென்ன லாபம்னு ஒரு பாட்டே வருதே..."

தொழிலாளிகள் அந்த ஐந்து மணி மாலையில் அத்தனை உற்சாகப்பட்டுப் போனார்கள் தோழர் சின்னச்சாமியின் மனைவி என்பது ஒருபுறமிருக்க கேரளாவின் போராட்ட வார்ப்பு அந்த அம்மாள் என்று மயில்சாமி புளகாங்கிதப்பட்டுப் போனான்.

பெண்கள் பகுதியிலிருந்து, "தோழர் ரெபேக்காள் வாழ்க!" என்கிற கோஷம் எழும்பியது. உள்ளூர் மாதர் சங்கக்காரர்களின் குரல் அது.

அதற்கும் ரெபேக்காள் சொன்னாள்.

"இந்த வாழ்க! ஒழிகங்கிற கோஷத்துனால யாரும் வாழ்ந்துடப் போறதில்ல ஒழிஞ்சிடப் போறதில்ல... ரொம்ப விரும்புனீங்கன்னா பேச்சுப் பிடிச்சிருந்துச்சுன்னா ஒரு சின்னக் கைதட்டல்; போதும்... அதுவே களப் பணியில் இருக்கிறவங்களுக்குப் பெரிய உற்சாகமா இருக்கும்..."

ரெபேக்காளின் ஒவ்வொரு அணுகுமுறையும் வந்திருந்தவர்களுக்குப் பிடித்திருந்தது. அவள் பெருமாள் கோவில் மினி பஸ் ஸ்டாப்பில் வந்து இறங்கும் போதே பத்துப்

பெண்களுடன் உண்டியல் ஏந்தினாள். கூட முத்துமாடத்தியும் கொஞ்சம் உள்ளூர் பெண்களும் சேர்ந்து கொண்டார்கள். வெள்ளைத் துணியில் உறுதியுடன் கை உயர்த்துகிற பெண்ணின் சித்தரம் விழுந்திருந்தகொடி ஒவ்வொருவர் கையிலும் இருந்தது. ரெபேக்காளின் முன் தகவலால் முத்துமாடத்தி ஆளுயரக் கம்புகளில் ஒரே சீராகக் கொடிகளைக் கட்டி தயாராயிருந்தாள்.

பெருமாள் கோயில் முக்கில் என்னமோ ஏதோவென்று ஆட்கள் கூடிவிட்டார்கள். கறிக்கடை மொக்கை கேட்டான். "என்னா முத்துமாடத்தி... என்னவாம்... இன்னிக்கு அம்புட்டு விசேஷமா? அம்புட்டுப் பேரும் கொடிதடின்னு பரபரப்பாப் போறீக..." எந்தக் கட்சி ஆள வருகிறதோ அதற்கெல்லாம் சாதகமாகி விடுகிற ஆள் அவன். அவனது தம்பியும் போராடும் தொழிலாளர்களில் ஒருவனாய் இருந்ததால் எல்லாவற்றையும் விட்டுவிட்டு முத்துமாடத்தி சொன்ன வழியில் இறங்கினான்.

"இன்னிக்கு மார்ச் எட்டு மொக்கண்ணே! இத சர்வதேச பெண்கள் தெனம்னு சொல்வாக... இதுக்காக ஒரு கருத்தரங்கமும் இருக்கு.. அதே எங்க மாவட்டச் செயலாளர் ரெபேக்கா வந்துருக்காக... வந்தது வாறம்... முன்கூட்டியே கொஞ்சம் உண்டியல் எடுத்து தொழிலாளிக போராட்ட நிதியாவும் தாரதுன்னு முடிவு செஞ்சாங்க... நீங்கல்லாம் நெறய உண்டியல் போடனும்..."

"நீ எது கேட்டு இல்லைன்னு சொல்லீருக்கே முத்துமாடத்தி... என்ன செஞ்சாலும் எம் பங்கு ஐம்பது நூறு இருக்கு..." என்றான் மொக்கை.

ரெபேக்காளைப் பொறுத்தவரை எதற்கும் தயங்குவதில்லை கூச்சப்படுவதும் இல்லை. யாரும் தயங்கிக் கொண்டிருந்தால் முதல் ஆளாகச் சென்று உண்டியல் பாத்திரத்தை கையில் ஏந்திக் கொள்வாள். "இத தூக்குறதுக்கு பெருமப்படனும்... என்னமோ ஏதோன்னு இதப்பத்தி ஏ நெனக்கிறீக... இது ஒண்ணும் பிச்சப் பாத்திரமில்ல... போராட்டக் காணிக்க. சாதாரண ஜனங்களுக்காக ஒழைக்கிறோம்னு வாய் வீரம் பேசி ஒண்ணும் ஆகப் போறதில்ல. உண்மையில ஒழைக்கிறோம்னா அந்த ஜனங்க கிட்ட போகனும்... அதுக்கான ஈஸியான வழி இது ஒண்ணுதே. அத கிடைத்தற்கரிய வாய்ப்பாப் பயன்படுத்திக்கனும். இதப்பத்தி இப்புடிப் பேசுவாக... அப்படிப் பேசுவாகன்னு ஏதாச்சும் நெனச்சுக்கிட்டு அசிங்கம் கேவலம்னு ஒதுங்குனோம்னா எந்த இயக்கத்தையும் கம்பீரமாக வெற்றிகரமா நடத்த முடியாது. அப்புறம் யார எதுத்து இந்த இயக்கத்த நடத்துறோமோ அவங்ககிட்டயே நிதி கேட்டுப் போக

வேண்டிய நெலம வந்துரும்... அவெந்தர்ற காசுக்கு விசுவாசமாகி நம்பள நம்பி வர்ற ஜனங்களுக்குத் துரோகம் செய்ற மாதிரி ஆயிடும்... இத ஒரு புனிதக் கடம வர்க்கக் கடமன்னு நெனச்சுச் செய்யனும்...” ரெபேக்காளின் பொருத்தமான விளக்கங்களால் கட்டுண்டவர்கள் கம்பீரமாய் உண்டியல் ஏந்தி முன் செல்வார்கள்.

வெற்றிலை, வாழைஇலை, எலுமிச்சைப் பழங்கள் என வைத்துச் சாக்கு விரிப்புகளில் அமர்ந்திருப்போர்க்குப் பின்னால் ஒரு கல்தூண் நின்று கொண்டிருந்தது. அதை யார் எப்போது எதற்கு வைத்தார்கள் என்று தெரியவில்லை. ஆனால், சிறு வயது முதல் அதைப் பார்க்கிறாள் முத்துமாடத்தி. நடுகல் அல்லது சுமை தாங்கிக் கல் என்று எதுவேண்டுமானாலும் இருக்கலாம். இதை ஒரு கூட்டுச்சாலை என்று அழைக்கப்பட்ட காலத்தில் அது நடப்பட்டிருக்கலாம். புயல் வெள்ளம் மழை என்று எது வந்தாலும் எத்தனை இடையூறுகள் வந்தாலும் விரிவாக்கங்கள் வந்த போதிலும் அது அகற்றப்படாமல் இருந்தது. அதை அகற்றுவது ‘சாமி குத்தம்’ என்பது போல் எல்லாரும் அதை விட்டு வைத்திருந்தார்கள். எந்தக் கட்சி என்றாலும் அமைப்புகள் என்றாலும் நேரு சிலை பின்புறம் நடுகல் அருகில் என்றுதான் விளம்பரப்படுத்துவார்கள்.

நடுகல் பின்னால் பெரிய டீக்கடையில் தர்மலிங்கம் உட்கார்ந்து கொண்டு அனைவரையும் பார்த்தார். ரெபேக்காள் தலை தெரிந்ததும் வேகமாய் எழுந்து வந்தார். நான்கைந்து உண்டியல் பாத்திரங்கள் வண்டு கட்டி பெண்கள் கையில் இருந்தது.

“வாங்கம்மா... ரெபேக்கம்மா... வாங்க... முத்துமாடத்தி... வா...” என்று வாய் நிறைய வரவேற்றவர் “மொதல்ல அல்லாரும் ஒரு டீ சாப்டுங்க... அப்புறம் தெம்பா உண்டியலுக்குக் கௌம்புங்க...” என்றார்.

முத்துமாடத்திக்கு இதுவெல்லாம் ஆச்சரியமாகவே இருந்தது. இத்தனை பெரிய நகரத்தில் மையமான இடத்தில் வரவேற்று உபசரிக்க ஆள் இருக்கிறதே என்று வியந்தாள்.

தர்மலிங்கத்தின் அய்யா ஆரம்பித்து வைத்த கடை அது. அவர் சுதந்திரப் போராட்ட காலத்திலேயே கைவண்டித் தொழிலாளர்கள் சங்கம் அமைத்தவர். பிற்காலத்தில் இந்தக் கடை துவங்கிய பின் சுதந்திரப் போராட்ட வீரர் பென்ஷனையும் ஏற்க மறுத்தார்.

“பின்னால காசு தருவாங்கன்னு நெனச்சு வெள்ளக்காரன எதுக்கல... நாம நம்ம தோதுக்கு வேல வெட்டியப் பாத்து நாட்ட உண்டு பண்றோம்... இதுல இன்னொருத்தர் தலையிட்டுத் தம்போக்குக்கு இழுத்துட்டுப் போறதுக்கு என்ன உரிம

இருக்குன்னுதே காங்கிரஸ் கொடியத் தூக்குனம்...காந்தி பின்னால போனம்... சொதந்திரமும் கெடச்சிருச்சு... அதுக்கப்புறம் ஒழச்சுப் பொழைக்கனும்தே இந்த டீக்கடைய வச்சே... அது சோறு போடுது; அதுக்கு மேல எதுக்கு பென்ஷன் தியாகத்துக்குக் கூலியா? அதெல்லாம் வாணாம்..." என்று வந்த பென்ஷனைத் திருப்பி அனுப்பினார் தர்மலிங்கத்தின் அய்யா.

அப்புறம் காலம் எப்படி எப்படியோ ஓடியது. "சொதந்திரம் வாங்கியாச்சு. அதுக்கு மேல காங்கிரஸ் கட்சிய நடத்துறது பொழைக்க வழி தேடுறது மாதிரின்னு காந்தி அதக் கலச்சிடுங்கன்னு சொன்னாரு... எவெங்கேட்டா... வெலாங்கப்புடிச்சது மாதிரி ஒருத்தனும் அதவுட்ற மாதிரி இல்ல வச்சுக் கொள்ள அடிச்சதுதே மிச்சம் ..."என்று புலம்பிப் புலம்பியே அய்யா போய்ச் சேர்ந்தார்.

பின் தர்மலிங்கம் சின்னச்சாமியுடன் சிநேகமானார். சின்னச்சாமியின் வருகை நடத்தை, அணுகுமுறை அவருடன் வருகிற தோழர்களின் பண்பு அனைத்தும் தர்மலிங்கத்திற்குப் பிடித்துப் போனது. ஒவ்வொரு கட்சியாகக் கூடும் காட்சிகளை நேரு சிலைக்குப் பின்னால் பார்த்து அலுத்துப் போயிருந்தார் தர்மலிங்கம். அடாவடியாக வருவது கிளாஸ்களைப் போட்டு உடைப்பது சௌகரியம் போல் டீ வடை என்று மேய்ந்து விட்டு தப்புத் தப்பாகக் கணக்கு சொல்வது அதிலும் அரைகுறையாகக் காசைக் கொடுத்து விட்டு ஓடுவது உள்ளிட்ட போக்குகள் அவருக்கு அன்னப்பறவை மனநிலையைக் கொடுத்தன. அமைதியாக ஆரவாரமின்றி வந்து நிற்பது அடக்கமாகச் சாப்பிடுவது ஒரு வடையை இரண்டு பேராகப் பிய்த்துக் கொள்வது ஒரு டீயை இரண்டகப் பகிர்ந்து கொள்வது கணக்காகக் காசைக் கொடுத்து விட்டுச் செல்வது என ஒவ்வொன்றையும் கவனித்து விட்டுத்தான் அதன் உறுப்பினராகத் தன்னை இணைத்துக் கொண்டார்.

இருபத்து இரண்டு டீ, பதினெட்டு வடை எனக் கணக்கு வந்தது. சரியாக எண்ணிக் காசைக் கல்லாவில் வைத்தாள் முத்துமாடத்தி.

"நீங்க எம்புட்டுக் குடுத்தாலும் அதுல பாதி கட்சி நிதிதே..."என்று காசை வாங்கிக் கொண்ட தர்மலிங்கம் ரெபேக்காள் நீட்டிய உண்டியல் டப்பாவில் போட்டார். சுற்றி ஒட்டியிருந்த பேப்பரில் 'பீகார் வெள்ள நிவாரண நிதி' என்று எழுதி இருந்தது.

☐

22

முத்துமாடத்தியின் யோசனைப்படிதான் அது நடந்தது. குழுமியிருந்த தொழிலாளர்கள் ஒவ்வொருவரும் ஞாபகம் பண்ணி அந்த லிஸ்டை எடுத்தார்கள். பெயர்ப்பட்டியலைத் தனமும், முத்துக் கண்ணனும் இருந்து எழுதினார்கள். முத்துமாடத்தி ஒவ்வொரு தடவையும் தனத்தையும் முத்துக்கண்ணனையும் சேர்த்து வைத்துப் பார்த்துக் கொண்டாள். இதை எழுதுவதற்கு அவளாகவேதான் தனத்திற்குத் தெரியாமல் முத்துக்கண்ணனையும், முத்துக்கண்ணனுக்குத் தெரியாமல் தனத்தையும் ஆள் விட்டு அழைத்திருந்தாள்.

ஒரு பக்கம் சாப்பாடு தயாராகிக் கொண்டிருந்தது. அது அதற்கு ஆள் கூடி வேலை பார்த்துக் கொண்டிருந்தார்கள். வயல்பட்டி கெங்கையா அன்றைக்கு தோட்டத்தில் விளைந்த வாழைத் தார்களை ஒற்றை மாட்டு வண்டியில் போட்டுக் கொண்டு வந்திருந்தார். கெங்கையாவின் மருமகன் வேலாண்டி மில் சூப்ரவைஸராய் இருந்தவன், இந்த போராட்டத்தின் முதல் தகவலையே அவன்தான் தலைமை ஆபீஸுக்கு சொன்னவன். அதன் பிறகு தான் தொழிற்சங்கத் தலைவர்கள் கொட்டக்குடி ஆற்று மணல் பரப்புக்கு வந்து சேர்ந்தார்கள்.

முத்துக்கண்ணனும், தனமும் ஆளுக்கொரு பட்டியக் கல்லில் நோட்டு வைத்து உட்கார்ந்திருந்தார்கள். என்னதான் பேப்பரி கவனம் செலுத்தினாலும் நிமிஷத்திற்கொருதரம் ஒருவரை ஒருவர் பார்த்துக் கொள்ளவே செய்தார்கள். முத்துமாடத்தி இதைக் கண்டும் காணாதவள் போல் கண்டு கொண்டு பெயர்களைச் சொல்லிக் கொண்டிருந்தாள். ஒருவர் மாற்றி ஒருவர் எழுத வேண்டும். ஒருவர் பெயரையே ஒருவர் மீண்டும் எழுதிவிடக்கூடாது.

இப்படி இன்னும் தொண்ணூற்று ஆறு பேர் உள்ளிருந்து வேலை செய்து கொண்டிருக்கிறார்கள். அதோடு வேலை தெரிந்தவர் தெரியாதவர் என்று ஆள் சேர்க்கும் தீவிரமும் முதலாளியிடம் இருந்தது. பெயருக்கு ஷிப்டுகள் முடிந்து விலக்கு ரோட்டில் சந்தித்துப் பிரியும் தொழிலாளர்களை நிறுத்திப் பேசுவதென்று முடிவானது. இது ஒருபுறமிருக்க அந்தந்த ஊர்களுக்கும் முத்துமாடத்தியின் தலைமையில் சென்று வேலை நிறுத்தத்தை வலுவிழக்கச் செய்யும் தொழிலாளர் குடும்பங்களில் பேசி ஆதரவு திரட்டுவதென்றும் முடிவெடுக்கப்பட்டது.

அப்படி மாவட்டத்தில் பத்தொன்பது ஊர்களிலிருந்து பத்துப் பேர் ஐந்து பேர், இருவர், ஒருவர் எனத் தேறினர். தனமும் முத்துக்கண்ணனும் எழுதிய நோட்டுகளை முத்துமாடத்தியிடம் கொடுத்துவிட்டுப் புறப்படத் தயாரானார்கள்.

முத்துமாடத்தி சொன்னாள். "ஆளுக்கொரு பக்கமாப் பிரிஞ்சு அவுகவுக வீட்டுக்கு போங்க... நா செத்த இருந்து இந்த லிஸ்டச் சரிபாத்துட்டு வந்துர்றே..."

முத்துமாடத்தி என்னதான் சொன்னாலும் இருவரும் ஒன்றாகவே நடந்தார்கள். சற்று விலகிய பாதைகளில் பிரிந்து செல்வார்கள் என்று அவள் கருதியதற்கு மாறாக ஒரே வழித்தடத்தில் அவர்கள் ஒன்றாகவே செல்வது தெரிந்தது.

அவர்களுக்குத் திருமணத்தேதி முடிவாகி விட்டது. வாழவந்தான் தலைமையேற்க, ஜோதிராம் முன்னிலை வகிக்க அது நடப்பதாக இருக்கிறது. என்னதான் சொன்னாலும் முத்துக்கண்ணன் வீட்டிற்கு வருவதை நிறுத்திக் கொள்ளவில்லை. அதற்கொரு காரணமும் இருந்தது. எத்தனை உறுதிப் படுத்தியிருந்தாலும் தனக்குக் கிடைக்க வேண்டியதை முத்துமாடத்தியின் உறுத்தான அண்ணன் மகன் வடிவேலு தட்டிப் பறித்துக் கொண்டு போய் விடக்கூடாதே என்கிற அச்சமும் முத்துக்கண்ணனுக்கு இருந்தது.

போன மாதத்தில் சாயந்தரம் அந்த மோதல் நடந்து விட்டது. முத்துக் கண்ணன் தனத்துடன் பேசிக் கொண்டிருக்கும் போது வடிவேலு வந்துவிட்டான். வழக்கம் போல் தண்ணிக் கிறுக்கு ஏறியிருந்தது. விசுவிசுவென்று வீட்டிற்குள் நுழைந்து விட்டான். சொந்த அத்தை வீடு, யார் தடுக்கப் போகிறார்கள்.

முத்துக்கண்ணன் சேரில் உட்கார்ந்திருந்தான். முத்துமாடத்தி மதிலோரத்தில் சமையல் பண்ணிக் கொண்டிருந்தாள். கைக்கு உதவியாய் காய்கறிகளை நறுக்கிக் கொண்டிருந்தாள் தனம். அவளது தம்பி ஒரு வேலையாய் வெளியே சென்றிருந்தான்.

"வாடா...வா...வா...எப்ப வந்தே... ஊட்ல அண்ணே எல்லாரும் சௌக்கியமா? மதினி எப்புடி இருக்கு...ஒந்தொங்கச்சி அதே அந்த மொன்ன மூக்குக்காரி நல்லாப் படிக்கிறாளா?" வரிசையாக கேள்விகளை எழுப்பிக் கொண்டே கரண்டியுடன் திரும்பினாள் முத்துமாடத்தி.

முத்துக்கண்ணன் வந்தது வடிவேலுதான் என்பதைத் தெரிந்து கொண்டவன் போல் எழுந்து கொண்டான். ஒருவரையொருவர் கேள்விப்பட்டிருந்தாலும் இருவரும் ஒன்றாய்ச் சந்திக்கும் தருணம் அது.

முத்துக்கண்ணனின் கையிடுக்கில் எல்.ஐ.சி புத்தகம் இருந்தது. அது சம்பந்தமான பாரங்கள் அடங்கிய சூட்கேஸ் போன்றவையும் இருந்தது. டிராவல்ஸ் வேலையுடன் கொஞ்ச காலமாக எல்.ஐ.சி ஏஜெண்டாகவும் இருந்தான். ஆண்கள் பெண்கள் என்று எவரையும் ஒருவித காரண காரியத்துடன் சந்திக்கக் கூடிய வாய்ப்பை எல்.ஐ.சி பெற்றுத் தந்தது.

மரியாதை தருவதைப் போல் பவ்யமாக எழுந்து நின்ற முத்துக்கண்ணனை ஒரு தினுசாகப் பார்த்துக் கொண்டான் வடிவேலு. முத்துக்கண்ணன் எல்.ஐ.சி புக்கைத் தூக்கி பிடித்துக் கொண்டு ஒரு பாலிசி எடுக்குமாறு கேட்பதைப் போல் வடிவேலுவைப் பார்த்தான். அந்தக் கண்களில் ஒரு பதுங்கல் இருந்தது. வடிவேலுவின் கண்களில் பாயுதல் இருந்தது.

“ஓஹோ நீதே அந்த டிராவல்ஸ் ஏஜெண்டாக்கும், ஓம் பேருதே முத்துக்கண்ணனாக்கும்...” ஏளனமும் எள்ளி நகையாடுதலும் அதில் சேர்ந்து கொண்டது. விபரீதமான சூழல் உருவாகி வருவதைக் கண்டு முத்துமாடத்தி பதட்டத்துடன் திரும்பினாள்.

வடிவேலுவின் உடலில் அதிர்வுகள் கூடின. கைவிரல்களில் மெலிதான நடுக்கமும் தெரிந்தது. கண்கள் கொவ்வையாய்ச் சிவந்து கொண்டு வெளியேறி விடுவதைப் போல் மினுங்கின.

“ஏலேய் ஒன்னயப் பத்தி ஊர்ல நல்லா வெசாரிச்சே... பெரிய எடம்ன்னு சொன்னாக...டிராவல்ஸ்னு பேர் பண்ணிக்கிட்டு ஊர் ஊராய் பொம்பளைகளக் கூட்டிட்டுத் திரியுறியாமில்ல... அதுல எத்தனயக் கைவச்சியோ தெரியல...பத்தாக் கொறைக்கி இப்ப எல்.ஐ.சி ஏஜெண்ட் வேற.. அதச் சாக்கு வச்சு வீடு வீடா நொழஞ்சு பொண்ணுகளக் கரெக்ட் பண்ணலாம்னு பாக்குறியா?... ராஸ்கல்... கொன்றுவே... தனம் நாங் கட்டிக்கப் போற பொண்ணு... ஏதாவது எடக்கு மடக்குப் பண்ணுனே ஊட்டிய ஒடிச்சுப் போடுவே... தாயளி எங்க வந்து என்ன பண்ணிக்கிட்டிருக்க... வாசல்ல நின்னு அம்மா.. தாயேன்னு கூவி பிச்ச வாங்கிட்டுப் போற நாயி வூட்டுக்குள்ள நொழஞ்சு விருந்து கட்டலாம்னு பாத்தியா... ங்கொப்பானலி... நோனியப் பிதுக்கிப் போடுவே ஓட்றா வெளிய நாயே...”

அதற்குள் முத்துமாடத்தி ஓடோடியும் அருகில் சென்றாள். நொடியில் ருத்ர தாண்டவக் காளியாய் மாறினாள். வந்த வேகத்தில் வடிவேலுவைப் பின்னுக்கு இழுத்தாள் “ஏ வெறு வாய்க்கலங் கெட்ட பயலே... நீயும் ஓம் பழக்கமும்... ஒரு வீடு தேடி வந்த ஆள ஏ எதுக்குன்னு கேக்காமச் சட்டயப் புடிக்கப் போறியே... நீ

என்னா மனுஷ... அந்தத் தம்பியப் பத்தி ஒனக்கு என்ன தெரியும் அதோட கால் தூசிக்குப் பெறுவியா? அண்ண மகனேன்னு பாக்குறே..."

தனமும் பதறிப் போய் தாயருகில் வந்து செய்வதறியாது திகைத்து நின்றாள். வடிவேலு வெடித்துக் கிளம்பினான். முத்து மாடத்தியின் தலைமயிற்றைக் கற்றையாகப் பிடித்துக் கொண்டான். "ஆத்தாளும் மகளுமாச் சேந்து நாடகமாடி போடுறீக... நாடகம் எவனோ ஒரு வந்தட்டிப் பயலுக்காக வரிஞ்சு கட்டிட்டு வர்றீக... அவன இந்த மானிக்கு ஓடிறச் சொல்லு... இடுப்புல சூரி வச்சிருக்கே... எடுத்து ஒவ்வொருத்தரா வகுந்துருவே...ஆமா..."

முத்து மாடத்தி நொடியும் தாமதிக்கவில்லை. முடிக்கற்றையைக் கொத்தாகப் பற்றியிருக்கும் அவனது வலது கையை ஒரே தட்டாகத் தட்டி விட்டாள். அதே வேகத்தில் நெஞ்சைச் சேர்த்து ஒரு குத்தும் விட்டாள். "அய்யோ...அம்மா..." என்று அலறியபடி வடிவேலு விழுந்து விட்டான்.

"எங்கடா எட்றா ஒஞ்சூரிய...எடு பாப்பம்... எம்புட்டு நீளமுன்னு... யாருகிட்ட வந்து ஓ ராங்கியக் காட்றே...பிச்சுப் பேன் பாத்துவிட்ருவே... ஆம்பளை இல்லாத வூடுன்னா என்னவேன்னாலும் பண்ணிக்கிடுவியா?... நா பத்து ஆம்பளைக்குச் சமம்டா... கொன்னு இழுத்தெறிஞ்சுடுவே... ஏதோ கூடப் பொறந்த அண்ண மகன்னு பாக்குறே... இல்லேன்னா நடக்குறதே வேற.. இங்க வந்தமா பாத்தமா அரவமில்லாமக் கஞ்சியக் குடிச்சுட்டுப் போனமான்னு இருக்கனும்... இல்லேன்னா இந்தத் தெசப் பக்கமே தல காட்டக் கூடாது... இது ஒனக்குக் கடசி வாரண்டு ஆமா..." முத்துமாடத்தியின் உடலும் உள்ளமும் ஒரு சேர எழுந்து நின்றன. கொஞ்சம் விட்டால் தப்பிக்க முடியாது என்கிற உஷார் தன்மையும் அவளது பேச்சில் இருந்தது.

முத்துக்கண்ணன் அங்கு நடப்பதில் திகிலடைந்து நின்றாலும் உடனடியாக வெளியேறிவிடவும் இல்லை. இது அவர்கள் பாடு என விட்டுவிடவும் முடியவில்லை. பெண்களாய் இருக்கும் இடத்தில் எதுவேனும் நடந்துவிட்டால் தானும் பொறுப்பாளியாக வேண்டும் என்கிற பயமும் அவனது கண்களில் தெரிந்தது. தாயையும் மகளையும் பாதுகாக்கும் இடத்தில் தான் இருப்பதாக நினைத்துக் கொண்டான்.

அதற்குள் களேபரங்கள் வெளியில் எட்டி தெருவாட்கள் வந்து கூடி விட்டார்கள். தட்டுத் தடுமாறி எழுந்து ஒரு பக்கம் நெஞ்சைப் பிடித்துக்கொண்டே சலா வரிசை அடித்த வடிவேலுவை

நான்கைந்து ஆண்கள் குண்டுக்கட்டாகத் தூக்கி வந்து வெளியே விட்டார்கள்.

மீண்டும் மீண்டும் எழுவதும் விழுவதுமாய் நெகாத் தெரியாமல் இடுப்பை இடுப்பைத் தடவிப் பார்த்துக் கொண்டிருந்தவனை அஞ்சாறு இளவட்டங்கள் தள்ளித் தள்ளித் தள்ளிக் கொண்டு போய் கடைசியில் பள்ளிக்கூட பஸ் நிறுத்தத்தில் விட்டார்கள்.

அதன்பிறகு அவன் எந்நேரம் பஸ் பிடித்துத் திருப்பூருக்குப் போனான். என்ன ஆனான் என்று யாருக்கும் தெரியவில்லை. உண்மையில் அவனது இடுப்பில் சூரி இருந்ததா என்பதைப் பற்றியும் யாரும் கவலைப்படவில்லை.

ஆனால் முத்துமாடத்தி நினைத்துக் கொண்டாள், என்றாவது ஒரு நாள் அண்ணன் திருப்பூரிலிருந்து ஆட்களுடன் வந்து இதன்பொருட்டு தகராறு செய்வான் என்று, எனினும் அதை எதிர் கொள்ளும் மனத்துணிவும் அவளுக்கு இருந்தது.

□

23

முத்துமாடத்தி அவ்வளவு அசந்து தூங்கி இருந்தாள். பத்து சத்தமாவது எழுந்த பின்புதான் அவளுக்கு லேசாக முழிப்புத் தட்டியது. பிள்ளைகள் சுவரோரம் ஒண்டிப் படுத்திருந்தார்கள். பனிக்குப் போர்த்தியிருந்த சால்வை முழுசாக விலகிச் சுருண்டு கிடந்தது.

அள்ளி முடிந்துகொண்டு, "அதாரு..." என்றபடி எழுந்தாள் பிள்ளைகள் உறக்கம் போய்விடக்கூடாதென்று பூனை போல் பதுங்கி நகர்ந்தாள். நாதாங்கியை எடுத்து விடுவதற்கு முன் மீண்டும் சால்வையை இருவருக்கும் கால் தெரியாமல் போர்த்தி விட்டாள். ஊரின் முழு அமைதியில் அறைவது போல் எழுந்த ஓசை உணர்வாகாமல் தூங்கியதற்காக தன்னையே நொந்து கொண்டாள்.

கதவை இழுத்துத் திறந்த போது வெளியில் தவசியும், முனியாண்டியும் நின்று கொண்டிருப்பது தெரு விளக்கு வெளிச்சத்தில் தெரிந்தது. "மாடத்தியக்கா... மாடத்தியக்கா... அம்ம கேரளபுத்ரன மில்லு அடி ஆளுக அடிச்சு முக்கு ரோட்ல போட்ருக்காகளாம்... கூடப்போன ஆளுகளுக்கும் ஓவரான அடியாம்..."

முத்துமாடத்தி மனம் பதறிக் கேட்டாள். "ஆளுக்கு ஒண்ணும் ஆகலயில்ல... உசிரோடதான இருக்கா..." நெஞ்சில் பதட்டம் ஏறிக்கொண்டது. உடனடியாக முக்குரோடு சென்று அவனது நிலையைத் தெரிந்து கொள்ள வேண்டுமென்று நினைத்தாள்.

பிள்ளைகளை அப்படியே விட்டுவிட்டுச் செல்வது அத்தனை உசிதமாகப் படவில்லை. நாகவல்லியையும் சூடாமணியையும் வந்து பார்த்துக் கொள்ளச் செய்ய வேண்டும். அவசரப்பட்டு எந்த முடிவு எடுத்தாலும் சிக்கலாகி விடும். மில் நிர்வாகத்தின் குறியிலக்காய் அவள் இருந்தாள். ஆண் துணையற்ற நிலைமையைப் பயன்படுத்தி அகாலங்களில் ஆள் அனுப்பினால் என்னதான் செய்து விட முடியும்? எல்லா நேரங்களிலும் மந்திரிக்குப் பாதுகாப்பு போல் ஆட்கள் இருந்து விட முடியாது அவரவர் பாடு ஜோலி தொந்தரவு என்று இருக்கிறது. ஏற்கெனவே அண்ணன் மகன் வடிவேலு அடிபட்ட புலியாய் ஓடியிருக்கிறான். தங்கச்சாமியின்

மகன் ரவீந்திரனுக்கும் அழகுமலை மகன் பால்பாண்டிக்கும் வேறு தனத்தைக் கேட்டு வந்தார்கள். ஒருவருக்கும் அவள் மசியவில்லை. "பத்துக்காசு வேண்டாம்... கட்டுன சேலையோட அனுப்பி வைய்யி..." அண்ணனைப் போல் அவர்களும் கேட்டு ஓய்ந்து போனார்கள். ஆனால் தனத்தின் மனசுப்படியும் தன் எண்ணப்படியும் முத்துக்கண்ணன் தான் அடுத்து வீட்டைக் காக்கும் ஆம்பளை என்று முடிவெடுத்து விட்டாள் முத்துமாடத்தி.

"இப்ப என்ன ஆச்சு?... பொட்டல்ல இருக்க ஆளுகள்லாம் அங்க போயிருக்காகளா?" ஊடாடும் எண்ணங்களுக்கிடையே குழப்பத்துடன் கேட்டாள் முத்துமாடத்தி.

"ஓராள் பொட்டல்ல இல்ல... அல்லாரும் அங்கதே போயிருக்காக. எல்லாம் போட்டது போட்டபடி கெடக்கு... அரிசி தவசிக பொருளு போக்குவரத்துகன்னு எல்லாம் அங்கங்க எரைஞ்சு கெடக்கு... நாங்க நாலஞ்சு ஆம்பளைகளக் கூட்டியாரோம்... நீங்க அஞ்சாறு பொம்பளைகள்னு அங்க காவக் காத்தாத்தே எதுவும் மிஞ்சும் இதேஞ் சாக்குன்னு எவனாச்சும் புகுந்து அழிமானம் பண்ணீறக் கூடாது..."

நாய்க் குரைப்பொலிகள் தவிர ஊரில் எந்த ஒரு சத்தமும் இல்லை. ஆற்றின் குறுக்கு வாக்கில் விழுந்து ஏறினால் மைல் தொலைவில் மில்லும் அதற்கு அரை மைல் தள்ளி முக்குரோடும் வந்து விடுகிறது.

நள்ளிரவை நெருங்கும் அந்த நேரத்தில் மில் மெஷின்கள் ஓடும் ஓசை மட்டும் மெலிதாகக் கேட்டது. இந்த ஓசை இப்போது நிற்கும், பிறகு நிற்கும் என்று பார்க்கிறாள். ஆனால் வீம்புக்குப் புளியங்காய் தின்ன மாதிரி அதன் போக்கில் ஓடிக் கொண்டுதான் இருக்கிறது. யானை படுத்தாலும் குதிரை மட்டம் என்பதைப் போல் மில் முதலாளியால் தாக்குப் பிடிக்க முடிகிறது.

"சரி... செத்த நில்லுங்க... இந்தா போவம்..." என்றபடி முத்துமாடத்தி தெருக் கடைசிவரை போய்த் திரும்பினாள். வரும்போது கூடவே நான்கைந்து பெண்களும் வந்தார்கள். அதில் ரெங்குவையும் சிட்டக்காவையும் பிள்ளைகளுடன் தங்கச் செய்துவிட்டு நாகவல்லி, சூடாமணி, சின்னப்பிள்ளை ஆகியோரை அழைத்துக்கொண்டு ஊருகாலன் பொட்டலுக்கு நடந்தாள்.

முக்கு ரோட்டில் என்ன நடந்தது என்று முழுசாகத் தாக்கல் வரவில்லை. ஆனால் இங்கிருந்த தொழிலாளர்கள் அனைவரும் இரவோடிரவாகக் கிளம்பிப் போயிருப்பது தான் முத்துமாடத்திக்குப் பெரிதும் அச்சத்தை வரவழைத்தது.

ஏற்கெனவே தங்கியிருக்கும் தொழிலாளர்கள் பரல பாக்கியமாய் பேசி வருவதை அவள் கேட்டிருக்கிறாள். அமட்டியும் வந்திருக்கிறாள். ஆனால், பேச்சுக்கும் வேகத்துக்கும் முடிவொன்றுமில்லை.

“ஒரு நா ஒரு பொழுதாச்சும் மில்லுக்குள்ள அம்புட்டுப் பேரும் எறங்கனும்...”

“ஒண்ணு விடாம அடிச்சு நொறுக்கணும்...”

“தாயளி அவன முக்குரோட்ல வச்சுப் பொலிபோடணும்...”

“காருக்குள்ளயே தீய வச்சு உள்ளயே கருகிச் சாக வுடணும்...”

ஆள் ஆளுக்குச் சிட்டை கட்டிப் பேசுவார்கள். “ஆன மான வேலயப் பாக்காம அமதியா இருந்தம்னா அட்டப் பூச்சியா நம்மள உறிஞ்சு போடுவா... ஒண்ணு அவனாச்சு... இல்ல நாமாச்சு...”

இவ்வித வேகதாகப் பேச்சுக்களை வருகிற தலைவர்களிடம் சொல்லிக் கட்டுப்படுத்தினாள் முத்துமாடத்தி. வெண்ணெய் திரண்டு வரும் போது தாழி உடைந்த கதையாக எதுவும் ஆகிவிடக் கூடாதே என்கிற கவலை அவளிடம் சதா சர்வ காலமும் இருந்தது. அப்படி ஏதேனும் நடந்துவிட்டால் இத்தனை நாள் வைத்துக் காத்தது, அரும்பாடு பட்டுச் சோறாக்கிப் போட்டது அனைத்திற்கும் அர்த்தமில்லாமல் போய்விடுமே என்கிற கவலை அவளை வாட்டியது. அது மட்டுமில்லாமல் அப்படி ஒரு தீவிரவாதச் செயல் நடந்தால் எல்லாம் அதோ கதியாவதுடன் சங்கம் வைக்க முடியாமல் போவதுடன் உங்களுடைய சங்காத்தமே வேண்டாம் என்று ஒட்டு மொத்தத் தொழிலாளர்களையும் வைரவன் முதலாளி பழிதீர்த்துக் கொள்வார் என்றும் பயந்தாள். அதிகாரப் பூர்வத் தொழிலாளர்கள் என்ற அங்கீகாரத்தோடு போராடுபவர்களை இப்படி ஏதேனும் வன்முறைகள் நடந்தால் முதலாளி ஒட்டு மொத்தமாகத் தனக்குச் சாதகமாக்கிக் கொள்ள நேரும் என்று தொழிற்சங்கத் தலைவர்களைப் போல் அவளும் நினைத்தாள். நியாயமான போராட்டமென்று அரண்போல் பாதுகாக்கும் ஊராரும் அபாயகரமான போக்குகளைக் கண்டால் அத்தோடு சரி என்று முடித்துக் கொள்வார்கள் என்கிற பயமும் முத்துமாடத்திக்கு இருந்தது.

முத்துமாடத்தியும் உடன் வந்தவர்களும் கோயில் வளாகத்திற்குள் நுழைந்து ஒரு சுற்று வந்தார்கள். ஆங்காங்கே தொங்கிய அரிக்கேன் லைட்டுகளில் இடம் வசப்பட்டது. கலகம் நடந்து இறைந்து கிடப்பதைப் போல் பொருட்கள் சிந்திச் சிதறி அலங்கோலமாய்க் கிடந்தன. செய்தி கேட்டதும் போட்டது போட்டபடி

ஓடியிருக்கிறார்கள். சால்வைகள், சட்டைகள், துணிமணிகள், பண்டபாத்திரங்கள், பாய் தலையணைகள் என்று ஒவ்வொன்றையும் சரிப்படுத்த வேண்டுமென்றால் மூன்று நாளாகி விடும். கிடந்தது கிடந்தபடி கிடக்கட்டும் அவர்கள் வந்து ஒப்புக் கொள்ளும்வரை காவல் காத்துக் கொள்ளலாம் என்று முத்துமாடத்தி நினைத்துக்கொண்டாள்.

இன்னொரு புறத்தில் மனசில் திகிலும் பிடித்துக் கொண்டது. புருஷனை ஆள் வைத்துக் கொன்றதைப் போல் கேரளபுத்திரனையும் செய்திருப்பார்களோ என்கிற அச்சமும் அவளைப் பீடித்தது. ஒருவருக்கொருவர் குழுமலாக ஊறுகாலப்பன் அருகில் உட்கார்ந்து கொண்டார்கள்.

இரவு வெளிச்சமற்று நீண்டது, நாற்புறமும் தொங்கிய அரிக்கேன் விளக்குகளில் எண்ணெய் குறைந்து கரும்புகை படிந்து வந்தது. ஒவ்வொன்றையும் இறக்கித் துடைத்து குறைதரைகளுக்கு எண்ணெய் ரொப்பிப் பற்ற வைத்து மாட்டிவிட வேண்டும். இந்த மூன்று மாதமும் இராப்போதுகள் இந்த வெளிச்சத்தில் தான் ஓடியது. திறந்தவெளி, பெருங்காற்று கடுங்குளிர் என்று எது வந்தபோதும் கொசுக்கள் வளைந்து கொடுக்கவில்லை. படுக்கை இடங்களில் கொசுவர்த்திச் சுருள்கள் வைத்து அரைமணி நேரம் ஒரு மணி நேரத்தில் புகைந்து காணாமல் போயின.

சிறிது சிறிதாகச் செய்திகள் எட்டி ஊர் கிளம்பத் துவங்கியது. "ஒன்று அவனாச்சு... இல்ல நானாச்சு..." என்று முத்துவைரவத்தேவர் வேல்கம்புடன் ஊறுகாவலன் பொட்டலுக்கு வந்து சேர்ந்தார். அவருடன் கொஞ்சம் ஆட்களும் வந்தார்கள்.

முத்து மாடத்திதான் தாக்காட்டினாள். "அங்க முழுசா என்ன நடந்துச்சுன்னு தெளிவாத் தெரியல சித்தப்பு... யாராச்சும் ரெண்டு பேரு தாக்கலுக்கு வருவாங்கள்ல... கொஞ்சம் என்னாண்டு பாப்பம்..."

"இப்புடிப் பொறுத்துப் பொறுத்துத்தானம்மா எல்லாம் நடக்குது... மொதக்கொண்டு ஒம்புருஷன வாய்க்கா மேட்ல வச்சு வெட்டுனாய்ங்க... இப்ப நம்ம கேரளபுத்ரன போட்டுப் பாத்துருக்காய்ங்க..." முத்துமாடத்தியின் வீட்டருகில் குடி இருக்கும் சாயுபு ராவுத்தர் கொதித்தெழுந்தார்.

ஒன்றிரண்டாக மேலும் மேலும் கூடினார்கள். நூற்றுக்கணக்கில் என்றானார்கள். ஆயுத சன்னத்தராய்க் காட்சி தந்த அவர்கள் இதுதான் சமயம் என்று கிளம்பி விட்டால் வெறி கொண்ட வேங்கையின் கதையாகி விடும்.

சின்னது நன்னியிலிருந்து கெழடு கெட்டைகள் வரை சேர்ந்திருந்த கூட்டத்தை மிகக் கவனமாகக் கையாள வேண்டும் என்று முத்துமாடத்திக்குத் தோன்றியது. கிளப்பி விட்டால் அவர்கள் முதலில் முக்குரோடு செல்வார்களா அல்லது மில்லில் இறங்கி மெஷின்களைப் போட்டு உடைப்பார்களா என்று சொல்ல முடியாது. அப்புறம் ஊரே புகுந்து தாக்கியது என்று ஒருவரைக் குடியிருக்க விட மாட்டார்கள். போலீஸ் புகுந்தால் கிராமத்தையே துவம்சம் செய்துவிடும். மொத்தப் போராட்டமும் விழலுக்கு இறைத்த நீராகி விடும்.

அத்தனை கூட்டமும் முத்துமாடத்தியின் ஒரு சொல்லுக்குக் காத்திருப்பதைப் போல் ஆள் ஆளுக்குப் பேசிக் கொண்டு அந்த இரவின் அமைதியைக் குலைத்துக் கொண்டிருந்தது.

கேரள புத்திரனின் சம்சாரமும் தலைவிரி கோலமாய் அந்த ராத்திரியில் பிள்ளைகளுடன் ஓடி வந்திருந்தாள்.

□

24

முத்து மாடத்தி கேரளபுத்திரனின் பிள்ளைகளை அரவணைத்துக் கொண்டு சொன்னாள். "செவக்காட்டு வேலைக்குப் போயிட்டு முக்குரோடு வந்த முத்துக்கருப்பனும் வேலாண்டியும் வந்து சொன்னப்புறந்தே எங்களுக்குத் தெரியும். போலீஸ் அங்க குமுஞ்சு கெடக்காம்... ரோடு காடெல்லாம் நம்ம ஆளுக மறிச்சு ஒக்காந்துருக்காகளாம்... கொஞ்சம் பொறுமையா இருங்க... வேற எதுந்தாக்கல் வருதான்னு பாப்பம்... ஏற்கெனவே ஈங்கிறதுக்கும் கைது, கோர்ட்டு ஜெயில்னு போலீஸ் கொண்டுக்கிட்டுப் போய்க்கிட்டிருக்கு பத்தாக் கொறக்கி நாமளும் போயி நெகாத் தெரியாம மாட்டிக்கிறக் கூடாது..

கூட்டம் அங்குமிங்குமாய் நடந்து கொண்டும் சேர்ந்து கொண்டும் இருந்தது. அங்கு கூடியிருந்த ஒவ்வொருவருக்கும் கேரளபுத்திரன் செல்லப்பிள்ளைதான். ஊரடக்கி அவனைத் தெரிந்திருந்தது. ஒவ்வொரு வீட்டின் நல்லது கெட்டதுகளில் அவனது கால்கள் படிந்திருந்தது. "ஹலோ...மைக் டெஸ்டிங்.. ஒன்..டூ..த்ரி..." என்றால் அது கேரளபுத்திரன் தான். பெருமாள் கோயில் மார்கழிப் பூஜையிலிருந்து கருப்பசாமி கோயில் கும்பிடு வரை அவன் தான் இருந்தான்.

மூணாறில் தாய் தகப்பன் கொள்ளை நோயில் இறந்த பின் பதினாறு வயதில் இந்த ஊருக்கு வந்தவன்தான். மாசாணியம்மன் கோயில் பூசாரி அடைக்கலத் தேவரின் பேரப்பிள்ளைகளில் ஒருவனாய்த் தங்கிவிட்டான். தேவர் அவனுக்கென்று நாலு ஆட்டுக் குட்டிகளை விட்டு விட்டு பெரிய சுப்பக்காள் பார்த்துக் கொள்வாள் என்கிற நம்பிக்கையில் கண் மூடினார்.

பெரிய சுப்பக்காள் மூணாறுக்கு மசால்பொடி ஏவாரம் பண்ணப் போய் கேரள புத்திரனின் தாய் தகப்பனுடன் சிநேகமானாள். பெரிய சுப்பக்காளைப் பார்த்துவிட்டால் அவளது மடியில் போய் உட்கார்ந்து கொள்வான் கேரளபுத்திரன். அவனைக் கடைக்கு கூட்டிக் கொண்டு போய் வேண்டிய மட்டும் வாங்கிக் கொடுத்துவிட்டுத் தான் சுப்பக்காள் ஊர் திரும்புவாள். வாரம் ஒரு முறை அவள் வரவுக்காகக் கேரள புத்திரன் தவமிருந்தான். ஒருவாரம் ஏதாவது ஒரு வேலையாய் வராமல் போனாலும்

கஞ்சிக்குடி தண்ணிக்குடி இல்லாமல் இருப்பான் கேரளபுத்திரன். தாய் தகப்பன்மார் அவனது அழுகையைப் போக்க என்ன செய்தாலும் அவனது எண்ணமும் செயலும் பெரிய சுப்பக்காளைச் சுற்றியே இருந்தது. "எங்க இந்த வாரம் தேனிப்பாட்டி வரலியா?" என்பான். அத்தனை ஒட்டுதல் இருந்தது பெரிய சுப்பக்காள் குடும்பத்துடன் கொண்டான் கொடுத்தான் உறவு போல் ஒருவர் நல்லது கெட்டதுகளில் ஒருவர் கலந்து கொள்வது எனவும் அந்தத் தொடர்பு கை மீறியது. அப்படியான சில சமயங்களில் கேரள புத்திரனை இங்கு அழைத்து வருகையில் இருக்கட்டும் என்று பெரிய சுப்பக்காள் வீட்டில் விட்டுப் போய்விடுவார்கள். அடுத்தொரு வாரத்தில் வியாபார நிமித்தம் மூணாறு செல்லும் போது கொண்டு போய் விடுவாள் பெரிய சுப்பக்காள். ஊருக்கு அழைத்து வரும் போதெல்லாம் ஆற்றுக்கு கடைத்தெருவுக்கு எங்கெல்லாம் பெரிய சுப்பக்காள் போகிறாளோ அங்கெல்லாம் தொடுத்துக் கொண்டிருந்தான் கேரளபுத்திரன்.

"ஏவாரத்துக்குப் போனமா வந்தமான்னு இல்லாம இப்புடியா ஒரு பொடிப்பயலக் கூட இழுத்துக்கிட்டு திரிவாக..." பக்கத்து வீட்டு நாரணிக் கிழவி கூட பெரிய சுப்பக்காளிடம் உரிமையாய்க் கோவித்துக் கொள்வாள்.

பெரிய சுப்பக்காள் சொல்வாள், "இதெல்லாம் ஊருகாலப்பனோட விருப்பம் கெழவி... இல்லையின்னா எங்கையோ யாரோன்னு இருக்கிறவனெல்லாம் சொந்தங் கொண்டாட முடியுமா... அதோட சின்னதுகளுக்கு என்ன தெரியும்...? பெத்த தாய் தகப்பன்னே வச்சுக்க ஆளண்டாத கொரங்குக மாதிரி வெரட்டிக் கிட்டிருந்தா எப்புடிக் கூடத் தங்கும்... நாலு ஆந்த வாத்த சொல்றவகளயும் ஆச ஆசயாய் வாங்கித் தாரவுகளயுந்தே அப்பனா ஆத்தாளாப் பாக்கும்... தாத்தனாப் பாட்டியாக் கொஞ்சும்..."

"அப்ப ஓ நோக்கந்தே... ஒனக்குப் பிடிச்ச கெரகத்த ஆரால மாத்த முடியும்.. இழுத்துக்கிட்டுத் திரியற... கடேசீல ஒங்கால்மாடே கதின்னு வந்து விழுந்துடப் போறாம் பாத்துக்க..."

கிழவி வாய்க்குச் சக்கரை போட வேண்டுமா? சாபம் கொடுக்க வேண்டுமா? என்று தெரியவில்லை. கடைசியில் அவளது கணிப்புப்படியே எல்லாம் ஆகிவிட்டது.

பெற்றோர் போய்ச் சேர்ந்த பின் அனாதையாய் நின்ற பதினாலு வயசு கேரளபுத்திரனைக் கூடவே வைத்துக் கொள்ள பக்கத்து மைக்செட் கடைக்காரரால் முடியவில்லை. ஏற்கெனவே ஏழெட்டுப் பிள்ளைகள் காலைச் சுற்றிக் கிடைக்கையில் ஏதடா வழி என்று

பார்த்துக் கொண்டிருந்தார். ஒரு சமயம் போல் மசால் பொடிப் பைகளுடன் வந்த பெரிய சுப்பக்காளிடம் அவர்தான் கேரளபுத்திரனை ஒப்படைத்தார். அங்கேயே விட்டு விட்டு வர முடியவில்லை. சொந்தஞ் சுறுத்துகள் கேரளாவில் தூரந் தொலைவில் இருந்ததும் அவர்களைத் தேடிக் கண்டுபிடித்து ஒப்படைக்க யாரும் முன் வராத நிலைமையில் கூட ஊருக்கு அழைத்து வந்துவிட்டாள் பெரிய சுப்பக்காள்.

ஆனால் மைக் செட்காரனிடம் அவள் தெளிவாக ஒன்றைச் சொல்லி வைத்தாள். "ஆராவது எங்கருந்தாவது வெசாரிச்சு வந்தா அவக கூட அனுப்பி வைக்கிறே... புள்ள புடுச்சுட்டுப் போறேன்னு ஆரும் போலீஸ்ல கம்ப்ளைண்டு பண்ணிறக் கூடாது...ஆமா..." என்று மைக்செட்காரரிடம் முழு முகவரியையும் தந்தாள் பெரிய சுப்பக்காள் இதைச் சொன்ன போது மைக் செட்காரர் சிரித்துக் கொண்டார். "நீங்க நெனக்கிறது மாதிரி ஆவலாதியாத் தேடி வர உறுத்தான ஆள் இல்லங்கம்மா.. சனிய விட்டது போன்னு சட்டய ஒதறிட்டுப் போறவுகதே அந்தப் பையனோட சொந்தக்காரங்க... எனக்குத் தெரியாதா அவகளப் பத்தி... செத்தெழவு பொழச்செழவுகளுக்குக் கூட ஆரும் சரியா வந்து போக மாட்டாக..." மைக்செட்காரர் மதுரைப் பக்கம் ஒரு கிராமத்திலிருந்து அங்கு பிழைக்கச் சென்றவர். பத்துப் பதினைந்து வருஷங்களாய் அங்கு இருந்தும் அவரது பேச்சில் மலையாள வாடை இல்லை.

அவரது மைக்செட் கடை கேரளபுத்திரனின் வீட்டருகில் இருந்தது. அவரது கடையும், கேரளபுத்திரனின் வீடும் பொது மதிற்சுவர். எந்த நேரமும் அவரது கடையில் அவரது மடியில் இல்லாத குறையாக இருப்பான் கேரளபுத்திரன். எதையாவது இழுப்பான். சதாவும் ஒன்றை நோண்டிக் கொண்டே இருப்பான். துரத்தத் துரத்த ஓடிவரும் செல்ல நாய்க்குட்டி போல் அவன் இருந்தான். அவனை ஒன்றும் செய்ய முடியாது என்று கண்டு கொண்ட கடைக்காரர் அவனுக்கு ஒவ்வொன்றாகச் சொல்லிக் கொடுக்க ஆரம்பித்தார். அந்த பதினாலு வயசுப் பையன் எதை எதை எப்படி வைத்துக் கொள்வது கையாள்வது என்று பாடம் கற்றுக் கொள்ள ஆரம்பித்தான். பள்ளி முடிந்தால் வீடு, வீடு முடிந்தால் கடை பள்ளியிலும் வீட்டிலும் இருக்கும் நேரத்தை விட அதிக நேரம் அவன் மைக்செட் கடையில் தான் இருந்தான். அவனை விட்டுவிட்டு அவர் ஒண்ணுக்கு...ரெண்டுக்குப் போய் விடுவார். அவன் எதையாவது எடுத்து விளையாடிக் கொண்டிருப்பான். மைக்செட்காரர் போல் வெறும் மைக்கை

வாயில் வைத்து ஹலோ…ஹலோ… மைக்செட்…ஒன்…டூ…த்ரி…” என்று சொல்லிக் கொண்டிருப்பான். அவர் ஆன் செய்து விட்டு அவசரமாகப் போயிருந்தால் ஊரதிர மழலைக்குரல் கொடுப்பான். அதுவும் தெளிவாக சுருதி சுத்தமாக ஒலிக்கும். மைக்செட்காரரர் ஓடி வந்து தலையில் ஒரு குட்டு வைப்பார். என்றாலும் அவன் வருவதையோ அவர் அசந்த நேரத்தில் மைக்கை எடுத்துப் பேசுவதையோ விட்டுவிடவில்லை. மைக்செட்காரரும் வேறு வழியின்றி அவனைக் கைத்தோதாக வைத்துக் கொள்ள முயன்றார். பள்ளி விடுமுறை நாட்களில் செட் போடும் இடங்களுக்கு அழைத்துக் கொண்டு போவார். அவருடன் மைக்செட் பொருட்களில் கனமில்லாத ஒன்றைத் தூக்கிச் செல்கிறவனாகவும் அவன் இருந்தான். கேரளபுத்திரனின் பெற்றோரும் உடன் இருந்து எதையாவது போட்டு உடைப்பதற்குப் பதில் எங்காவது அவன் சென்று பாதுகாப்பாக வந்து சேர்ந்தால் சரி என்று விட்டு விட்டார்கள்.

இங்கு வந்த பின் ஆடுகளை நாலுக்கு நாற்பதாய் பெருக்கினான் என்றாலும் பெரிய சுப்பக்காள் அவனை இடையனாகவே விட்டு வைக்க விரும்பவில்லை. தேனியில் கடை கண்ணிகள் பார்த்து அனுப்பி வைத்தாள். அவனுக்கு மூடை சுமந்து திரிவதில் ஆர்வமில்லை ஆட்டிடையனாகவே தொடர விரும்பினான்.

பெரிய சுப்பக்காள் பார்த்தாள், இதுவும் ஒரு தொழில்தானே கொஞ்ச காலம் பார்க்கட்டும் என்று விட்டு வைத்தாள். அப்புறம் மில் திறந்தார்கள். அதுதான் வாய்ப்பு என்று வேலுத்தம்பியைப் பிடித்து மில்லில் சேர்த்து விட்டாள். மில் வேலைக்காரன் என்ற கெத்தில் கன்னியம்மாளையும் கொடுக்க முன் வந்தார்கள். கட்டி வைத்ததோடு அவனுக்குப் பேரக் குழந்தைகளைப் பார்த்த சந்தோஷத்தில் பெரிய சுப்பக்காளும் கண் மூடினாள். என்றாலும் அடைக்கலத் தேவரின் பொண்ணு மக்களுக்குக் கேரளபுத்திரன் அண்ணனுக்கு அண்ணனாய் ஒன்றிணைந்து போனான்.

உள்ளூர், வெளியூர் அரசியல் தலைவர்கள் நடிகர்களின் அத்தனை குரல்களையும் அப்படியே கொண்டு வரும் வல்லமை கேரளபுத்திரனுக்கு இருந்தது. திருவிழா, இழவு வீடு, திருமண வைபவங்கள் என அத்தனையிலும் அவன் குரல் இருந்தது. குரல் மாற்றிப் பேசுவதால் “யாரு அண்ணாதொரையா… கலைஞரா… எம்.ஜி.ஆரா…” என்று கேட்காதவர்கள் இல்லை. அப்படியே உரிச்சு வச்சது மாதிரி பேச்சு இருக்கு என்று மெச்சிக் கொள்வார்கள்.

'நான்' பட அசோகன், நம்பியார், பி.எஸ்.வீரப்பா, சிவாஜி, ஜெமினி, ஏ.வி.எம்.ராஜன் என்று எல்லார் குரல்களையும் அவன் உள்வாங்கி வெளியிட்டான்.

உள்ளூர்த் தேர்தல்களில் அவனை வைத்துக் கொள்கிறவர்கள். கவுன்சிலர்களாகவோ, ஊராட்சித் தலைவர்களாகவோ ஆகி விடுவார்கள். இதற்காக ஒப்பந்தம் போல் அவனைப் பிடித்து நிறுத்தகிறவர்களும் உண்டு. சைக்கிள் ரிக்க்ஷாக்களில் மைக்செட் பொருட்களுடன் பேசிக் கொண்டே தெருத் தெருவாக நடப்பான். முச்சந்திகளில் அரைமணி நேரம், ஒரு மணி நேரம் என்று வேட்பாளர்களின் அருமை பெருமைகளை எடுத்துரைத்து போகிற வருகிறவர்களை சுற்றிலும் நிற்க வைத்து விடுவான்.

முத்துமாடத்தி கூட தனம் கல்யாணத்தில் கேரளபுத்திரனின் பல குரலிசையை வைத்துக்கொள்ள வேண்டும் என்று முடிவு செய்திருந்தாள்.

□

25

வைரவன் முதலாளி மீது கடைசியில் கொடூரத் தாக்குதல், கொலை முயற்சி என வழக்குகள் பதியப்பட்ட பின்பு தான் தேசிய நெடுஞ்சாலையில் அமைதி மீண்டது. அதிகாலையில் முத்துமாடத்தி உட்பட ஊரார் கொஞ்சப் பேரும் சேர்ந்து ஈரெட்டியான உணர்வுடன் முக்கு ரோடு சென்ற போது கேள்விப்பட்டவையெல்லாம் சந்தோஷத்தை ஏற்படுத்தும் விதமாய் இருந்தது. அவர்கள் ஆற்றின் குறுக்காக இறங்கி தோட்டந் துரவுகள் வழியாக முக்குரோட்டை எட்டுவதற்குள் எதிரே கூட்டம் கூட்டமாய்த் தொழிலாளர்கள் திரும்பி வந்து கொண்டிருந்தார்கள்.

ராசண்ணன், கந்தவேல் என முன் தெரிந்தவர்களிடம் முத்துமாடத்தி கேட்டாள்: "என்னாச்சு நாங்கள்லாம் இராத்தூக்கம், பகல்தூக்கம் இல்லாம வந்திருக்கோம்..." படபடப்புடன் கேட்டாள் முத்து மாடத்தி.

"நாங்கென்னா விடிய விடிய கும்பகர்ணத் தூக்கமா தூங்கிட்டு வந்திருக்கோம்..."

"என்னாச்சு?... இப்பக் கேரளபுத்ரனுக்கு என்ன நடந்துச்சு?... இப்ப எப்புடி இருக்கா?... ஒண்ணும் ஆகலியே?..."

"அம்புட்டுப் பயம் பதட்டம் இருந்துச்சுன்னா நைட்டோட நைட்டா வந்து என்னான்னு கேட்டுருக்கனும்ல..."

"புரியாமப் பேசுற... அங்க ஒங்கள மாதிரிகெளம்புன ஊர்க்காரவுளக் தாக் காட்டலைன்னா என்ன நடந்திருக்கும்னு சொல்ல முடியாது... இங்கவருவாகளா இல்ல உணர்ச்சி வேகத்துல மில்லுக்குள்ள நொழைவாகளா ஆரு கண்டது... அத விடு... இப்பக் கேரளபுத்ர எங்க இருக்கா... எப்படி இருக்கா?"

"நாங்கல்லாம் அம்புட்டு வேகத்துல அங்க போயிருக்கலைன்னு வைய்யி... அவனக் காணாப் பொணமாக்கிட்டுருப்பாய்ங்க... போன அம்புட்டுப் பேரும் அப்புடி அப்புடியே ஒக்காந்து ரோடு மறியல் பண்ணுனோம்ல... ஒத்த வண்டி இங்குட்டுப் போகல... ஒத்த வண்டி அங்குட்டும் போகல..."

"முக்கியமான ரோடில்லியா?... இங்குட்டும் அங்குட்டுமா நூத்துக் கணக்குல சேந்து போச்சு..."

“அதுக்கப்புறம் போலீஸ் படையோட வந்து பேச்சு வாத்த நடத்திதே ரோடக் கிளீன் பண்ணுனாங்க...”

ஆள் ஆளுக்கு ஒன்றைச் சொன்னாலும் முத்துமாடத்திக்கு முழுசாக ஒன்றும் விளங்கவில்லை. அவர்களோடு திரும்பி மீண்டும் ஊரு காவல் பொட்டலுக்கு வந்து சேர்ந்தாள்.

தொழிலாளர்கள் அவரவர் இடங்களுக்குப் போய் ஒழுங்குபடுத்துதலில் இறங்கினார்கள். எப்படியும் அவர்களை ஒன்று கூட்டாமல் முழுக்கதையும் தெரியாது. ஆனால், வைரவன் முதலாளி மீது கேஸ் போட்டதைத்தான் அவளால் நம்ப முடியவில்லை. டிராபிக்கை ஒழுங்குபடுத்தி போக்குவரத்தைச் சீராக்குவதற்காக வேறு வழியின்றி தொழிலாளர்கள் நிர்ப்பந்தம் காரணமாகவே ஒப்புக்குச் சப்பாணியாக கேஸ் போட்டிருப்பார்கள் என்று முத்துமாடத்தி நினைத்துக் கொண்டாள் என்றாலும் அது ஒரு ஆவணப் பதிவாகி விட்டதை எண்ணி அவளால் சந்தோஷப்பட்டுக் கொள்ளாமல் இருக்க முடியவில்லை. நடவடிக்கை எடுக்கிறார்களோ இல்லையோ மார்தட்டித்திரிந்த முதலாளி மீது தொழிலாளர்கள் கொலைக் கேஸ் போட்டிருக்கிறார்கள். அதுவே பெரிய வெற்றிதான்.

தொழிலாளி ஒரு குழுமலாக வந்து பேச ஆரம்பித்தார்கள். அவர்களுக்கு முன்னால் முத்துமாடத்தி தனித்து நின்றாள். அவளை அவர்கள் ஒரு தலைவியாகக் கருதி முறையிடுவதைப் போலவே அப்போதைக்கு அவளுக்குத் தோன்றியது. ஒருகாலத்தில் தன்னை ஒரு பொருட்டாக மதித்து பேசத் தயங்கியவர்களெல்லாம் இப்போது தான் ஒன்றைக் காது கொடுத்துக் கேட்க மாட்டோமா என்று கடுந்தவம் இருப்பதைப் போல் அவளுக்குத் தோன்றியது. தான் கவனித்துக் கேட்டால் மட்டுமே பிரச்சினைகளுக்குத் தீர்வு ஏற்படும் என்று அவர்கள் நம்புவதாகவும் அவள் நினைத்துக் கொண்டாள்.

பகுதி பகுதியாக தொழிலாளர்கள் முக்குரோடு செல்லத் தேர்வு செய்யப்பட்டதைப் பற்றி முத்துமாடத்திக்கு எண்ணங்கள் ஓடின. இதைத் தொடங்கி வைப்பவனாக கேரளபுத்திரன் இருந்தான். அவனுடன் நேற்றிரவு மொக்கேட்டு, முத்துமாயன், தவசி, சின்னக்காளை, விருமாண்டி உட்பட வெடுப்பான ஆட்கள் பதினைந்து பேர் சென்றனர். கொஞ்சம் பக்குவமாகவும், விபரமாகவும் புரிந்து கொள்ளும் விதத்திலும் பேசக் கூடியவர்களாக இருப்பதை முத்துமாடத்தி உள்ளிட்ட உள்ளூர் வெளியூர்த் தலைவர்கள் உறுதி செய்து கொண்டார்கள்.

ஆனால், துவக்க அறிகுறியே சரி இல்லை என்பதைத்தான் வெள்ளைப் பாண்டியன் கூட்டத்தில் எடுத்துச் சொன்னான். இரவு சென்ற பதினைந்து பேரில் தாக்குதலுக்கு இலக்காகாமல் தப்பியவன் அவன் ஒருவன்தான்.

பிற்பகல் மூனு மணி ஷிப்ட் முடிந்து இரவு பதினோரு மணி வாக்கில் முக்குரோடு வந்த ஆட்களை கேரளபுத்திரன் தலைமையில் முன்நின்று சந்தித்தனர். அதில் புதுத் தொழிலாளர்களும் இருந்தனர்.

“இன்னிக்கு வகுத்துப் பாட்டுக்கு கெடைக்கறதுங்கிறதுக்காக இதே சான்ஸுன்னு நெனச்சுக்கிட்டு நீங்கள்லாம் உள்ள வேல பாக்குறீக... இது நாளைக்கு ஒங்களத்தேம் பாதிக்கும்... நாங்க போராடுறதே காலாகாலத்துக்கும் ஒங்களுக்கு நன்ம கெடக்கனும்தே.. நாளப் பின்ன சங்கம் அமஞ்சு அது எங்களுக்கு மட்டுமா உரிம பெற்றுத் தரப் போகுது... ஒங்களுக்குந்தே... ஒரு மில் நிர்வாகத்துல தொழிலாளிக்கு சாதகமா சங்கம் அமஞ்சாலும் சலுகையும் உரிமையும் கெடச்சாலும் அது முன்னுக்கு நின்ன ஆளுகளுக்கு மட்டுமில்ல. எல்லாருக்கும்தா கெடக்யும்... பொது நன்மையில் சொந்த நன்ம அடங்கியிருக்கு அத நீங்க நல்லாப் புரிஞ்சுக்கிறனும்... இதேந் தோதான நேரம் இதப் பயன்படுத்தி ஒங்கள மாதிரி கொஞ்சநஞ்சம் உள்ள இருக்கிற ஆளுகளும் தைரியமாக வெளியேற்னீங்கன்னா மில்லு மொத்தமா அடபட்டுப் போயிடும்... மொதலாளியும் பேச்சு வார்த்தைக்கு வேற வழியில்லாம வருவார். இல்லேன்னா என்னா நடக்கும்? வெளியேத்துன ஆளுகள மொத்தமாக் கைவுட்டுட்டுப் புதுசு புதுசா ஆளுகளச் சேத்துக்கிட்டே போவார். இதுக்கு நீங்க எடந்தரப் போறீகளா? தொழிலாளிகளுக்குத் தொழிலாளிக தொரோகம் பண்ணப் போறீகளா?...”

வேலை முடிந்த களைப்பில் முக்குரோட்டுக்கு வந்து கிழக்கும், மேற்கும், வடக்கும், தெற்குமாய் நாலாபக்கமும் பிரிந்து ஓடத் துவங்கியிருந்த தொழிலாளர்களை வலுக்கட்டாயமாக நிறுத்தி கேரளபுத்திரன் பேசிக் கொண்டிருந்தான். சிலர் கேட்டும் கேட்காமலும் ஓடிக் கொண்டிருக்கும் போது முதலாளியின் கார் வந்து விட்டது. வழக்கம் போல் அவர் பயணிக்கும் வண்டியின் பின் சீட்டில் அடியாட்கள் இரண்டுபேர் ஒட்டிப் பிறந்த இரட்டைக் குழந்தைகள் போல் வந்தார்கள். போதாக்குறைக்கு பின் தொடரும் மற்றொரு காரில் டிரைவர் தவிர மேலும் மூன்று பேர் அவ்விதம் இருந்தார்கள்.

ஆலையின் வாயை மொத்தத்திற்கு இறுகக் கட்டி தாங்கள் நினைத்ததைச் சாதிக்க முனையும் வேலைநிறுத்தத் தொழிலாளர்களின்

திட்டங்களை முறியடிக்கப் பல முனைகளில் முயன்று வந்த முதலாளி வலிய வந்த வாய்ப்பைத் தவற விட விரும்பவில்லை. பிடித்து மொத்தி எடுத்தால் மொத்தத்திற்கு முக்குரோட்டிற்கு வந்து ஒன்று திரட்டுவதை விட்டுவிட்டு ஓடி விடுவார்கள் என்று நினைத்துத்தான் அடியாட்களை இறக்கிவிட்டார்.

ஆனால், கிணறு வெட்ட பூதம் கிளம்பிய கதையாகத்தான் எல்லாம் ஆகிவிட்டது. இந்தத் தாக்குதல் செய்தி காற்று வாக்கில் வந்த வேகத்தில் ஊருகாவலன் பொட்டலிலிருந்து வேலை நிறுத்தத் தொழிலாளர்கள் பொசு பொசுவென்று போய்ச் சேர்ந்து விட்டார்கள். வாயு வேகம் மனவேகம் என்று தான் இதைச் சொல்ல வேண்டும்.

அதிகப்படியான தாக்குதலுக்கு இலக்கான கேரளபுத்திரனையும், உடன் சென்ற தொழிலாளர்களையும் பருந்திடம் குஞ்சுகளைக் காக்கும் தாய்க் கோழியைப் போல் இறகுகளை விரித்துப் பறந்து மீட்டார்கள்.

முதலாளியின் காரை அதற்குப்பின் துளி அசையவிடவில்லை. அடியாட்கள் ஆயுத சன்னத்தராய் இருந்த போதிலும்; ஆர்த்தெழும் தொழிலாளர் முன் அடங்கி அதிர்ந்து ஓடினார்கள்.

குற்றுயிரும் குலை உயிருமாய்க் கிடந்த கேரளபுத்திரனை போலீஸ் வந்து தான் மீட்டது. சந்தடி சாக்கில் வைரவன் முதலாளி தப்பித்தேன் பிழைத்தேன் என்று காரில் நழுவிவிட்டாலும் வேலை நிறுத்தத் தொழிலாளர்கள் விடவில்லை. நான்காகப் பிரியும் சாலைகளில் முழுவதும் அடைத்து உட்கார்ந்து விட்டார்கள். கேரளபுத்திரனைக் கொலை செய்ய முயன்றதாக முதலாளி மேல் வழக்குப் பதிந்தால்தான் மறியலைக் கைவிடுவோம் என்று உறுதி பூண்டார்கள். நாற்புறமும் தேங்கித் தெறித்து நிற்கும் வண்டி வாகனங்களுக்கு வழி ஏற்படுத்திக் கொடுக்க வேண்டிய நிர்ப்பந்தம் அந்த அகால வேளையில் போலீஸுக்கு ஏற்பட்டது. தாமதித்தால் பஸ் உடைப்பு, எரிப்பு என்று திசைமாறும் என்று பயந்தோ என்னவோ வைரவன் முதலாளி மீது கொலைமுயற்சி வழக்கு பதிவு செய்யப்பட்ட பின்புதான் வண்டிகள் நாற்புறமும் பிளந்து ஓடின.

□

26

பத்துப் பத்துப் பேர் என வீடுகளுக்கு அனுப்புவது என்று மதியச் சாப்பாடுகளுக்கு லிஸ்ட் எடுத்து விட்டாள் முத்துமாடத்தி. அத்தனை வீடுகளிலும் இந்த வாரம் முழுவதும் பேசியிருந்தாள்.

"ஆகா... அற்புதம்... இந்த யோசனையெல்லாம் ஓ மூளையில எப்புடிக்கா உதிக்குது?..." என்று ஆச்சரியப்பட்டான் காதர் மைதீன்.

முத்துமாடத்தி சொன்னாள்: "மில்லுக்கு ஆதரவானவங்கன்னு இம்புட்டுப் பெரிய ஊர்ல பத்து முப்பது குடும்பங்கதே தேறும்... அவகளும் இப்ப தொழிலாளிகளுக்கு ஆதரவு காட்டுறதுனால வாலச் சுருட்டிக்கிட்டு இருக்காக. ஒரு நா இல்லாட்டி ஒரு நா ஒணர்ந்து தாஞ் சொந்த கருத்துகள வேல நிறுத்தத்துக்கு ஆதரவா திருப்பி விடுவாகங்கிற நம்பிக்க இருக்கு... அது போக நமக்குச் சாதகமா ஊரே இருக்கு. அதப்பயன்படுத்தி ஒவ்வொன்னா ஓசிச்சுக்கிட்டே போகனும்டா... சும்மா மண்ணு மாதிரி இருந்தோம்னா கடேசீல அதத்தேந் திய்ங்க வேண்டி வந்திரும்... பத்துப் பேரு பல்லுக்குச்சி ஓராளு தலச் சொமங்கிற மாதிரி இப்படி ஏதாவது செஞ்சுக்கிட்டே வரனும். ஆயிரம் ரெண்டாயிரம் தலக்கட்ட இப்புடிச் சுத்தி வர மாசக் கணக்காயிடும்... நமக்கும் மதியக்கஞ்சி ஊத்த நான் நீன்னு ஆளு வந்து சேந்துரும்... மத்த ரெண்டு வேளைக்கும் எப்பவும் போல பாத்துக்கலாம்... அதோட பேச்சு வாத்த அது இதுன்னு போறதுனால போராட்டம் இன்னம் ரொம்ப நாளைக்கு நீடிக்காது..."

"அதேக்கா நாஞ் சொல்றது ஓ மூளையே தனீன்னு... நீயெல்லாம் பார்லிமெண்டல இருக்க வேண்டிய ஆளுக்கா..."

"ஏலே ஒலுவாடி... சட்டசப பார்லிமெண்டுன்னு போறவகள்லாம் மனுஷ மக்க தானடா... ஆன பூனையா போகுது..." முத்துமாடத்தி அடிக்கடி நீளச் சிட்டை போன்ற நோட்டை எடுத்துப் பெயர்ப் பட்டியலைப் பார்த்துக்கொண்டாள்.

அவள் ஏற்கெனவே ஒவ்வொரு வீட்டிலும் சொல்லி வைத்திருந்தாள். "இந்த ஊர நம்பி வந்திருக்க தொழிலாளிகளுக்கு இந்த ஊருதாங் கஞ்சி ஊத்துது.. அதோட தாங் காச்சிக் குடிக்கிறதுல கொஞ்சத்த அவகவக வீடுகள்ல வச்சுப் போட்டா

இன்னம் நல்லாருக்கும்னுதே ஒங்களயெல்லாம் அண்டி வந்தே... பெரிசா விருந்து வைக்கனும்னு இல்ல, ஏதோ அவுகளப் பிறத்தியாரா நெனைக்காம ஒங்க குடும்பத்துல ஒருத்தராப் பாப்பீங்கன்னுதே இதச் சொன்னே... அசௌகரியமாப்பட்டுச்சுன்னா ஒண்ணுஞ் சங்கடப்பட வேண்டியதில்ல. அங்குனங்குன ஏற்பாடு பண்ணிக்கிறலாம்...'' முத்துமாடத்தியின் வேண்டுதல்களை மறுத்துப் பேச ஊரில் ஆள் இல்லை.

செல்லச்சாமியிடம்தான் முதலில் இந்த யோசனையை முத்துமாடத்தி சொன்னாள். "நீ சொல்றது கேக்கறதுக்கு நல்லாருக்கு... ஆனா ஆக வைக்கிறது அம்புட்டு ஈஸியில்ல... அவக படுற பாட்ல இதேது தொந்தரவாப் போச்சுன்னுதே நெனப்பாக... இந்த ஊர் இருக்கிற இருப்புல இம்புட்டுச் செய்றதே பெரிசு... தொடச்சுத் தடவித்தே நாமளும் வந்திருக்கிற தொழிலாளிகளுக்குச் சோறு போடுறோம்... வாரத்துல மூணுநா உண்டியல் வசூல்னு போறம்... அரிசி தவசி காய்கறின்னு வாங்குறம். இதுக்கும் மேல அவகள ஆக்கிப் போடுங்கன்னு சொல்றது நல்லதில்ல...''

பொன்னம்பலத்திற்கு இது ஒரு விதத்தில் வியப்பாக இருந்தது. பெரிய பெரிய தலைவர்களிடமெல்லாம் முப்பது நாப்பது வருஷம் பழகிய அனுபவமிருந்தும் தனக்கு வராத யோசனைகளெல்லாம் முத்துமாடத்திக்கு எப்படி வருகிறது என்று ஆச்சரியப்பட்டார்.

தவமணி சொன்னார்: "இந்த ரூட்லயே போயிக்கிருந்தீன்னா வர்ற உள்ளாட்சித் தேர்தல்ல தலைவர் போஸ்டுக்கு ஒன்னய நிறுத்துனா அன்ன போஸ்ட்டாத்தே வருவே.. போல்ருக்கு!...''

ஆனால் ரங்கசாமி வேறு மாதிரியாகச் சொன்னார். "அப்படியெல்லாம் லேசில வந்துர முடியாது... அந்த நேரத்துல ஆயிரம் ரெண்டாயிரம்ன்னு அள்ளி ஏவி முத்துமாடத்திய அட்ரஸ் இல்லாமல் பண்ணிடுவாய்ங்க...''

ஆளாளுக்கு காபி கொடுத்துக் கொண்டு வந்த அய்யனார் சொன்னான். "அப்புடி ஒரேயடியா ஜனங்கள மட்டமா நெனச்சிராதீங்க... வார்டுக்கு அஞ்சு லட்சம் பத்து லட்சம்னு எறக்கட்டும்... ஆனா ஆராலயும் முத்துமாடத்தியக்காள அசைக்க முடியாது... மக்களோட மக்களா இருந்தா ஆரும் கொண்டாடத்தேஞ் செய்வாக...''

"இப்ப என்னமோ தேர்தல் வந்துட்ட மாதிரியும் அக்காவ நிறுத்திட்ட மாதிரியுமில்ல ஆளாளுக்குப் பேசிட்டுப் போறீக...

அதெல்லாம் தலம முடிவு பண்ற விஷயம்பா...” முன்னாள் கவுன்சிலர் நாகரத்தினம் டீக்கேத்தலில் பிடிப்பதற்கு ஏதுவாக டம்ளர்களை அடுக்கிக் கொண்டு அய்யனார் பின்னால் போனான்.

முத்துமாடத்தி தன்னை முன்னிறுத்தி நடக்கும் இந்த சம்பாஷணைகளில் அக்கறை கொள்ளவில்லை. அன்றைய மதியச் சாப்பாட்டிற்கு யார் யாரை எந்தெந்த வீட்டுக்கு அனுப்புவது யார் யார் உடன் அழைத்துச் செல்வது என்பதில்தான் அவளது முழுக் கவனமும் இருந்தது.

□

27

முத்துமாடத்தி எதிர்பார்த்ததைப் போலவே ஒரு மட்ட மதியான நேரத்தில் திருப்பூரிலிருந்து அவளது அண்ணன் கோவிந்தன் வந்து விட்டான். மதியாதார் தலைவாசல் மிதிக்கக்கூடாது என்பது போல் அவன் ஊர்ப் பொதுச் சாவடியில் உட்கார்ந்து கொண்டு அவளைக் கூப்பிட்டு விட்டிருந்தான். நீளச் சிட்டையில் எழுதியிருந்தபடி இரண்டாம் நாள் மதியச் சாப்பாட்டிற்குப் பிரித்து விட்டுக் கொண்டிருந்த முத்துமாடத்தி கொஞ்சம் துணுக்குறவே செய்தாள். ஏன் கோயிந்தண்ணன் வீட்டிற்கு வராமல் சாவடியில் போய் யாரோ எவரோ என்று உட்கார்ந்து கொண்டு தன்னை அழைத்துவிட வேண்டும். அங்கு அவர் ஒருவேளை பஞ்சாயத்து டைப்பில் ஆட்களைத் திரட்டி வைத்துக்கொண்டு உட்கார்ந்திருக்கக் கூடும் என்கிற சந்தேகமும் அவளுள் எழுந்தது.

அண்ணன் சாதாரண முறையில் வந்திருந்தால் யாரையும் எதிர்பாராமல் பக்கத்து வீட்டில் கொடுத்து வைத்திருக்கிற வீட்டுச் சாவியை வாங்கி உரிமையாய்த் திறந்து வேணுங்கிறதை போட்டுச் சாப்பிட்டு விட்டு தான் வரும் வரை படுத்திருந்து பார்த்து பேசிவிட்டுப் போவார்.

ஆனால், இப்போது அதையெல்லாம் அவர் செய்யப் போவதில்லை. தானும் அதை எதிர்பார்க்க முடியாது என்றாலும் பழைய மாதிரி தன்னோடு அண்ணன் வாய் வீணாகப் பேசிக் கொண்டு சத்தம் போட முடியாது என்றும் நினைத்துக் கொண்டாள். கூடப்பிறந்தது ஒரு அண்ணனாக இருக்கலாம். ஆனால், கூடப்பிறக்காத அண்ணன்களும், தம்பிகளும் ஊரெங்கும் பெருகி விட்டார்கள். ஒரு கை அன்னத்திற்காக தன்னை எதிர்பார்த்து ஊருகாலன் பொட்டலிலும் வாஞ்சையுடன் காத்திருக்கிறார்கள். அண்ணனாக இருந்தாலும் வேறு மன்னனாக இருந்தாலும் தனக்காகச் சிலிர்த்தெழும் சிங்கங்களாகவும் மாறுவார்கள்.

அண்ணன் வந்திருக்கும் தகவலை ஆர்வமாய்ச் சொல்ல வந்த ஆண்டி அம்பலத்திற்கு அப்போதுதான் கொடுவிலார்பட்டி கண்ணன் கொண்டு வந்திருந்த ஆப்பிள் கூடையிலிருந்து இரண்டை எடுத்து நீட்டினாள்.

ஆண்டி அம்பலம் ஒரேயடியாய் மறுத்தான். இத்தனைக்கும் கிராமத்தின் சார்பில் ஊர் சொல்லும் ஆள். நல்லது கெட்டதுகள் வந்தது போனதுகளை வீடுவீடாகச் சொல்வதுதான் அவன் வேலை. யாராவது பிரியப்பட்டு ஏதாவது வாங்கிக் கொடுத்தால் தான் ஆயிற்று. கிராமத்தில் தொண்டூழியத்திற்காக ஏதோ கொஞ்சம் கொடுப்பதை வைத்து மனைவி, ரெண்டு பிள்ளைகளைக் காப்பாற்றி வருகிறான். "நானே வெறுங்கையோட தகவல் சொல்ல வந்துட்டேன்னு சங்கடப் பட்டுக்கிட்டிருக்கே... எனக்கெதுக்கு பழம்? பாவம் அவகளுக்கு அறுத்துக் குடு முத்துமாடத்தி..." என்றவன் தொடர்ந்து முகம் பிரகாசிக்கச் சொன்னான். "இன்னிக்கு நீ சொன்ன மாதிரி எங்க வூட்ல பத்துப் பேருக்குச் சாப்பாடு ரெடியாயிருச்சு... ஓங்க அண்ண வந்த தகவலச் சொல்லிட்டு எல அறுக்கலாம்னு போய்க்கிட்ருக்கே..."

அவன் சொல்லச் சொல்ல கேட்டுக் கொண்டிருந்த முத்துமாடத்திக்கு உணர்ச்சி வேகத்தில் அவனது கையைப் பிடித்துக் குலுக்க வேண்டும் போல் தோன்றியது. தனக்குக் குடிக்க கூழ் இல்லாவிட்டாலும் மற்றவர்களைப் பேணும் இந்த உதார குணத்தை எப்படித்தான் பாராட்டுவது, இவர்களைப் போன்றவர்கள் இன்னும் பல நாட்கள் தொழிலாளர்களைப் பாதுகாப்பார்கள் என்று நினைத்துக் கொண்டாள்.

சொர்ணமணியும், திலோத்தமையும் ஆப்பிள் ஆரஞ்சுப் பெட்டிகளைத் தூக்கிக் கொண்டு கூட்டத்தில் நடந்தார்கள். மற்ற பழங்கள் டவுனில் சாலையோரங்களில் பழக்கடை வைத்திருப்போர் சார்பாக வழங்கப்பட்டது. பழக்கடைகளில் அடுக்க எடுக்க உதவி செய்யும் பெருமாள்சாமி ஒரு தள்ளு வண்டி நிறைய மூன்று மைல் அலுக்க வந்து பழங்களை ஒப்படைத்து விட்டுப் போயிருந்தான். முன் பசிக்கு இப்படிப் பழங்கள் பிஸ்கட்டுகள் எனத் தருவோர் நிறைய இருந்தார்கள்.

கொஞ்ச நேரம் பார்த்துவிட்டு கோவிந்தன் பொட்டலுக்கே தேடி வந்து விடக்கூடும் என்று முத்துமாடத்தி நினைத்துக் கொண்டாள். ஒரு விதத்தில் சாவடி என்றால் ஏதாவது பேசி அனுப்ப ஆள் இருக்கிறார்கள். முன்பு போல் 'வா கழுத போ கழுத' என்று பஞ்சாயத்துப் பேசி மிரட்டவும் முடியாது. இப்போது எந்த ஒரு முகமும் அவளுக்கு மிக நெருக்கமாய் மாறி இருந்தது. 'என்னங்கம்மா வாங்கம்மா போங்கம்மா' என்று மரியாதை கலந்த பேச்சுக்கள் ஊரில் பெருகி விட்டன.

ஊருகாலன் பொட்டலுக்கு வரவும் அண்ணன் துணியப் போவதில்லை. நல்ல மனசோடு வந்தால் இங்கிருக்கிறவர்கள் நல்ல விதமாய் அனுப்பி வைப்பார்கள். ஏதாவது ஏடாகூடம் என்றால் முத்துமாடத்தியின் அண்ணனாவது தம்பியாவது என்று ஒரு கை பார்த்து விடுவார்கள். அண்ணன் சமயோசிதமாக நடந்து கொண்டால் தப்பித்து ஊர் போய்ச் சேர்ந்து விடுவான். எல்லாம் அவர் நடந்து கொள்வதைப் பொறுத்து இருக்கிறது.

அந்த அழகு மகனைப் பெற்றதற்காக அண்ணன் இத்தனை கோபத்துடன் வந்திருக்க வேண்டியதில்லை. தாய் தகப்பன் இன்னும் கூட உயிரோடிருந்திருந்தால் நிச்சயம் அண்ணனையும் அவரது மகனையும் கண்டிக்கவே செய்திருப்பார்கள். "பொண்ணு குடுக்கிறது எடுக்கிறது அவகவக பாடுப்பா முந்திக் காலம் மாதிரி அப்ப அப்புடிப் பேசினே இப்ப இப்புடிப் பேசினேன்னு... கதையளக்க முடியாது... அததுக அததுக விருப்பத்தோட போகட்டும்பா" என்று சொல்லியிருப்பார்கள்.

முத்துமாடத்தி வாசிக்க வாசிக்க அரைக்காதும், காக்காதுமாய்க் கேட்டுக் கொண்டு ஆட்கள் எழுந்தார்கள். வெய்யில் சுள்ளிப்புடன் அடித்து வீசியது. பொட்டல் கருவேல மரங்கள் கருகி காற்றும் அனலுமாய் எழுந்து வந்தது.

கைலிகளை ஏற்றிக் கட்டியபடியும் சட்டைகளை எடுத்து மாட்டியபடியும் ஆட்கள் நடந்தார்கள். முத்துமாடத்தியைச் சுற்றி நின்று கொண்டிருந்த செங்கண்ணன், போத்தி, சுப்பையா உள்ளிட்ட பத்துப் பேரும் குழுக் குழுவாய் ஆட்களை அழைத்துக் கொண்டு மதியச் சோற்றுக்கான வீடுகளுக்குப் புறப்பட்டார்கள்.

முத்துமாடத்திக்கு ஒரு புறம் இந்த வேலைகள் நடந்தாலும் மறுபுறம் உள்ளுக்குள் கணப்பு எழுந்தது. கோவிந்தண்ணன் நடந்ததைக் கேள்விப்பட்டு உடனே வந்திருக்க வேண்டும். ஒரு மாதம் கழித்து வருவதற்கு என்ன இருக்கிறது.

மறுநாள் கலையரங்கத்தில் நேரம் பிரித்து நான்கைந்து கல்யாணங்கள் இருக்கின்றன. எம்.பி.பண்டில் கட்டப்பட்ட அந்த மண்டபம் ஊர்ப் பொதுவாய் நின்றது. பஞ்சாயத்து ஆபீஸில் ஒரு தொகை வைத்து வாங்கிக் கொண்டு யாருக்கு வேண்டுமானாலும் விட்டார்கள். தவிர ஊருக்குள் புது வீடு கட்டிக் குடியேறுகிறவர்கள் நிறைய இருந்தார்கள். அந்த வைபவங்களும் நாளை இருக்கின்றன. இதில் ஏதாவது ஒன்றில் கலந்து கொள்ளவும் அண்ணன் வந்திருக்கலாம்.

பொதுவாக இங்கிருந்து திருப்பூருக்குப் பிழைக்கச் சென்றவர்கள் விடிந்தால் அங்கு, முடிந்தால் இங்கு என்று வந்து கொண்டும் போய்க் கொண்டும் இருந்தார்கள். அங்கு நடப்பதை இங்கு போலவும், இங்கு நடப்பதை அங்கு போலவுமான மயக்கம் தரும் காட்சிகள் முத்துமாடத்திக்கு அனுபவமாயிருக்கின்றன. சில சமயங்களில் வீட்டிற்கு பத்துப் பதினைந்து என செய்முறை பத்திரிகைகள் வந்து குவிந்து விடும். எதைத் தொடுவது எதை விடுவது என்கிற குழப்பங்கள் கூட ஏற்பட்டுவிடும்.

சாப்பாட்டு லிஸ்ட் முடிந்து ஆளாளுக்குச் சென்றபின் முத்துமாடத்தி எழுந்து கொண்டாள். கதிரடித்து தூற்றித் தெளித்து எடுத்த களம் போல் ஊருகாவலன் பொட்டலில் வெறுமை தரித்து கொண்டது.

நாகவல்லியும் அமிர்தமும் சும்மா பேச்சுத் துணைக்கு வருகிறேன் என்று பாதுகாப்புத் தர விரும்பினார்கள். ஏதாவது ஏடாகூடமா நடந்தால் என்ன செய்வது என்று ராசம்மாள் கூடக் கேட்டு விட்டாள்.

“அதெல்லாம் ஒண்ணும் நடக்காது... கூடப் பொறந்த அண்ணந்தான கொன்னா போடுவாரு... நாம் பாத்துக்கிறே...” என்றபடி கொண்டையை அள்ளி முடிந்து கொண்டு வெளியேறினாள் முத்துமாடத்தி.

□

28

மெட்ராஸ், மதுரை, தேனி என்று மூன்று ஊர்த்தலைவர்களும் அன்று வரவிருந்தார்கள். அன்றைக்கு அவர்களுக்கு என்று ஏதாவது ஒரு ஓட்டலில் ஸ்பெஷல் சாப்பாடு ஏற்பாடு செய்ய வேண்டும் என்று தவக்களை நாராயணன் சொன்னான். பொன்னம்பலம் உள்ளிட்ட ஐந்தாறு உள்ளூர்த் தலைவர்கள் பொட்டலில் ஊர்காலப்பசாமிக்கருகில் இருந்த நீளக் கல் திண்டில் உட்கார்ந்திருந்தார்கள்.

சிகிச்சை முடிந்து ஆளோடு ஆளாய்ச் சேர்ந்திருந்த கேரளபுத்திரனுக்கும் அதே கருத்து இருந்தது. அன்றைக்குப் பார்த்து ரேஷன்கடை ஊழியர்கள் வழங்கிய அரிசிச் சிப்பங்கள் பொட்டலுக்கு வந்திருந்தன. முத்துமாடத்தி அதைக் கையால் கூடத் தொடவில்லை. இதை அவர்கள் எப்படிக் கொடுத்திருப்பார்கள் என்று முத்துமாடத்தி எல்லாரிடமும் விளக்கிச் சொன்னாள். "இது ஒரு விதத்தில் திருட்டுக் கஞ்சி குடிக்கிறது மாதிரிதே... இதத் தூக்கிட்டுப் போயி ஒரு பொது எடத்துல வச்சு அவகளவே எடுத்துட்டுப் போகச் சொல்லிடு..." என்று தவக்களை நாராயணனிடம் சொன்னாள் முத்துமாடத்தி.

பிற தோழர்கள் கூட அவள் அத்தனை வெட்டிச் சொன்னதை ஆமோதிக்கவில்லை. தவமணி சொன்னார்: "அவுகளும் நம்ம சங்கங்கள் ஒண்ணுல இருக்கிற ஊழியர்கதே... அவகளாப் பிரியப்பட்டுத் தாறத நாம் வேணாங்கக் கூடாது முத்துமாடத்தி..."

"அவக கைக்காசிலிருந்து மில்லுக்கடைகள்ல வாங்கிக் குடுக்கட்டும் ஏத்துக்குவோம்... என்னயப் பொறுத்தவரைக்கும் இந்த அரிசி அந்த அரிசின்னு கணக்குப் பாக்குறவள்ல... எல்லாம் நெல்லுல இருந்து வாறதுதே... தலைவருக வாறதுனால அத ஆக்கிப் போடக் கூடாதுன்னுஞ் சொல்லல... ஆனா பொதுமக்களுக்கு விநியோகம் பண்றதுல அஞ்சு சிப்பம், பத்து சிப்பம்னு தூக்கிவிடுறாங்கன்னா அந்தத் தைரியம் இவுகளுக்கு எங்கிருந்து வந்துச்சுங்கிறே... அத அவுக வெலப் பேசி வாங்குறாகன்னா எத்தன பேரத் திருப்பி அனுப்பனும்... அந்தத் தப்புக்கு நாமளும் தொணப் போகனுமா?..."

பொன்னம்பலம் அமைதியாகக் கேட்டுக் கொண்டிருந்தார். அவள் கேட்பதற்குப் பொருத்தமான விளக்கங்கள் கொடுக்கிறேன் பேர்வழி என்று போய் எக்கச்சக்கமாக மாட்டிக் கொள்ளக் கூடாது என்கிற எச்சரிக்கையும் அவரிடம் இருந்தது. தவமணியும், செல்லச்சாமியும் அவளை வியப்பாகப் பார்த்துக் கொண்டிருந்தனர்.

ஒரு உணர்ச்சி வேகத்தில் 'அம்புட்டுப் பேருக்கும் ஆக்கிப் போடுறே...' என்று அடித்துச் சொன்னவள் தான் முத்துமாடத்தி. தெருப்போக்கில், வழிப்போக்கில் குழுக்குழுவாய்த் திரிந்த மில் தொழிலாளர்களை ஆரம்பத்தில் எல்லோரையும் போல்தான் பார்த்தாள் முத்துமாடத்தி. இங்குமங்குமாய் அலைபாய்ந்து கடைசியில் அவர்கள் ஊருகாவலன் பொட்டலில் ஒன்று சேர்ந்தார்கள்.

“எதுக்கு இம்புட்டுப் பேரும் கூடிக் கெடக்காய்ங்க... இம்புட்டூன்டு ஊர்ல என்ன கெடச்சிடும்னு இங்க வந்து கும்மரச்சம் போட்டுக்கிட்டுக் கெடக்காய்ங்க...” என்று ஆள்ஆளுக்குப் பேச்சுக்கள் கிளம்பின.

“அம்மாம் பெரிய மில்லக்கட்டி எம்புட்டுப் பேருக்கு அந்த மகராசே வேல குடுத்திருக்கிறாரு... அதப் புரிஞ்சுக்கிட்டு அடங்கி நடக்காம சங்கம் வைக்கிறோம்... சம்பள உயர்வு கேக்குறோம்னு போனா இப்புடித்தே தொரத்தி அடிப்பா...”

“சங்கமில்லேன்னா சாப்பாடு எறங்காதாக்கும்... நாமளும் ஒரு நா காடு கரன்னு வேலைக்கிப் போறம்... பத்துநா சும்மாருக்கோம்... அதுக்காக எனக்கு வேல இல்லாத நாளுக்கு ஏதாச்சும் குடுன்னு பெரிய வெவசாயிகள மெரட்ட முடியுமா?”

“அதானப்பா... அந்தப் புண்ணியவா வருசம் முந்நூத்து அறுபது நாளும் வேல குடுக்கிறா... அவனக் கையெடுத்துக் கும்பிட்டுக்கிட்டு கமுக்கமா இருக்க மாட்டாம இப்புடி ஒரே மானிக்கி வெளிய வந்து கொடி பிடிச்சாக் கும்பி வெந்துதேஞ் சாகனும்...”

வாய்க்கு வந்ததை மனசில் நினைத்ததை வேடிக்கை பார்த்தோர் கொட்டி முழக்கினார்கள். ஒரஞ்சாரங்களில் நின்று உள்ளடங்கிய குரல்களில் பெண்களும் ஒருவருக்கொருவர் பார்த்துக் கொண்டார்கள், பேசிக் கொண்டார்கள்.

ஆனால் முத்துமாடத்தியால் வேடிக்கை பார்ப்பவளாய் அங்கு தொடர்ந்து நின்று கொண்டிருக்க முடியவில்லை. அவர்கள் திரண்டெழுந்து இப்போது பேசுகிற சங்கப் பிரச்சினைகளுக்கு மூலவித்தே அவளது புருஷன் வேலுத்தம்பிதான்.

ஷிப்டுகள் முடிந்து வரும் ஒவ்வொரு சமயமும் அவன் புலம்பாய் புலம்பித் தவிப்பான். பஞ்சு புகுந்து நூல் ஒட்டிய முகம், ஆடைகளுடன் விழப் போவது போல் சைக்கிளில் வந்து இறங்குவான் வேலுத்தம்பி. முத்துமாடத்தி தாங்கிப் பிடித்துக் கொள்ளாத குறையாக முன் செல்வாள்.

“சேந்தப்ப போட்ட சம்பளந்தே இப்பவும் கெடைக்குதுங்கிறீக... அஞ்சு ஆறு வருஷம் ஆகிப் போச்சு ஆனா எனக்கு இன்னும் கூட மில்லு கட்டுன செலவே பல கோடிக்குக் கைப் பொறுப்பா இருக்கு... அதத் தேத்துறதுக்கே வழியில்லாமத் திண்டாடிக்கிட்டிருக்கே... மெஷினரி அது இதுன்னு மேலும் பல கோடி கைய வுட்டுப் போயிடுச்சு.. அம்புட்டயும் தேத்துனப் பொறகுதே சம்பளம் கிம்பளம் போனஸ் கீனஸ் எல்லாம் அதையெல்லாம் தாக்குப் புடிச்சு இருக்கிற ஆளு இரு... இல்லேன்னா ஓடிப் போயிரு... நாம் பாத்து என்னிக்குச் சம்பளத்தைக் கூட்றேனோ அன்னிக்கு வாங்கிக்க... இங்க நான் நீன்னு புதுசு புதுசா வேலைக்கு வர நூத்துக் கணக்குல ஆள் கியூ வரிசையில் காத்துக்கிட்டிருக்கு... இஷ்டமிருந்தா உண்டானத வாங்கிட்டு வேலயப் பாக்குறதுன்னா பாரு... அது இதுன்னு ஆளக் கூட்டுறது சங்கம் சேக்கிறது அப்புடி இப்புடின்னா ஒத்த தம்புடி தர மாட்டே.... தெனம் பத்தாளு இருபதாளுன்னு கொண்டு வந்து சேக்குறதுக்கு ஊர் ஊராக ஏஜெண்ட் இருக்கா... காடுகர காஞ்சு கெடக்கு... வருஷம் பூரா வெள்ளாம வச்சாலும் கா வகுறு அர வகுறு ரொப்ப முடியாது. நா மூணு வேளக் கஞ்சிக்குத் தாறே... சிக்கனமாச் செலவு பண்ற ஆளுக பத்தஞ்சு மிச்சம் புடிக்கலாம்... போகப்போக ஆர்டர்களும் நெறயத் தயார் பண்ணி உள்நாடு வெளிநாடுன்னு நெறய கெடச்சு டவல் துண்டு துக்கானின்னு போக ஆரம்பிருச்சின்னு வைங்க... அப்பறம் ஒங்க காடல மழதே... தனால பணம் தண்ணியாக் கொட்டும்...” மில் மீட்டிங் ஹாலில் நடந்த கூட்டமொன்றில் உணர்ச்சிப் பெருக்குடன் உரையாற்றினார் வைரவன் முதலாளி.

மூன்று ஷிப்டுகள், ஒவ்வொரு ஷிப்ட் முடிவிலும் இந்தக் கூட்டங்கள் நடந்து கொண்டே இருந்தன. சூப்ரவைஸர்கள் புடை சூழ மில் முதலாளி ஒரே பேச்சை களைப்பின்றிப் பேசிக் கொண்டே போனார். ஸ்வீட், காரம், காபி என ஒவ்வொரு வேளையிலும் வந்தது. சிக்கன், மட்டன், முட்டை பிரியாணி பொட்டலங்கள் பொறுக்கப் பரிமாறப்பட்டன. “ஆமா பாவம் மொதலாளி என்ன செய்வாரு?... கொஞ்ச காலம் பாப்பம்..

அதேஞ் சமயம் வரும் போது கூட்டித் தர்றேங்குறாருல்ல... தங்கமான மனுஷ செய்வாரு... மனசுல பட்டதை ஒடச்சுல்ல பேசுறாரு... எந்த மொதலாளி இம்புட்டு ஓப்பனாப் பேசப் போறா... கொஞ்சம் தாக்குப் பிடிப்பம்ப்பா...” என்று ஆள்ஆளுக்குச் சமாதானம் கொண்டார்கள்.

ஆனால், வேலுத்தம்பியால் எல்லாரையும் போல் மௌனம் காக்க முடியவில்லை. முதலாளியின் இந்த அற்ப ஏற்பாடுகள் எலும்புத் துண்டுக்கு நாய் என்கிற உணர்வைத்தான் ஏற்படுத்தின. மனசில் பட்டதை எப்போதும் பேசிவிடக் கூடியவன் அவன், ஒரொருத்தரைப் போல் உள்ளுக்குள் புழுங்கிக் கொண்டு ஊமைக் கொட்டானாய் இருந்து விடுபவனும் அல்ல. நிற்காமல் மேலேறும் விலைவாசிக் கேற்ப சம்பளம் தராத முதலாளியால் எப்படி தொழிலாளிகளின் கஷ்ட நஷ்டத்தில் பங்கேற்க முடியும் என்று யோசித்தான். அலங்காரப் பேச்சுக்களால் ஆவது ஒன்றுமில்லை.

அவ்வளவு பேர் மத்தியில் ஒற்றை ஆளாய் எழுந்து நின்றான். கூட்டமே அதிசயித்தும், அதிர்ந்தும் திரும்பிப் பார்த்தது. முதலாளி லேசாக வியர்த்த முகத்தை மில்லில் தயாரித்த டவலால் ஒற்றி எடுத்துக் கொண்டார். அது ஃபாரின் ஏற்றுமதி டவல்.

“ஐயா நீங்க சொல்றதெல்லாம் சரி... எங்களுக்கு வேல தாரிக... இல்லேங்கல மத்த வேலகளப் பாக்குறப்ப இது ரெகுலாதே... ஆனா இதே மாதிரி மத்த மத்த ஊர்கள்ல ஓடுற மில்லுகள்ல உண்டான சம்பளம் வாங்கிக்கிட்ருக்காக... அத நீங்க தரணுமில்ல... ஒரே வேலயச் செய்றவகளுக்கு ஊருக்கு ஒரு வெலவாசி இருக்கப் போறதில்ல... அவகளுக்கு உண்டானது எங்களுக்குங் கெடச்சாக் கேள்வியே இல்ல... அங்கெல்லாஞ் சங்கம் இருக்கு... இங்க அப்புடி ஒண்ணு இருந்தா நீங்க இம்புட்டுப் பேசுவீகளா?... அதோட ஒங்களுக்கு இதே வருமானமில்ல... இதே மாதிரி ஆயிரம் வருமானம் வருது... ஆயிரம் ஆயிரமாத் தென்னந் தோப்புக வச்சிருக்கீக... மூல மூலைக்குக் கல் குவாரி ஓடுது... ஏக்கர் ஏக்கரா நெல்லு வெசாயம் நடக்குது... ஒங்களுக்கு என்னா கொற மொதலாளி... இம்புட்டு ஏழக் கத்தாக் கத்துறீக...” இப்படியான பல கூட்டங்களில் தொழிலாளர்களை தாஜா செய்து வைரவன் முதலாளி நல்லவர் போல் நடித்துப் பேசி வருவதைப் பொறுக்க மாட்டாமல் தனித்து நின்று கேள்வியெழுப்பினான் வேலுத்தம்பி.

சுற்றி அடைத்து ஒன்றோடொன்று பின்னினாற் போல் நெருங்கி நெருங்கி உட்கார்ந்திருந்த தொழிலாளர்கள் துணுக்குற்று வேலுத்தம்பியைப் பார்த்தார்கள். கேரளபுத்திரன் வேலுத்தம்பியை

ஆர்வத்துடன் பார்த்துத் திரும்பினான். மெல்ல மெல்ல நகர்ந்து அவனருகில் போய் உட்கார்ந்து கொள்ளவும் அவனுக்கு தோன்றியது.

அந்த மில்லுக்குள் எழும்பிய முதல் குரலாகவும் இது இருந்தது. முதலாளி அதற்கு மேல் கூட்டத்தை நீட்டிக்க விரும்பவில்லை. ஒரு சோறு பதம் போல் அமைந்திருந்தது வேலுத்தம்பியின் பேச்சு; எங்கிருந்து வந்தான் என்று தெரியவில்லை பெரிய பெரிய டவுன்களில் பெரிய பெரிய மில்களில் வேலை பார்த்த அனுபவம் கொண்டவனாய் இருக்கக்கூடும். கட்டுமானப் பணி காலத்திலிருந்து ஏதுமறியாத அப்பாவி போல் உட்புகுந்து சங்கம் சேர்க்கும் திட்டத்துடன் எழுந்துள்ளான் என்று வைரவன் முதலாளி நினைத்தார்.

அடுத்தடுத்து அவர் என்னதான் விளக்கங்கள் சொன்னாலும் ஒவ்வொன்றிற்கும் பதில் கூறும் வல்லமை வேலுத்தம்பிக்கு இருக்கும் போல் அவருக்குத் தோன்றியது. 'கொடுப்பதைக் கொடுங்கள் சாமி' என்று கூழைக்கும்பிடு போட்டவர்களை குறிவைத்துத் தாக்கும் வில் வித்தைக் காரர்களாய் அவன் மாற்றிவிடுவான் என்கிற அச்சம் அவருள் எழுந்தது.

போட்டது போட்டபடி என்பதைப் போல் திடீரென்று மீட்டிங் ஹாலை விட்டு வெளியேறி காருக்கு நடந்தார் வைரவன் முதலாளி. கூடவே நான்கைந்து ஆட்களும் அவரைப் பின் தொடர்ந்தனர். அவர்கள் சடையால்பட்டி, சங்கராபுரம், சிலமலை, சில்லமரத்துப்பட்டி என வந்திருக்கும் மில் ஆட்கள், சொல்லப்போனால் அவருக்கு அடியாட்கள். தொழிலாளிகள் எனப் பேர் பண்ணிக் கொண்டு ஆஜர் கையெழுத்துப் போட்டுவிட்டு மேனா மினுக்கியாய் அலைபவர்கள். செக்ஷன்களின் சூப்ரவைஸர்களுக்கெல்லாம் சூப்ரவைஸர்கள் அவர்கள்.

காருக்குள் அமர்ந்து ஜன்னல் கண்ணாடியை ஏற்றிவிடுமுன் அவர்களைப் பார்த்தார் வைரவன் முதலாளி. அவர்கள் பணிவாகக் குனிந்து அவர் சொல்வதை கவனமுடன் கேட்டுக் கொண்டனர்.

அதற்கு ஒரு வாரத்திற்குப் பின் நைட் ஷிப்ட் முடிந்து மாரியம்மன் கோவில்பட்டி வழியாக கால் நனையும் ஆற்றில் இறங்கி மறுகரையை அடைந்து சைக்கிளை மேலேற்றிய போது அதோடு சேர்ந்து நாலுபேர் வேலுத்தம்பியை இறுகக் கட்டி இழுத்துக் கொண்டனர்.

மறுநாள் அது ஒரு தகவலாகத் தான் ஊருக்குள் சென்றது. கையில் கட்டியிருந்த கடிகாரத்திற்காக யாரோ சிலர் வேலுத்தம்பியைக் கழுத்தறுத்துக் கொன்று விட்டார்கள் என்று.

இதை ஊர் நம்பியது, அங்கேயே நிற்காமல் அடுத்தடுத்த வேலைகளுக்கு அது சென்று விட்டது. ஆனால், முத்துமாடத்தி மட்டும் உறுதியாக நினைத்துக் கொண்டாள். அது நிச்சயம் மில் முதலாளியின் வேலைதான் என்று. அவள் ஆவேசம் கொண்டு பித்துப் பிடித்தது போல் அலைந்தாலும் அப்போதைக்கு துணை நின்று பேச ஆள் இல்லை. தர்மவான் புண்ணியவான் என்று ஐநூறு அறநூறு பேருக்கு வேலை தரும் ஆபத்பாந்தவன் என்று மில் முதலாளியை ஊர் நம்பியதால் அடுத்தடுத்துப் பேசுவதை அப்போதைக்கு விட்டுவிட்டாள்.

“இந்தக் காலத்தில அஞ்சுக்கும் பத்துக்கும் கொள்ள நடக்குது... கொலை நடக்குது... ஓம் புருஷங் கட்டியிருந்தது முந்நூறு ரூபா வாச்சி... அன்னிக்கீங்க அவெ கூட வேல பாக்குற ஆளுகளோட வராம ஏ ஒத்தையாப் பிரிஞ்சு வரனும்... எல்லாம் விதி... அத மாத்த ஆரால முடியும்...” ஊர்ப் பெரியதனமாக அன்று இருந்த மல்லப்பநாயக்கரின் கருத்து பொதுக்கருத்தாக ஏற்கப்பட்டு ஆள் ஆளுக்குக் காதைக் கடிப்பதை விட்டு விட்டார்கள்.

யார் என்னதான் சொல்லட்டும், நினைக்கட்டும் முத்துமாடத்தி அதை துளியும் நம்பவில்லை. உறுதியாக இது மில் முதலாளியின் தூண்டுதலின் பேரில் நடந்த கொலைதான் என்பதில் தெளிவாக இருந்தாள். சமயம் வரும் போது பழி தீர்த்துக் கொள்ள வேண்டும் என்கிற எண்ணமும் அவளுள் வலுவாக எழுந்தது. ஊர் ஒரு நாள் நிச்சயம் தன் கருத்துக்கு வந்து சேரும் என்கிற நம்பிக்கையும் அவளுள் எழுந்தது. புருஷன் வைத்து விட்டுப் போன புத்தகத்தின் வரிகளில் அவள் நம்பிக்கை கொண்டாள்.

உண்மை ஒரு நாள் வெளியாகும், அதில்
உள்ளங்கள் எல்லாம் தெளிவாகும்
பொறுமை ஒரு நாள் புலியாகும், அதில்
பொய்யும் புரட்டும் பலியாகும்.

அப்படி ஒரு காலந்தான் இப்போது வந்திருக்கிறது என்று முத்துமாடத்தி நினைத்துக் கொண்டாள். ஏனோ அவளுள் கணவன் விட்டுச் சென்ற பணியை எடுத்து நடத்த வேண்டும் போல் ஒருவித வைராக்கியமும் பிறந்தது.

வெளியூர்த் தலைவர்கள் ஊருகாவலன் பொட்டலுக்கு பதினோரு மணிக்கு வந்து சேர்வார்கள் என்று டவுனிலிருந்து மலைச்சாமி சொல்லி அனுப்பியிருந்தான். அவர்களைப் பள்ளிவாசல் முக்கிலிருந்து அழைத்து வரும் பொறுப்பை மணிவேலும் நாகரத்தினமும் ஏற்றுக் கொண்டார்கள்.

காளி மதினி கடை தள்ளுவண்டியில் வைத்து ரேஷன் அரிசிச் சிப்பங்களை சாவடி முக்கில் கொண்டு போய் நிறுத்தச் சொன்னாள் முத்துமாடத்தி. வண்டி வருவதற்குள் கடைஊழியர்கள் கருப்பசாமியும், கந்தவேலுவும் வந்த வேகம் தெரியவில்லை. அரிசிச் சிப்பங்கள் மாயமாய் மறைந்து விட்டன.

மதிய உணவு உலையில் அந்த ஊழியர்கள் வணங்காமுடி மில் ஸ்டோரில் வாங்கிக் கொடுத்த அரிசியைச் சிப்பம் சிப்பமாகக் கொட்டினாள் முத்துமாடத்தி.

கடமலை பொன்னுப்பாண்டி கொடுத்தனுப்பிய வாழைத்தார்கள் ஒற்றை மாட்டு வண்டியில் பொட்டலுக்கு வந்து சேர்ந்தன. மில் ஆட்கள் நான்கைந்து பேர் அதை இறக்கி கொடாப்பில் சேர்த்துக் கொண்டிருந்தனர். ரெண்டு நாள் மூட்டம் போட்டால் நன்றாகப் பழுத்து விடும்.

□

29

டவுன் ஆபீஸில் முதிர்ந்து நிற்கிற ராமசாமியின் தோட்டக் காடுகளுக்குச் செல்கிற மோட்டார் பம்ப்செட்டுகளை இரவோடிரவாக யாரோ உடைத்தெறிந்திருக்கிறார்கள் என்கிற செய்தி காட்டுத் தீயாய் பரவியிருந்தது. ஆற்றோரமாக அவருக்கு மலையடி கருப்பணத்தேவர் வயல்களையொட்டி நிலங்கள் இருந்தன. ஆற்றுச் சோங்கில் எண்ணினாலும் எழுபது எம்பது மோட்டார் தோட்டங்கள் அடிவாரம் வரை நீண்டன. அதில் எத்தனையோ ஆண்டுகளாய் நீரெடுத்து நிலங்களில் பாய்ச்சி ஆள் அம்புகள் வைத்துப் பிழைக்கிறவர்கள் இருந்தார்கள். இதற்கு வகை மோசம் என்று இதுவரை வந்ததிலை. யாரும் நேரடியாக ஆற்றில் குழாய் பதித்து உறிஞ்சி எடுத்துப் போகிறவர்களும் இல்லை. கோடை கொடும் காலங்களில் காய்ந்து கருகும் பயிர்களைக் கண்டு கண்ணீர் உகுத்து சிலர் பதித்துப் பார்த்தும் முழுதும் வறண்டிருந்த ஆற்றின் ஊற்றுக்களில் தண்ணீர் சுரப்பதில்லை.

பலர் இன்னும் இன்னும் ஆழமாய்க் கிணறு தோண்டித் தோண்டித் தவித்தும் போவார்கள். தண்ணியக் காங்கனும் இல்ல தரயக் காங்கனும் என்று போராடும் விவசாயிகளில் ராமசாமியும் ஒருவர். ஒரு விதத்தில் வைரவன் முதலாளிக்கு ரத்த சம்பந்தம் என்று சொல்வார்கள். ராமசாமியின் கூட்டுக் குடும்பத்தில் மூத்தவர் இவர். அடுத்தடுத்து என ஐந்து தம்பிகள். மூன்று சகோதரிகள். வஞ்சகமில்லாமல் ஊருக்கு வழங்கி விட்டு ராமசாமியின் அய்யாவும் அம்மாவும் கரை சேர்ந்து விட்டார்கள்.

வைரவன் முதலாளியின் ஆத்திரமெல்லாம், "எனவனாக இருந்தும் எனக்கு தொரோகம் பண்றானெ..." என்பதுதான். மில் பிரச்சினைகள் துவங்குவதற்கு முன் அரசியல் தொழிற்சங்க நிகழ்ச்சிகள், பொதுக் கூட்டங்கள், மாநாடுகள் என்று வந்த போதெல்லாம் பலரைப் பார்ப்பதைப் போல் வைரவன் முதலாளியையும் ராமசாமி பார்த்திருக்கிறார். சொந்தஞ் சுறுத்துகள் என்று எப்போதும் அவர் கையேந்தி நின்றதுமில்லை. மாமன் மச்சான் உறவுகள் போட்டு வலை வீசுவார் வைரவன் முதலாளி. அந்த வலையில் ராமசாமி எப்போதும் சிக்கியதில்லை. டெக்ஸ்டைல் துவங்குவதற்கு முன் வைரவன் முதலாளி டவுனில்

கமிஷன் கடை போட்டிருந்தார். அதன் வளர்ச்சியில் ஒரு பெரிய ஜின்னிங் பாக்டரியையும் விலைக்கு வாங்கியிருந்தார்.

கமிஷன் கடை கைவண்டி ஆள் மூடை விழுந்து இடுப்பொடிந்த போது நிவாரணம் கேட்டுச் சென்றிருக்கிறார் ராமசாமி. ஒண்ணுக்கு முக்காலாய் பேசி முடித்தாலும் அதையும் பிய்த்து பிய்த்து கொடுத்துப் பெரிய மனசைக் காட்டிக் கொண்டார் வைரவன் முதலாளி. அதே போல் அவரது ஜின்னிங் பாக்டரியில் வேலை பார்த்த பெண்கள் சிலர் நீக்கப்பட்ட போது சேர்த்துக் கொள்ளச் சொல்லி சின்னச்சாமி, முத்துச்சாமி, ராஜப்பன் உள்ளிட்ட தோழர்களுடன் வைரவன் முதலாளியைச் சந்தித்திருக்கிறார் ராமசாமி. அவ்வளவுதான் அதற்கு மேல் உறவு பாராட்டி அவரது இடங்களுக்கு ஒரு போதும் சென்றதில்லை. படிப்படியாக முதன்மை பெற்று வருகிற அவரது கமிஷன் கடைகளிலும், ஜின்னிங் பாக்டரிகளிலும் ஆளும்கட்சிப் பிரமுகர்களும், மந்திரிகளும் குவிந்த வண்ணம் இருந்தனர். எதற்கு என்றில்லை. காலை நேரமானால் ஒரு காபி, மாலை நேரமானால் ஒரு தேநீர், இடைப்பட்ட நேரங்களில் வெளுத்து வாங்குவதற்கென்று சிக்கன், மட்டன் வகைகள் இருந்தன. அவர்களுக்கென்று தங்குவதற்கான அறைகள், வந்து போவதற்கான இடங்கள் என வைரவன் முதலாளி வேண்டும் என்கிற சவரட்சணைகள் செய்து வைத்திருந்தார். பலரது போன் நம்பர்களையும் அவர் வாங்கி வைத்திருந்தார். பலருக்கு அவரது எண்கள் துல்லியமாய் நினைவில் நின்றன.

சுற்றி வட்டமிட்டிருந்த தொழிலாளர் மத்தியில் இரும்புச் சேர்களை போட்டுத் தலைவர்கள் அமர்ந்திருந்தார்கள். இதில் ராமசாமிக்கு நேர்ந்த துயரம் பெரிதாகப் பேசப்பட்டது.

தலைமை ஆபீஸிலிருந்து வந்திருந்த ஆங்கன் சொன்னார்: “தொழிற்சங்கப் போராட்டங்கள்ல இதெல்லாம் பழகிப் போச்சு... எனக்கும் இப்ப எழுபத்தெட்டு வயசாயிடுச்சு... நாப்பது ஐம்பது வருஷமா நானும் பாத்துக்கிட்டுத்தே இருக்கே தொழிலாளிகளுக்கு ஆதரவாப் போராடுற எல்லாருக்கும் இதா நெலம... சட்டத்த வளச்சு மொதலாளிமாருக ஆயிரம் அழிம்புக பண்றாக... ஆனா அந்தச் சட்டத்துக்குட்பட்டு ஒரு சலுகையக் கூட ஒழுங்காத் தர மாட்டேங்குறாக... எந்தெந்த வகையில் ஏமாத்தலாம் போராட்டத்துக்கு ஆதரவா இருக்கிறவுகள எப்புடி எப்புடி ஒடுக்கலாம்கிறதுதே சிந்தனையாயிருக்கு. நெலம் நீச்சுகள்னு வச்சு ஊரடக்கி பெரிய ஆளு ஆனவங்கெல்லாம் இப்புடி டெக்ஸ்டைல் அது இதுன்னு கட்டி ராஜவம்சம் மாதிரி வலம் வந்தாங்கன்னா

கூலி ஜனங்கள அடிமையாத்தே நடத்துவாய்ங்க... ஏன்னா ராஜா பாரு இது காலங்காலமா ஊர்ன நெலப் பிரபுத்துவக் கொணம். இத நாம் போராடித்தே ஒடுக்கனும்..." என்றவர் கூட்டம் முழுவதையும் ஒரு பார்வை பார்த்துக் கொண்டார். "நா இப்புடித்தே ஜின்னிங்க பாக்டரித் தொழிலாளிகளுக்குச் சப்போட்டா அன்னிக்குப் போராடுனே... இத்தனைக்கும் அஞ்சு பைசாக் கூலி உயர்வு கோரி நடந்த போராட்டம் அது. அன்னிக்கு நெலமைக்கு முழுக்க முழுக்கப் பொம்பளை ஆளுகதே ஜின்னிங் பாக்டரி முழுசும் வேல பாத்தாங்க; அல்லாரும் மதியக்கஞ்சிய அலுமினியம், ஈயம்னு தூக்குச் சட்டிகள்லதே கொண்டாருவாக... அதப் பிடிச்சுக்கிட்டு சாயந்தரங்கள்ல ஊர்வலமாப் போனாக... அப்ப நீதே இதுக்குத் தலமயான்னு வழிமறிச்சுத் தாக்குனாய்ங்க... ஒரு கண்ல முழுசாய் பார்வ போயிருச்சு... வூட்டுக் கூரையில கணக்காத் தீய வச்சாய்ங்க... கேட்டா ஏதோ காத்துல கங்கு பறந்திடுச்சுன்னு கத கட்டுனாய்ங்க... நெகாத் தெரியாமக் கீழ விழுந்து கண்ணுல அடிபட்டுப் பார்வ போச்சுன்னு போலீஸும் ஒண்ணு சேந்து கத கட்டி ஃபைல மூடினாய்ங்க... இம்புட்டுக்கும் பெறகு உறுதி கொலயாமப் போராடி கூலி ஒயர்வ வாங்குனம்... எல்லாம் ஒத்துமதேங் காரணம்... ஒராளு ஜின்னிங் பாக்டரிக்குப் போகல... எல்லாம் அடச்சுக் கெடந்துச்சு... அப்பறந்தே மொதலாளிக எறங்கி வந்தாக..."

ஆங்கன் போல் தலைவர்கள் ஆளுக்கொரு கதையை வைத்துக் கொண்டிருந்தார்கள். ஐம்பது வயதைத் தாண்டியவர்களும் ஆங்கன் வயதை ஒத்தவர்களும் அதில் இருந்தார்கள்.

ராமசாமி அமைதியாய் அனைவரையும் புன்முறுவலுடன் பார்த்துக் கொண்டிருந்தார். அவர் கடைசியாகத் தன் அனுபவங்களைச் சொல்வார் என்று முத்துமாடத்தி எதிர்பார்த்தாள். குண்டானில் நன்கு அவித்து தாளித்த பாசிப் பயறை நாகவல்லியும் சரோஜாவும் எடுத்துக் கொண்டனர். கரண்டியை ரவீந்திரன் வைத்துக் கொண்டான். அளவளவாகக் கிழிக்கப்பட்ட நியூஸ் பேப்பர் துண்டுகளை மாயாண்டி கையில் அடுக்கி வைத்திருந்தான். தலைவர்கள் ஒரு பக்கம் பேசிக் கொண்டிருந்தனர். தொழிலாளர்கள் ஒரு பக்கம் உன்னிப்பாகக் கவனித்துக் கொண்டிருந்தனர். இந்த விநியோகமும் ஒரே சீராக நடந்து கொண்டிருந்தது. மிகப் பெரிய வட்டகை ஒன்றில் டீ போட பால் வைத்திருந்தார்கள். அது கொதி வருகிறதா என்பதை ஒரு கண் பார்த்துக் கொண்டே கூட்டத்தையும் கவனித்துக் கொண்டிருந்தாள் முத்துமாடத்தி.

ஊரில் கால்வாசியைப் பிடித்துக் கொண்டிருந்த ஊர்காவலன் பொட்டலில் அரிவாள் ஏந்தி அய்யனார் போல் காட்சியளிக்கும் ஊருகாலப்பசாமிக்கு ஒரு பக்கம் ஆயிரம் படையல்கள் நடந்து கொண்டுதான் இருந்தன. ஊர் முழுக்கக் கூட்டம் கூட்டமாய் வந்து தங்கி ஆடு வெட்டி பொலி போட்டுக் கொண்டிருந்தார்கள். ஊரடக்கி அன்னதானமும் செய்தார்கள். ஆனால், அதில் துளியூண்டு பணத்தை ஒதுக்கி கல் பாவவோ கரடு முரடான தளத்தை முழுசாகச் சரி செய்யவோ ஒருவரும் முனையவில்லை. கொந்தாக் கூறாகக் கிடந்தது கிடந்தபடியே கிடக்கிறது ஊர் தோன்றிய காலம் முதல். ஆனால் முத்துமாடத்தியின் மனசில் ஒரு வித வைராக்கியமும் குடிகொண்டிருந்தது. எங்கு சேர்வது எப்படி ஒன்றிணைவது எப்படித் தாக்குப் பிடிப்பது என்று திக்குத் தெரியாமல் திண்டாடியவர்களுக்குத் திசை காட்டியாய் கலங்கரை விளக்கமாய்த் திகழ்ந்தது ஊருகாலன் பொட்டல். இதை ஒப்புடி சப்புடி செய்து தங்களுக்குத் தளமான இடத்திற்கு நல்ல தளத்தைப் போட வேண்டும் என்று முத்துமாடத்தி நினைத்துக் கொண்டாள். அதுவும் போராட்டம் வெற்றி பெறும் உற்சாகத்தில்.

ராமசாமி ஒன்றைச் சொன்னார்: "வம்பாடு படுற ஜனங்க வகுத்துப் பாட்டுக்குச் சிக்கல் வந்துடக் கூடாதுன்னு தே இம்புட்டும் பண்றோம். உண்டான சலுகையும் உரிமையும் கெடைக்கனும்னா போராடிக்கிட்டுதே இருக்கணும். அதத் தவிர வழி ஒண்ணுமில்ல... மயிலே மயிலேன்னா எறகு போடாது... போட வைக்கனும்... ஒன்னத் தொட்டு ஒண்ணுன்னு ஏதாச்சும் வந்துக்கிட்டே இருக்கும்கிறத அந்த மொதலாளிக்குப் புரிய வைக்கனும்... சீப்ப ஒளிச்சு எங்காவது கல்யாணம் நின்னுருக்கா... அது மாதிரிதே ஒங்களுக்காக நிக்கற எங்கள மாதிரி ஆளுகளப் பொருளாதார ரீதியா மொடக்குனம்னா தா நெனச்சதச் சாதிச்சிரலாம்னு அந்தாளு நெனச்சிருப்பா... ஆனா இந்த இயக்கத்துக்கு வர்றவுகளுக்கு எழக்குறதுக்கு ஒண்ணுமில்ல... அதத்தே பெறுவதற்கு ஒரு பொன்னுலகம் இருக்குன்னு சொல்வாக... ஏங் கெணறு எங்கயோ இருக்கு... ஆறு எங்கயோ இருக்கு மோட்ரு பம்பு செட்ட ஒடச்சு ஒண்ணுமில்லாம ஆக்குனதுமில்லாம ஆத்துத் தண்ணியத் திருடுனேன்னு கேஸப் போட்ருக்கா... நாம ஒரு கம்ப்ளைண்டுன்னு குடுத்தா சாமான்யமா எடுக்க மாட்டேங்குறா... அதே அந்த மில்லு மொதலாளி குடுத்தா அவெம் பின்னாடியே பூனைக்குட்டி மாதிரி போலீஸ் ஓடிருது..."

ராஜப்பன் நிறைவாகப் பேசும் போது, "எந்த எடஞ்சலும் இல்லாம ஒரு தொந்திரவும் இல்லாம எந்தப் போராட்டமும் செயிச்சதா வரலாறு இல்ல... வலுத்தவ இது ஏங்காசு எல்லாம் என்னது... நா விரும்புனாத்தேந் தருவே... ஒரு நாயி இதுல வந்து கேக்கக் கூடாதுன்னு இறுமாப்பா இருந்த காலமெல்லாம் மலையேறிப் போயிடுச்சு... மூலதனம்கிறதே நம்ம ஒழைப்பால உருவாகுறதுதே.... வெறுங் காசப் போட்டு யாரும் காச எடுத்துர முடியாது... அந்தக் காசுங்கிறதவே நாம் உண்டாக்குனாத்தே ஆச்சு... பாரதி சொன்னது மாதிரி கஞ்சி குடிப்பதற்கிலார் அதன் காரணங்கள் இவையெனும் அறிவுமிலார்னு எப்பவும் இருப்பாங்கன்னு நெனைக்கிறதுதேந் தப்பு... இது எப்புடி வந்துச்சு அது எப்புடி ஆனதுன்னு என்னிக்கு மனுஷன் கேள்வி கேக்க ஆரம்பிச்சானோ அப்பவே தெளிவு பொறக்க ஆரம்பிச்சிருச்சு. நம்ம காச வச்சிக்கிட்டே அத என்னது அது எனக்குத் தாஞ் சொந்தம் அதக் கேக்க நீயாருன்னு திமிராப் பேசுறவம் பொடனியச் சேந்த ரெண்டு போட்டம்னா டபால்னு எறங்கி வந்துருவா... இத நா அடிதடி வெசயமாச் சொல்லல.. நம்மளோட ஒத்துமையான போராட்டந்தே அவெம் புரிஞ்சுக்கிற மொழி... இத வலுவா நடத்துறதுதே அவனுக்கு நாம குடுக்கிற பொடனி அடி..."

முத்துமாடத்தி ராமசாமிக்காக ரொம்பவும் பரிதாபப் பட்டாள். பயிர்கள் காய்ந்து பல லட்சக்கணக்கில் ஏற்படும் பொருளாதார இழப்பால் அவரது கூட்டுக் குடும்பம் சிதைந்து போகுமே என்கிற கவலையும் அவளுக்கு ஏற்பட்டது.

அவர் விஷயமாகப் பேசி ஒரு பெரும் போராட்டத்திற்குத் திட்டமிடுவார்கள் என்பதற்கு மாறாகவே எல்லாம் நடந்தது. ஆனால் அதைப் போகிற போக்கில் விட்டுவிட அவள் விரும்பவில்லை. மெல்ல எழுந்து நின்றாள். கூட்டம் முழுவதும் அவளையே பார்த்தது. மையத்தில் அமர்ந்திருந்த தலைவர்கள் அவளை முன்னால் வந்து பேசும்படி வற்புறுத்தினார்கள்.

"பேசு முத்துமாடத்தி... பேசு..." என்கிற குரல்கள் தொழிலாளர்கள் மத்தியிலிருந்து எழுந்தது. அவள் தயங்கத் தயங்க குரல்கள் வலுவடைந்தன. "பேசு முத்து மாடத்தி எங்க முன்னால பேசுறதுக்கு என்னா..."

"மனசுல நெனைக்கிறத சொல்லு முத்துமாடத்தி... ஒங்கருத்தச் சொல்றதுக்கு எதுக்குக் கூசுறே... ஓ யோசன நல்லா இருந்தா அதம்படி செய்யப் போறோம்... எல்லார் கருத்தையும் கலந்துதான

ஒரு முடிவெடுக்கப் போறோம்... தைரியமாக நீ நெனைக்கிறதச் சொல்லு முத்துமாடத்தி...'' ரெபேக்காளும், சின்னச்சாமியும் வற்புறுத்திச் சொன்னார்கள்.

வளாகம் முழுவதும் நிரம்பிய ஆட்கள் அவளையே கூர்மையாகப் பார்த்தவண்ணம் இருந்தனர். என்ன சொல்லப் போகிறாள், எப்படித் துவங்கப் போகிறாள் என்கிற எதிர்பார்ப்பு அனைவருக்கும் இருந்தது.

துவக்க நாட்களில் அவள் முந்நூறு பேருக்கும் சாப்பாடு ஆக்கிப் போடுகிறேன் என்ற போதும் யாரும் அவளைப் பொருட்படுத்த வில்லை. இத்துணுண்டு வீட்டுக்கு ஆக்கிப் போட முடியுமா இவளால். இங்கே வந்து கதை கட்டுகிறாள் என்று தான் ஏளனம் செய்தனர்.

"இது ஆனையக் கட்டித் தீனி போடுற சமாச்சாரம் முத்துமாடத்தி... ஓம் பாட்டில பேசுறே... இது ஒரு ஆன இல்ல ஒம்போது பத்து ஆன... பத்துப் பதினஞ்சு ஆன... பாத்துப் பேசு... ஒரு நாத் தாங்க மாட்டே... முந்திய ஒதறி விட்டுட்டு ஓடிப் போயிருவ...'' துவக்கத்தில் கூடியிருந்தோரை ஊரோடு ஊராகப் பார்க்க வந்திருந்த முத்தன கவுண்டர் சொன்னார்.

"சீசுவான்னு வேலயப் பாத்துட்டுப் போ முத்துமாடத்தி... இந்தத் தொரட்டெல்லாம் ஒனக்கெதுக்கு? ஒவ்வொருத்தனும் அண்டா வகுத்தோட நிப்பா... ஆக்கிப் போட்டே அழிஞ்சு போவே...'' தெக்கு வீட்டு சாவித்திரி கண்டித்துச் சொன்னாள்.

"இது லேசில்ல முத்துமாடத்தி... நாலா பக்கமும் ஒனக்கு நெருக்கடி வரும்... மில்லுக்காரே பொம்பளைக்கு இம்புட்டு ரப்பான்னு போட்டுத்தள்ளப் பாப்பா... ஓம் புருஷ போன எடத்துக்கே ஒன்னய அனுப்பி வைக்கிறேன்னு அடியாளுகள ஏவி விடுவா... இது அவுக பாடு... அவகளுக்கு ஒண்ணும் ஆள் இல்லாம இல்ல... டவுன்ல பஞ்சாலைத் தொழிலாளர் சங்கம்னு பெரிசா இருக்கு... ஒத்தாச செய்ய ஊர் ஊருக்கு ஆள் இருக்கு... ஆயிரம் தொணச் சங்கம் இருக்கு... ஒனக்கு ஒன்னுன்னா நீதாம் பாக்கனும்... பாத்துக்க... ஓ அப்பனாட்டம் சொல்றே...'' என்றார் ரங்கூன் முருகானந்தம் பிள்ளை.

முத்துமாடத்தி திடகாத்திரமாய்ச் சொன்னாள், "அவகளுக்கு ஒண்ணுன்னா ஊர் ஒலகமே தெரளும்னு நீங்கதேஞ் சொல்றீக... அவகள வச்சுக் கஞ்சி ஊத்துற எனக்கு ஒன்னுன்னா சும்மா வுட்டுருவாகளா?...''

"ஒன்னயத் திருத்த முடியாது முத்துமாடத்தி... ஒம் புருஷ ஒனக்கு நல்லாச் சொல்லிக் குடுத்துட்டுப் போயிருக்கா... அப்பறம் ஒம் பாடு..." விருவீடு மணி எரிச்சலாகச் சொன்னான்.

தனக்குச் சரி என்று பட்டதை உறுதியாகச் செய்து முடிக்க வேண்டும் என்கிற பாலபாடத்தை வேலுத்தம்பி விட்டுச் சென்றிருந்தான். மில் நிர்வாகத்தைப் பழி தீர்க்கத் தருணம் பார்த்துக் கொண்டிருந்தவளுக்கு இந்தத் தொழிலாளர் வருகை பெரியதொரு வாய்ப்பாக அமைந்தது. இவர்களை ஓரிடத்தில் நிறுத்தி வேலை நிறுத்தத்தை வெற்றிகரமாகத் தொடர்வதன் மூலம் விரைவில் மில் நிர்வாகம் பேச்சு வார்த்தைக்கு வரும்; அதன் மூலம் போராட்டம் முடிவுக்கு வரும் என்கிற நம்பிக்கை டவுனிலிருந்து வரும் தலைவர்களுக்கு இருந்தது. ஆனால் பூனைக்கு யார் மணி கட்டுவது என்பதுதான் முக்கியப் பிரச்சினையாக இருந்தது. 'நான் இருக்கிறேன்' என்று முத்துமாடத்தி முன் வந்த போது அவள் சங்கச் சிந்தனைகளை விதைத்து தியாகியான வேலுத்தம்பியின் மனைவி என்று புரிந்துகொண்டார்கள். ஊராரைப் போல் அவளால் முடியாது என்று அவர்களும் சொல்லவில்லை. துணைக்குத் துணையாய் இருந்து அவளது செயல்பாடுகளில் நம்பிக்கையை வளர்ப்பது என்று தலைமைத் தோழர்கள் முடிவு செய்தார்கள்.

முத்துமாடத்தியின் வீட்டுக்கும் ஓரிருமுறை தலைவர்கள் வந்து போனார்கள். அவர்களை வியப்பில் ஆழ்த்தியது அங்கு வைத்திருந்த ஒரே ஒரு படம் தான். அந்தப் படத்தின் கீழ் பெயிண்டிங்கில் பெரிதான வாசகங்கள் சிவப்பில் எழுதப்பட்டிருந்தன. 'தனியொருவனுக்கு உணவில்லை எனில் ஜெகத்தினை அழித்திடுவோம்'

முத்துமாடத்தியும் அந்தப் படத்தை எடுத்து அடிக்கடி சுத்தம் செய்து மாட்டுவாள். அடிக்கடி பூப்போடுவாள். நினைவுநாள் செப்டம்பர் பதினொன்றுக்கும் பிறந்த நாள் டிசம்பர் பதினொன்றுக்கும் வெளிப்புறத்தில் ஒரு சேரில் அந்தப் படத்தை வைத்து மாலை போடுவாள். அவரது முண்டாசுக் கட்டையும் முறுக்கிய மீசையையும் அடிக்கடி பார்த்துக் கொள்வாள். பொண்ணுக்குத் தனம் என்று வைத்திருந்தாலும் பையனுக்குப் பாரதி என்று பெயர் சூட்டினாள்.

முத்துமாடத்தி எல்லாரும் பார்க்கும்படியாக நின்று கொண்டாள். நல்ல வெய்யிலாக இருந்தாலும் கருவேல மரங்கள் சூழ்ந்து ஒரு

வித குளுமையையும் ஒரு வித வெக்கையையும் சூழச் செய்திருந்தது.

அவளுக்குப் பேச நா எழும் போதெல்லாம் தயக்கம் வந்து தடுக்கவே செய்தது. இப்படியான சமயங்களில் தனக்குள் அடங்கிக் கொள்ளும் தன் குரலை தானே கேட்க முடியாமல் போகும் போது பிறர் எப்படிக் கேட்க இயலும் என்று நினைத்துக் கொள்வாள். எனினும் அவளுள் முண்டாசும் முறுக்கு மீசையும் உணர்வெழுச்சியை ஏற்படுத்தவே செய்தன. பல சமயங்களில் அவள் வேகங் கொள்வதும் வீர்யம் பெறுவதும் அதனால் கூட இருந்தது. நெஞ்சிலும் நினைவிலும் அந்த மகாகவிஞன் கோலோச்சும்படி வேலுத்தம்பி செய்து விட்டுப் போயிருந்தான். அவள் கேட்கிறாளோ இல்லையோ பிள்ளைகள் கவனிக்கிறதோ இல்லையோ அவர்களை உட்கார வைத்து அவரது முழுக் கவிதைத் தொகுதியும் அவர்களுக்கு மனப்பாடம் ஆகிவிட வேண்டும் என்கிற எண்ணமும் வேலுத்தம்பிக்கு இருந்தது. 'உடலினை உறுதிசெய்!' இதனை ஒவ்வொரு நாளும் வேதம் போல் அவர்களுக்குப் போதிப்பான்.

தொளதொளவென்று நின்று கொண்டிருந்த முத்துமாடத்தி திடீரென்று தொய்வை மாற்றி கம்பீரமாய் எல்லாரையும் பார்த்தாள். பேச ஆரம்பித்தாள். "நமக்காகப் போராடுறவகளுக்கு நஷ்டத்தையும் கஷ்டத்தையும் உண்டாக்கிப் பாக்குறதுதே அந்த மொதலாளியோட வேல... ஏம் புருஷன்ல ஆரம்பிச்சு எத்தன பேருக்கு நெருக்கடிய உண்டாக்கியிருக்கான்... ஆட்டக் கடிச்சு மாட்டக் கடிச்சு கடேசீல மனுஷனக் கடிக்கிறது மாதிரிதே நம்ம ராமசாமித் தோழர் வரைக்கும் வந்துட்டான்... ஏதொரு தொழிலும் வேலையாளுக இல்லாம நடந்ததாச் சரித்திரமில்ல... சங்கம் சங்கம்கிறாகளே இன்னிக்கு ஆருதா சங்கம் வைக்கல... தடுக்குனதுக்கெல்லாம் சங்கம் வைக்கிறாகன்னு பேசுறாங்க... அப்புடித் தடுக்கி விழுந்தாலும் மருந்து மாத்திர வேணுமில்ல... இல்லாதவக பெரியாஸ்பத்திரி போவாக... அங்கயும் அது ஒழுங்காக் கெடைக்கலேன்னா அதத் தட்டிக் கேக்குறதுக்குச் சங்கம் வேணுமில்ல... அதெல்லாஞ் சரி... இவெய்ங்க எதுக்கு மில்லு மொதலாளிக சங்கம், ஜின்னிங்க பாக்டரி ஓனர்க சங்கம்னு வைக்கிறாய்ங்க... அதெல்லாம் எதுக்கு? நம்மள மாதிரி இடுப்பு நோக ஒழச்சு இருமி இருமிச் சாகுறவக வகுத்துல அடிச்சுக் கோடி கோடியாய்ச் சம்பாரிக்குறதுக்குத்தே... இப்பப் பாருங்க நாமளும் ஆண்டாண்டு காலமா வெதவெதமான தொழில்கள்ல வேல பாத்துக்கிட்டுத்தே இருக்கோம்... பாரதியார் சொன்ன மாதிரி...

இரும்பக் காய்ச்சி உருக்கி யந்திரங்கள் வகுத்தும் கரும்பச்சாறு புழிஞ்சும் கடல்ல மூழ்கி முத்தெடுத்தும் நாம செய்யாத வேல ஒண்ணு பாக்கியில்ல... ஆராச்சும் முன்னுக்கு வர முடிஞ்சுதா? அங்குனங்குன பாருங்க... டவுன்ல பாருங்க செத்த தலைவர்க... சொதந்திரப் போராட்ட தியாகிக பேர்லெல்லாம் ஏரியாக்களா உருவாக்கிட்டாய்ங்க... மாட மாளிக கூட கோபுரம்னு கட்டிக்கிட்டு அங்க எல்லாரும் வசதியா வாழுறாங்க... அதையெல்லாம் உருவாக்குன நாம அதுக்குச் சம்பந்தமில்லாத ஆளுக மாதிரி நடுங்கிக்கிட்டே போக வேண்டியிருக்கு... பத்துக்காசு தனக்குன்னு சேத்து வைக்காத குடும்பங் குட்டிக்குன்னு அடிச்சுக் குமிக்காத பத்தர மாத்துத் தங்கங்க பேர வச்சுக்கிட்டு இந்த மொதலாளிமாருக பித்தளையாட்டம் நடந்துக்கிறாக... இவுகளச் சும்மா வுடலாமா? நம்ம சக்தி எம்புட்டுன்னு காட்ட வேணாமா? முடிவா நாஞ் சொல்றது என்னான்னா நமக்காக ஒழச்சு ஒழச்சு ஓடாத்தேஞ்ச நம்ம ராமசாமி அய்யா கெணத்து மோட்டார் பம்பு செட்டுகள அடிச்சு நொறுக்குனது காணாதுன்னு அவரு மேலயே ஆத்துத் தண்ணியக் களவாண்டார்னு கேஸ் போட்றாங்கன்னா அந்த மொதலாளிக்கு எம்புட்டு நெஞ்சழுத்தம்... இத நாம இப்புடியே வுட்டுடக் கூடாது. ஏதாவது பெரிசாப் பண்ணிக் கேஸ வாபஸ் வாங்க வைக்கனும்" முத்துமாடத்தி சரசரவெனப் பேசி முடித்தாள்.

கூட்டத்தில் ஆரவாரம் எழுந்தது. "முத்துமாடத்தி..." என்று ஒரு தொழிலாளி ஓங்கிக் குரல் கொடுத்தான்.

சேர்ந்திசை போல் "வாழ்க!" எனக் குரல்கள் எழுந்தன.

தொடர்ந்து பேசிய தலைவர்கள் முத்துமாடத்தி பேசியதையே வழிமொழிந்து பேசிக் கொண்டிருந்தனர். சின்னச்சாமி முடித்துப் பேசும் போது சொன்னார். "முத்துமாடத்தி இவ்வளவு தெளிவா ஒவ்வொன்னயும் எடுத்துச் சொல்வார்னு நாஞ் சுத்தமா எதிர்பாக்கல... கற்றலில் கேட்டல் நன்றுன்னு சொல்வாக... அது மாதிரிதே முத்துமாடத்தி இந்த மூணு நாலு மாசத்துல பெரிய அளவுக்கு வளந்துருக்காக... ஒவ்வொன்னயும் சரியாப் புரிஞ்சுக்கிட்டிருக்காங்க...இந்தத் தெளிவும் உறுதியும் ஒவ்வொரு தொழிலாளிக்கும் வரணும்... சும்மா ஆளோட ஆளா இருந்துரக்கூடாது மகாகவி பாரதிய மேற்கோள் காட்ற அளவுக்கு அவக வருவாகன்னு நா எதிர்பார்க்கல... இப்பவே நம்ம போராட்டம் வெற்றிய நோக்கிப் போறது மாதிரிதே... கடைசியா நாஞ் சொல்றது என்னான்னா நாம டவுன்ல குடும்பங் குடும்பமாத்

தெரண்டு தோழர் ராமசாமி மேல போட்ட பொய்க் கேஸ வாபஸ் வாங்கச் சொல்லனும். அத்தோட தொழிலாளிகளோட அத்தனை கோரிக்கைகளையும் நெறவேத்தச் சொல்லி உண்ணாவிரதம் இருக்கனும்... இதே இந்தக் கூட்டத்தோட முடிவு...”

அன்றைய இரவு டிபனை உள்ளூரில் இருக்கும் முன்னாள் ராணுவ வீரர்கள் செய்திருந்தனர். சௌக்கிதார் மனோகரன் தலைமையில் இருபத்தாறு பேர் இலை இலையாய் வைத்துக் கொண்டே போனார்கள்.

முத்துமாடத்தி அங்கும் இங்குமாய் பரபரப்பாய் நடந்து எல்லாருக்கும் எல்லாம் கிடைப்பதை உத்தரவாதம் செய்து கொண்டிருந்தாள். தலைவர்கள் உட்பட ஒருவர் பாக்கி இல்லாமல் உண்டு முடித்து விட்டு சின்டெக்ஸ் தண்ணீரில் கைகழுவி விட்டு வெளியேறினார்கள்.

வெளியேறும் ஒவ்வொருவருக்கும் பூமலைக்குண்டு விவசாயிகள் சங்கம் சார்பில் மா, பலா, வாழை என முக்கனிகள் வைத்துக் கொடுக்கப்பட்டது.

□

30

போலீஸ் கைதும் விடுதலையும் வழக்குகளும் என்று தொடர் உண்ணாவிரதப் போராட்டத்தால் நகரம் திண்டாடித் தெருவில் நின்றது. கட்டம் கட்டமாக நடந்து கொண்டிருந்த உண்ணாவிரதப் போராட்டங்களுக்குத் தலைமை தாங்கவும், பேசுவதற்கும் முடித்து வைப்பதற்கும் ஆட்களுக்குப் பஞ்சமில்லை. பந்தல் அளவுகள் நீண்டும், சுருங்கியும் நிலைமைகளுக்கேற்ப அமைந்து கொண்டிருந்தது. டவுன் பந்தல் ஜப்பார், மாயவலை முனியாண்டி, மனக்காவலம் பிள்ளை, லங்கோடு சிவனாண்டி போன்றோர் சங்கங்களுக்கு வேண்டப்பட்டவர்களாயிருந்தனர். டவுன் தலைவர்கள் மூலம் சொல்லிவிட்டாலோ டிரங்கால் பண்ணினாலோ தள்ளுவண்டிகளில் கயிறுகள், கட்டைகள், கம்புகள், மூங்கில்கள், பலகைகள் சகிதம் படையெடுத்து வந்தார்கள்.

ஒரு நாள் தலைமை முத்துமாடத்திக்கு என்று வந்தது. முதல்நாள் இரவு முழுவதும் அவளுக்குக் கண் கொட்டவில்லை. டவுனில் பெரிய பெரிய ஆட்கள் பந்தலுக்கு வந்து போகும் இடத்தில் தன்னால் என்ன பேச முடியும் என்று தவித்துப் போனாள். தனம் சொன்னாள். "எங்க காலேஜுல ஆயிரம் ரெண்டாயிரம் பேரு மத்தியில இப்ப நாம் பேசுறேன்னா அது அப்பாவும் நீயும் பாரதியாரும் குடுத்த தைரியத்துலதாம்மா... அவருதே சொல்வாரு, 'உள்ளத்திலே ஒளி உண்டாயின் வாக்கினிலே ஒளியுண்டாம்'னு அது மாதிரி நம்ம நெஞ்சுல நேர்மையும் துணிவுமிருந்தா எங்கயும் தைரியமாகத் தெளிவாப் பேச முடியும்..."

பாரதி சொன்னான்: "காந்தி எம்புட்டுப் பெரிய மகான் தெரியுமா... அவர்ட்டயே நம்ம பாரதியாரு நா ஒரு கூட்டத்தில் பேசப்போறே வந்துருங்கன்னுருக்காரு... எப்புடி உறுதி இருந்தா அதப் பேசிருப்பாரு... அதெல்லாம் தாம் மனசுல பட்டதப் பேசனும்கிறதுலருந்து வர்றது... அதோட தலைவர்களா இருந்தாலும் சரி, தொழிலாளர்களா இருந்தாலும் சரி, இவுகள்லாம் ஒன்னயத் தெரிஞ்சவக.. ஒனக்கு அவுகளத் தெரியும்... இவுக முன்னாடி பேசறது ஒனக்கு ரொம்ப ஈஸியாத்தே இருக்கும்... தத்துப் பித்துன்னு பேசிட்டாலும் யாரும் ஒன்னயக் கொற சொல்லப் போறதில்ல... போயிப் பேசும்மா..."

பிள்ளைகள் தந்த ஊக்கமும் ஏற்கெனவே ஊருகாவலன் பொட்டலில் பேசிய பேச்சுக்களும் முத்துமாடத்திக்கு ஒரு வித நம்பிக்கையை ஏற்படுத்தின. அதோடு தலைவர் என்பது விடாமல் பேசிக் கொண்டிருப்பதுமல்ல, அவர் பேசுவார் இவர் பேசுவார் என்று அறிவித்தால் போதும் என்று செல்லச்சாமியும் சொல்லியிருந்தார். ஏதோ சமாளித்து விடலாம் என்று நினைத்துக் கொண்டாள் முத்துமாடத்தி.

ரெபேக்காள் அன்று அவ்வளவு அதிகாலையிலேயே ஊர்காவலன் பொட்டலுக்கு வந்து விட்டாள். கூடவே பெரியகுளம் பார்வதி, கள்ளிப்பட்டி ஜோதி, லட்சுமிபுரம் சரஸ்வதி, ஜெயமங்கலம் கோமதி என பல மாவட்ட நிர்வாகிகளும் வந்திருந்தனர். தொழிலாளர்கள் கொஞ்சம் கொஞ்சமாய் காலையில் கிடைத்த அரைகுறை ஆகாரத்துடன் வெளியேறிக் கொண்டிருந்தனர். சிலர் டீ இருந்தால் போதும் நைட்டுப் பார்த்துக் கொள்ளலாம் என்று நடந்தார்கள்.

சிலர் "உண்ணாவிரதந்தானே... நாயப்படி இதுக்குத் தண்ணி கூடக் குடிக்கக் கூடாது" என்றபடி துண்டுகளை எடுத்துத் தோளில் போட்டுக் கொண்டார்கள்.

ரெபேக்காள் ரொம்பவும் ஆச்சரியப்பட்டாள். "இவுக இம்புட்டுத் தெரிஞ்சு வச்சிருக்காக.... பரவாயில்லியே! ஆளுங்கட்சி எதிர்க்கட்சின்னு ஆயிரம் இருக்கு... அவுகெல்லாம் இந்த கட்டுப்பாடோடயா உண்ணாவிரதம் இருக்காக... முன்னாடி உண்ணாவிரத அறப் போராட்டம்னு பெரிசா ஒரு போர்ட வச்சிருப்பாக... ஆனா ஒழுங்கா யாரும் முழுசாப் பந்தல்ல ஒக்காந்து நாம் பாத்ததில்ல... ஆரம்பிக்கும் போதும் சாயந்தரம் பழரசம் குடிக்கும் போதும் கூட்டம் இருக்கும்... மித்தபடி நூத்துக்குப் பத்துப் பேரு தேற்னா பெரிசு... ஆனா, நம்ம உண்ணாவிரதம் பாரு... அம்புட்டுக் கெட்டி... சேந்த ஆளுக சேந்த மானிக்கே இருக்குதுக... ஒக்காந்த ஆளுக ஒக்காந்த மனியமாகவே இருக்குதுக... இதுல்ல உண்ணாவிரதம்..." அவளது வார்த்தைகள் பெருமிதத்தில் விரிந்தன.

கொஞ்ச நேரத்தில் சின்னச்சாமியும் அங்கு வந்துவிட்டார். கட்டம் கட்டமாக நடக்கும் உண்ணாவிரதத்தில் சுழற்சி முறையில் கலந்து கொள்ளும் தொழிலாளர்களைத் தேர்வு செய்து அனுப்பும் பொறுப்பும் அவர்களுக்கு இருந்தது.

எனினும் ரெபேக்காளும், சின்னச்சாமியும் அங்கு வருவதற்கு முன்பே பெயர்ப்பட்டியல் எடுத்து ஆட்களைத் தயார்செய்து விட்டாள் முத்துமாடத்தி.

"இம்புட்டு நா கட்டுப்பாடா இருந்தது பெரிசில்ல... இனிமே நாம நடந்துக்கிறதப் பொறுத்துத்தே எல்லாரும் எறங்கி வருவாக... கட்டுத்திட்டமா நாம நடக்குறதப் பாத்துதே இப்ப மில்லுக்குள்ள ஷிப்ட் பாக்குற தொழிலாளிகளும் வெளியேறி நம்ம பின்னால வந்துக்கிட்டிருக்காக... இப்ப மில்லயும் அடச்சாச்சு... அம்புட்டு மூலதனம் போட்ருக்கவே எம்புட்டு நாளைக்குச் சும்மா போட்றப் போறா... அய்யா சாமின்னு லேபர் ஆபீஸ் அங்க இங்கன்னு ஓடி கடேசில பேச்சு வார்த்தைக்கு வருவா. இது நடக்கத்தேம் போகுது... இம்புட்டுக்கும் நம்ம ஒத்துமதேங் காரணம்..."

ரெபேக்காளும் சின்னச்சாமியும் முன்பு போல் முத்துமாடத்தியைப் பார்க்கவில்லை. அவளது நடவடிக்கைகளில் சம அளவில் வந்து சேர்ந்திருக்கிற ஒரு தலைவரிடம் பேசும் நிதானம் வந்திருக்கிறது. 'இதச் செய்யுங்க... அதச் செய்யுங்க...' என்று ஏவும் தன்மை மாறி, 'இத எப்படிச் செய்யலாம்... அத எப்படிச் செய்யலாம்...' என்று ஆலோசனை கேட்கும் பக்குவம் வந்திருந்தது.

கூட மாட இருந்து ஆள் திரட்டிப் போகும் நோக்கில் வந்திருந்த அவர்கள் வியந்துதான் போனார்கள். "இங்க வர்ற நேரத்த மிச்சப்படுத்தி வேற ஊர்களுக்குப் போயி நாங்க ஆள் தெரட்டிருக்கலாம்..." என்றாள் ரெபேக்காள்.

"எதுக்கு அப்புடிச் சொல்றீங்க... நீங்க வந்தத வச்சுச் சேத்துக் கொஞ்ச ஆளு ஊர்லருந்து கெளம்பத் தான செய்யும்... அதிகம் பேரு தெரளுற ஊர்ல கூடுதல் கவனம் செலுத்துறதுல தப்பில்ல..." என்றாள் முத்துமாடத்தி.

சின்னச்சாமி சொன்னார், "அது ஒரு வகையில சரியாயிருந்தாலும் இந்த ஊரு இப்ப ஒஞ் சொல்லுக்குக் கட்டுப்பட ஆரம்பிச்சுருச்சு... நீ ஒரு ஆள் போதும் முத்துமாடத்தி, நாங்க பெருமாள் கோயில்ல எறங்கி இங்க நடந்து தான வாறோம்... வழியெல்லாம் ஆளுக ஒன்னு சேந்துக்கிட்டிருக்கு... அப்புடி என்ன வசியம் பண்ணினயோ தெரியல. இன்னங் கொஞ்ச நேரத்துல வயசானவுகளும் நடக்க முடியாதவுகளும் தவுர மித்த எல்லாரும் கெளம்பிருவாக போல்ருக்கு..."

"எல்லாத்துக்கும் நீங்க காட்டுன வழிதான் தோழர் காரணம்... திடீர்னு எதுவும் வந்துடலையே..." அடக்கமாக இருவரையும் பார்த்தாள் முத்துமாடத்தி.

"ஒவ்வொன்னுக்கும் எப்புடி எப்புடி நடந்துக்கிறனும்னு சொல்லிச் சொல்லித்தான எங்கள வளக்குறீங்க.. ஊர் ஊரா நடக்குற எத்தனையோ பிரச்சினைகளுக்கு வழிகாட்டுறீக... ஆள்

தெரட்டிப் போராடுறீக... அடி வரைக்கும் பாத்துர்றீக... அந்த அனுபவத்துல எங்களுக்கும் வழிகாட்டுறீக... ஒங்க சொல்படி நடந்ததுனாலதே இந்த போராட்டம் வெற்றியடையுற அளவுக்கு வந்துருக்கு..."

கொடி கோஷத்தடன் ஊர்மக்களும் சேர்ந்து நடக்க ஆரம்பித்தார்கள். அத்தனை பேரையும் பஸ்களில் கொண்டு செல்வதைவிட ஊர்வலமாய் அழைத்துச் செல்வது போராட்ட வெற்றிக்குக் கட்டியங் கூறும் என்று சின்னச்சாமி சொன்னார். "இது ஒரு அதிசயமான ஊரு... இந்த ஊரு ஒத்தும எல்லா ஊருக்கும் வந்துருச்சுன்னா தீராத பிரச்சினையெல்லாந் தீரும். ஒங்களுக்கெல்லாம் பெரும சேக்குற மாதிரி முத்துமாடத்தியவும் கொண்டாந்துட்டீக. அடுத்த மாசம் நடக்கப் போற உள்ளாட்சித் தலைவர் தேர்தல்ல வேட்பாளராவும் நிறுத்திட்டீக... ரொம்ப சந்தோஷம்... அதே நாங்களும் விரும்புனது. எந்தப் போராட்டம்னாலும் இது அவக சமாச்சாரம் அது இவுக பாடுன்னு விட்றாம தாஞ் சொந்தப் போராட்டமா எடுத்து நடத்துனீக... அவுக நன்மையில நம்ம நன்மையும் கலந்துருக்குன்னு புரிஞ்சு நடந்துட்டீக... அதுக்குத்தே கை மேல பலனக் காங்கப் போறோம்..."

வாத்தியார் வண்டிகளை ரெடியாக அனுப்புகிறேன் என்ற போதும் நடந்தே மூனு மைல் ஊர்வலமாகச் சென்று பெருந்திரளாக உண்ணாவிரதப் பந்தலை அடையப் போகிறோம் என்று சொல்லிவிட்டாள் முத்துமாடத்தி.

இந்த பதினைந்து நாட்களிலும் அவரது வண்டிகளுக்கு வாயிருந்தாலும் அழுதிருக்கும். போவதும் வருவதுமாய் அத்தனை உழைப்பு. இடைப்பட்ட நேரங்களில் பயணிகளுக்காக ஓடும் வரை ஓடட்டும் என்று வாத்தியார் விட்டுவிட்டார்.

இந்தப் போராட்டம் முடியவும், ஊர் திரண்டு எடுக்கும் பாராட்டு விழாவில் வாத்தியாருக்கு தகுந்த மரியாதை செய்யவேண்டும் என்று முத்துமாடத்தி உள்ளூர் வெளியூர்த் தலைவர்களிடம் சொல்லி வைத்திருந்தாள்.

□

31

முத்துமாடத்தி தெளிவாகச் சொன்னாள்: "இன்னிக்கு இங்க குமுஞ்சிருக்கிறதுல பாதிக்கு மேல பொம்பள ஆளுக... இது நாளைக்கு ஆயிரம் ஆகலாம், ரெண்டாயிரம் ஆகலாம்... இதக் கூட்டுறதும் கொறைக்கிறதும் எங்க கைல இல்ல... ஒங்க கைல இருக்கு... ஒரு கோரிக்கைய வச்சு மூணு நாலு மாசமாப் போராடுறாகளே அத என்ன ஏதுன்னு கேட்டு தீத்து வைக்காம எங்கள மெரட்டுறது... விட்டுப் போட்டு ஓடிருங்கங்கிறது... கஞ்சி தண்ணி இல்லாமச் செத்து அழிஞ்சிருவீங்கன்னு பயமுறுத்துறது... இதெல்லாம் சட்டம் ஒழுங்கக் காப்பாத்துறவக செய்ற வேலயா... இங்க அரசாங்கம்னு ஒண்ணு இருக்கா? தொழிலாளர் துறைன்னு ஒண்ணு இருக்காங்கிறதே சந்தேகமாருக்கு... தொழிலாளர் நலத்துறைன்னு ஒரு எலாகா இருக்குன்னுதேஞ் சொல்றாக. ஆனா, உண்மையிலேயே தொழிலாளர் நலத்துறையா மொதலாளிக நலத்துறையான்னு தெரியல... போகப் போக இப்புடி ஒரு தொறையே இல்லேன்னு ஆக்கிப் போட்டு மொதலாளிக நலத்தொறைன்னே பேர் போட்டு அதுக்குள்ள ஒரு மந்திரியக் கொண்டாந்திருவாக போல்ருக்கு... நல்லாருக்கு ஒங்க நாயம்..."

முத்துமாடத்தி பேசப் பேச கூட்டம் ஆரவாரித்தது. பந்தல் முழுக்க நிரம்பி வழிந்த ஆணும் பெண்ணும் உண்ணாவிரதக் களைப்பு தெரியாமல் உற்சாகமடைந்தனர். ஒருவர் மாற்றி ஒருவர் பேச்சாளர்களாக மாறிக் கொண்டே இருந்தனர். கொஞ்சம் வெடுப்பாகப் பேசும் எல்லோருக்குமே அது ஒரு பயிற்சிக் களமாக மாறியது.

சென்னை, மதுரை, கோவை, நெல்லை என்று பல ஊர்ப் பேச்சாளர்களும் வந்து கொண்டும் போய்க் கொண்டும் இருந்தனர். வாழவந்தானும், ஜோதிராமும் இரண்டு நாள் மூன்று நாள் என்று கூடத் தங்கி தொடர் உண்ணாவிரதப் போராட்டத்தை வழிநடத்தினர். அவர்கள் புறப்பட்டுச் சென்று விட்டால் அவர்களது இடத்திற்கு வேறு சிலர் என மேலும் அனுபவம் வாய்ந்த தலைவர்களது வருகை என டவுன் அதிர்ந்து கொண்டிருந்தது.

பல ஊர்களிலிருந்து, பல மாவட்டங்களிலிருந்து வரவழைக்கப்பட்டிருந்த போலீஸ் பட்டாளம், ரயில்வே கேட்

துவங்கி நேரு சிலை வரை நீண்டிருந்த பந்தலுக்கிடையே திரள் திரளாய் நின்று கொண்டும் நடந்து கொண்டும் இருந்தது. அவர்களது கைகளில் இருந்த லத்திகள் வழக்கத்தை விட உயரமாகவும் பருமனாகவும் இருந்தன.

கைது செய்வது, மண்டபங்களில் அடைத்து மாலையில் விடுதலை செய்வது என முதல் ஒரு வாரம் பலப் பிரயோகம் செய்த போலீஸ், கூட்டம் அதிகரிக்க அதிரிக்க அந்த நடவடிக்கையைக் கைவிட்டது. மாலை வரை பந்தோபஸ்து கொடுத்துவிட்டுப் பத்தி விடலாம் என்கிற நோக்கில் அதன் செயல்பாடுகள் அமைந்து விட்டது.

ஒரு சிறப்புரையின் போது சின்னச்சாமி சொன்னார், "இப்புடியே ஆட்டங்காட்டி ஆட்டங்காட்டி கடேசீல ஒண்ணுமில்லாம ஆக்குற தந்திரந்தே ஆளும் வர்க்கம் தொடர்ந்து எடுத்து வருது... இவ்வளவுக்கும் காந்தி வழில அமைதியாத்தேம் போய்கிட்டிருக்கோம்... பகத்சிங் வழிலதே தீர்வு கெடைக்கும்னா அதுக்கும் நாங்க தயாராத்தே இருக்கோம்... ஒரு பகுதியில ஒரு டெக்ஸ்டைல்மில் பிரச்சினையத் தீத்து வைக்கத் துப்பில்லாத அரசாங்கம் எப்புடிப் பெரும் பெரும் நெருக்கடிகளத் தீத்து வச்சு நாட்டையும் மக்களையும் காப்பாத்த போகுது? ரெண்டு தரப்பயும் கூப்ட்டு வச்சுப் பேசுறது அம்புட்டுப் பெரிய எல்லைப் பிரச்னையா? தப்பித் தவறிக் கூப்டுப் பேசுனாலும் ஒரு தரப்புக்கு... அதே மொதலாளி தரப்புக்கு ஆதரவாய் பேசிட்டுப் போனா என்னிக்குத்தே இந்த பெரச்சன தீர்றது?... இப்போதைக்கு நாங்க தொடர் உண்ணாவிரதந்தே இருக்கோம்... இன்னிக்கு நாளைக்குள் இந்த பிரச்சினைக்கு முடிவு கட்டலைன்னா அடுத்து சாகும்வரை உண்ணாவிரதந்தே இருப்போம்..."

பந்தல் முழுவதும் உணர்ச்சி வசத்தால் பொங்கி வழிந்தது. முத்துமாடத்தி பழரசம் கொடுக்கும் குழுவில் இணைந்து கொண்டாள். அப்போதே அவளுக்கு அடுத்த நாள் செயல் திட்டம் குறித்துச் சிந்தனைகள் ஓடின.

சுத்துபத்துக் கிராமங்களில் தெரிந்தவர்கள், சொந்த பந்தங்கள், தொழிலாளர்களுக்கு ஆதரவானவர்கள், மில் நிர்வாகத்தால் பழிவாங்கப்பட்டவர்கள் என்று கடந்த ஒரு வாரமாகவே எடுத்த மிகப் பெரிய லிஸ்ட் அவளிடம் இருந்தது. அது குறித்து ஏற்கெனவே தொழிற்சங்கத் தலைவர்களிடம் விவாதித்திருந்தாள். அவர்களை கண்டு பேசி அடுத்த அடுத்த நாட்களில் வரும் போராட்டங்களில் இணைப்பதற்கு இரவோடிரவாகச் செல்ல

வேண்டியவர்கள் பட்டியலையும் உண்ணாவிரத இடைவெளி நேரங்களில் தயாரித்து வைத்திருந்தாள். ஒவ்வொரு பத்துப் பேர் கொண்ட குழுவிற்கும் உள்ளூர்த் தலைவர்களைப் போட்டிருந்தாள்.

ராமசாமி இந்த விவேகமான நடவடிக்கைகளைப் பெரிதும் பாராட்டினார். "இதத்தே தலைமைப் பண்புங்கிறாங்க... வெவரமாத்தே ஆளுகளப் போட்டிருக்கே... அந்தந்த ஊர்கள்ல அவகவக பேச்சுக்குக் கட்டுப்படாத ஆளுகளே இல்ல... ஓங் கணக்குப்படி பாத்தா வாற பதினஞ்சாந் தேதி ரெண்டாயிரம் மூணாயிரம்னு சேந்துருவாக... போல்ருக்கு... அம்புட்டுப் பெரிய மறியல இந்த டவுனு எப்புடித் தாங்கும்..."

முத்துமாடத்தி சொன்னாள், "இத நா அறிவிக்க தலம எனக்கு ஒரு வாய்ப்பு வழங்கனும்... ரெண்டாயிரம் பேர் இல்ல... பத்தாயிரம் பேர்னு நா அறிவிக்கப் போறே... பதினஞ்சாந் தேதிக்கு இன்னம் பத்துநா இருக்கு... இந்தப் பத்து நாளைக்குள்ள அரசாங்கம் பெரச்னையப் பேசி சுமூகமா முடிச்சுக் குடுக்கனும்... இல்லேன்னு வச்சுக்கங்க... அம்புட்டு பேரயும் கொண்டாந்து ஒரு கலக்குக் கலக்குறதத் தவர வேற வழியில்ல... பத்தாயிரம் பேர் சேந்தா என்ன நடக்கும்? எதுவும் நடக்கலாம்... போலீஸ் கெடுபிடி எல்லாம் அந்தல சிந்தலயாயிடும்... இது எதுக்குடா வம்புன்னு மில்லு மொதலாளிய நெருக்கடி குடுத்துப் பிரச்சினைய முடிச்சு வப்பாக... சங்கம் வைக்கிறது உட்படக் கோரிக்கைகளை ஏத்துக்கிறதத் தவிர அந்த மில்லு மொதலாளிக்கு வேற வழியில்ல..."

இப்படித் தொகுப்பாக மதிய வேளையில் முத்துமாடத்தி சொல்லும் போது அருகருகே சின்னச்சாமி, ரெபேக்காள், முத்துச்சாமி, ராஜப்பன் போன்றோரும் இருந்தனர்.

ராஜப்பன் சொன்னார்: "ஓ விருப்பப்படியே ஆகட்டும் முத்துமாடத்தி... ஆனா வைராக்கியமாத் தெரட்டிரணும்... என்னைப் பொறுத்தவரை மனித முயற்சிக்கு அப்பால் எதுவுமில்லைன்னு மாக்ஸிம் கார்க்கியே சொல்லியிருக்காரு... அத மனசுல வச்சு உறுதியா வேலைகள்ல எறங்குனம்னா நடக்காதது எதுவுமேயில்ல... நண்டுஞ் சுண்டான்லருந்து வயசானவக வர ஒத்த ஆளு வீட்ல தங்காமத் தெரட்டணும்... நீ சொன்னது போல ஓ லிஸ்ட்ல வர்ற பதினேழு ஊருகளுக்கு நாங்களும் பதினேழு தெறமையான தோழர்கள அனுப்பி வைக்கிறோம்.. அத்தன ஊருகள்லயும் ஒரு நா முழுக்கவும் வேல வெட்டிகள நிறுத்திட்டு ஆளுக வந்து சேர்றது மாதிரி செய்யனும்... அதுக்காக இன்னிக்கு

நைட்லருந்தே தீவிரமா வேலைகள்ல எறங்கனும்... தெருக்கூட்டம் ஊர்க்கூட்டம்னு போட்டு அவக மனசுல படும்படியாத் தெளிவா எடுத்துச் சொல்லனும்... முடிஞ்ச அளவுக்கு எல்லா ஊருக்கும் முத்துமாடத்தி தல காட்டுனா நல்லாருக்கும்... செரமந்தே... ஆனாலும் போய் வந்தா ஆள் தெரட்டுறது ஈஸியாயிருக்கும்... பத்துநாள் டயம் இருக்குல்ல..."

சின்னச்சாமி தன் பங்குக்குச் சொன்னார். "நீ பட்டியல்லப் போட்ருக்க ஊருகள்லயெல்லாம் நம்ம தொழிற்சங்கக் கிளைகளும் வலுவா இருக்கு...

வெவசாயிகள் சங்கம், மாதர் சங்கம்னு ஊருக்கு ஊர் கூட வர ஆள் இருக்காக... ஒவ்வொரு ஊர்லயும் அந்தந்த ஊர்ப் பிரச்னைகளுக்காகத் தீவிரமாப் போராடுன அனுபவமுள்ளவக நெறய இருக்காக... செல ஊர்கள்ல வார்டு மெம்பர்களா இருக்காக... நீயும் வெனயமாத் தெரிஞ்சுதே திட்டம் போட்டுருக்க போல்ருக்கு... ஒன்னய மிஞ்ச ஆள் இல்ல முத்துமாடத்தி."

முத்துமாடத்தியின் சமயோசிதத் திட்டம் பந்தல் முழுக்கப் பரவி அமர்ந்திருந்தோருக்கு ஆச்சரியத்தை ஏற்படுத்தியது. "இது நம்ம முத்துமாடத்தி தானா?" நாகவல்லி வியந்து கூட இருந்தவர்களிடம் பேச ஆரம்பித்தாள்.

ரெபேக்காள் சொன்னாள், "அடுத்த மாதர் சங்கத் தலைவருக்குப் பொருத்தமான ஆள் தேடிக்கிட்டிருந்தோம்."

ராமசாமி வேகமாகக் குறுக்கிட்டார்! "மாவட்டத்துக்கா... மாநிலத்துக்கா?"

□

32

சங்கம் வைக்கவும் கொடியேற்றவும் சம்பள உயர்வு வழங்கவும் மில் நிர்வாகம் ஒப்புக்கொண்டது. ஒரு தொழிலாளி பாக்கி இல்லாமல் வேலைக்கு எடுத்துக் கொண்ட செய்தியும் காட்டுத் தீ போல் பரவியது. தொழிலாளர்கள் மீது போடப்பட்ட வழக்குகள் அனைத்தையும் வாபஸ் வாங்கிக் கொள்வதாகவும் வைரவன் முதலாளி ஒத்துக்கொண்டார்.

எங்கிருந்து கொண்டு வந்தார்களோ தெரியவில்லை. ஊர்காவலன் பொட்டல் முழுக்க வேட்டும் வெடியுமாக இருந்தது.

முத்துமாடத்தியைப் பத்துப் பதினைந்து பெண்கள் தூக்காத குறையாய் நடத்திச் செல்ல பின்னால் பெரிய ஊர்வலம் புறப்படத் துவங்கியது. முத்துக்கண்ணனும் தனமும் ஒட்டி உரசிக் கொண்டு தம்பதியராய் நடை போட்டனர்.

மதுரையிலிருந்து இப்போது வாழவந்தான் ஜோதிராமுடன் பெருந்தலைவர் வாசுதேவனும் வந்திருந்தார். பெரிய மூளைக்காரரான வாசுதேவன் போராட்டத் திட்டங்கள் வகுத்துக் கொடுப்பதில் சமர்த்தர். ஊர் ஊருக்குத் தொழிற்சங்கப் பிரச்சினைகள், ஆலைப் பிரச்சினைகள், வேலைப் பிரச்சினைகள் என்று வரும் போது அவருடன் கலந்தாலோசிப்பது அனைவருக்கும் வழக்கமாயிருந்தது. பல வடிவங்களில் அவரது கை இருந்திருக்கிறது.

முத்துகண்ணனுக்கும், தனத்துக்கும் வடிவேல் கவுண்டர் மகாலில் கல்யாணம் நடந்த போது வாசுதேவன் வந்திருக்கிறார். பெரும்படைகள் என்று குவிந்த அந்த விழாவில் திருநாண் எடுத்துக் கொடுக்கும் பொறுப்பு அவருக்கு இருந்தது.

அவர் மைக்கைப் பிடித்தால் நேரம் போவது தெரியாமல் பேசிக் கொண்டே இருப்பார் என்று பொன்னம்பலம் சொன்னார். ஆனால், அந்த போராட்ட காலத்தில் என்ன பேசினாலும் தேவை என்றிருந்தது. கல்யாண வீட்டிலும் அவருக்கு அதிக நேரம் கொடுக்கும் பொருட்டு பதினேழு பேர் லிஸ்டில் பதினோரு பேர் விலகிக் கொண்டனர். மேடையில் இருப்பதே ஆசிர்வாதம் தான் என்று முத்துச்சாமி சொன்னார். ஆனால் எப்படியும் பேசியாக வேண்டும் என்கிற இடத்தில் பெண்கள் சார்பில் ரெபேக்காள் இருந்தாள். ராமசாமி, ராஜப்பன், சின்னச்சாமி ஆகியோர் டவுனில் இருந்து பேசுவோர் கணக்கில் வந்தனர். உள்ளூரில் தவமணி,

பொன்னம்பலம், செல்லச்சாமி, ஜெயராம் பெயர்கள் வாழ்த்திப் பேசுவோர் வரிசையில் வந்தது.

வாசுதேவன் சொன்னார், "இது ஒலக சரித்திரம்மா, நாலுமாசமா தொழிலாளர்கள் போராடுனாங்கன்னா அவங்களுக்குச் சாப்பாடு மூணுவேளையும் போட முத்துமாடத்தியம்மா போராடிருக்காங்க. ஒரு சாண் வயிறு இல்லாட்டா ஒலகத்தில் ஏது கலாட்டான்னு ஒரு சினிமாப் பாட்டு வரும்... அந்த சாண் வயித்த நெரப்பி அவக பசியமத்தி அவக கோரிக்கைகளுக்காக கலகம் பண்ற தைரியத்தக் குடுத்தது நம்ம முத்துமாடத்தி. ஆள் அம்புகன்னு ஆயிரம் போ; ஒதவிக்கு வந்தாலும் அம்புட்டயும் லயன் பண்ணி திடகாத்ரமா இந்த காரியத்துல எறங்குறதுக்கு ஒரு மொரட்டுப் பிடிவாதம் இருக்கனும். அந்தப் பிடிவாதமும் போர்க்குணமும் நம்ம முத்துமாடத்திகிட்ட இருந்திருக்கு... நமக்கெல்லாம் அன்னம் போட்ட அன்னபூரணி முத்துமாடத்தி. இன்னிக்கு அவுகள ஒக்காரவச்சி நாம விருந்து பரிமாறனும்... அப்புறந்தா நாம சொம்புத் தண்ணிய பல்லுல வுடனும்..."

முத்துமாடத்தி அன்று நன்றி சொல்லும் போது ரொம்பவும் உணர்ச்சி வசப்பட்டுப் போயிருந்தாள். அந்த ஊரில் அதுவரை நடந்த கல்யாணங்களில் அவ்வளவு கூட்டம் கூடியதில்லை. இன்னொரு மாரியம்மன் திருவிழாவை அந்த ஊர் சந்தித்தது. ரெண்டாயிரம் தலக்கட்டில் குறைந்தது வீட்டுக்கு ஒருவராவது வந்து கை நனைத்தனர். ஒத்தப் பேரியாய் அலைந்த முத்துமாடத்திக்கு உறவுகள் அடையாறு ஆலமரமாய் விழுதுகள் பரப்பி நின்றன.

கல்யாணத்தேதி முடிவு செய்த நாளிலிருந்து இந்த நாள்வரை ஒவ்வொரு வேலையையும் எடுத்துச் செய்தது மில் தொழிலாளிகள்தான். முத்துமாடத்தியின் உற்றார் உறவினர் என்றிருந்த அத்தனை ஊர்களுக்கும் அவள் சார்பில் சென்று பத்திரிக்கை கொடுத்தது அவர்கள்தான். அவளுக்கு ஆக்கிப் போடும் வேலை இருப்பதை சொந்த பந்தங்களும் சுத்து பத்து ஜனங்களும் உணர்ந்து கொண்டிருந்ததால் முத்துமாடத்தி நேரில் வராததைப் பெருங்குறையாக எடுத்துக் கொள்ளவில்லை. முத்துக்கண்ணன் முத்துமாடத்தியிடம் பத்து பைசா எதிர்பார்க்கவில்லை. "எனக்கு தனம் கெடச்சாப் போதும்த்தே... மொத்தச் சொத்தும் வந்தது மாதிரித்தே..." என்று உருகி வழிந்தான். கல்யாணச் செலவிலும் பெரும் பகுதியை ஏற்றுக் கொண்டான். முத்துக்கண்ணனின் பெற்றோரும் இத்தனை நல்ல மனசுக்காரியின் பெண்ணை எடுக்கிறோம் என்கிற பெருமிதத்தில் கூடமாட நின்றார்கள்.

கல்யாண வேலைகள் ஒருபுறமிருந்தாலும் முத்துமாடத்தியின் கவனம் துளிபிசகாமல் தொழிலாளர்களுக்குச் சோறாக்கிப் போடுவதிலேயே இருந்தது.

வழக்கம் போல அங்கு இங்கு எனவரும் அரிசி தவசிகளை ஒன்று சேர்ப்பதும், கடைகடையாய் அலைந்து குழம்பு சாமான்கள் நன்கொடையாய்ப் பெறுவதும், திடீர் திடீரென நான்கைந்து பேரை அழைத்துக் கொண்டு வசூலுக்கு போவதுமாய் இருந்தாள். இதில் அவள் ஒரு போதும் சலிப்படையவில்லை. பெரிதாக வளர்ந்து வருகிற டவுனில் ஏரியா ஏரியாவாகப் பிரித்துக்கொண்டு மாதக் கணக்கில் அட்டை பிடித்துக்கொண்டு போனாலும் போகாத புதுப்புது பகுதிகள் வந்துகொண்டே இருந்தன.

இதை யோசித்து யோசித்துச் செய்வதில்தான் அவளது முழுக்கவனமும் இருந்தது. கூச்சம், தயக்கம், தடுமாற்றம் என அனைத்தையும் அவள் மூட்டை கட்டி வைத்து எவ்வளவோ காலங்கள் ஆகிவிட்டன. துணிந்தவனுக்கு துக்கமில்லை, துணிவே துணை என்கிற வாசகங்கள்தான் அவளது அடிமனசில் எப்போதும் ஓடிக்கொண்டிருந்தன.

மகள் திருமண வேலை என்று முதன்மைப் படுத்திக் கொண்டால் "அதற்கென்ன அதைப்பார் இப்போதைக்கு அதுதானே முக்கியம்" என்று கூட தலைவர்கள் உட்பட அனைவரும் சொல்லி விடுவார்கள். அதே வேலையாக அலைந்தால்கூட குற்றம் கண்டுபிடிப்பவர்கள் இருக்க மாட்டார்கள் தான். ஆனால் ஒரே சீராகப் போய்க் கொண்டிருக்கும் தொழிலாளர்களுக்கான உணவு ஏற்பாடுகள் நிச்சயம் தொய்வடையும். இதைச் சாக்கு வைத்து மில் நிர்வாகம் எதையும் செய்யலாம், தொழிலாளர்கள்கூடப் பலவீனப்படலாம் என்கிற பயமும் அவளுக்கு இருந்தது. அதற்காகவே அவள் தொழிலாளர்களின் தொடர் உண்ணாவிரதம் அவர்களுக்கான உணவு ஏற்பாடுகள் என எதிலும் குறை வைக்காமல் வீரியத்துடன் எடுத்துச் சென்றாள். "ஊரார் பிள்ளையை ஊட்டி வளர்த்தால் தன் பிள்ளை தானே வளரும்" என்பது அவளைப் பொறுத்தவரை உண்மையாகி இருந்தது. பந்தல், பத்திரிகை, மைக்செட், மஹால் என அனைத்தும் அவள் தலையீடின்றியே உறுதியாகின.

தொழிலாளர்களும் "இதுக்கு ஏற்பாடு ஆயிருச்சு, அதுக்கு ஏற்பாடாயிருச்சு... இத இவுக ஏத்துக்கிட்டாக அத அவுக ஒத்துக்கிட்டாக" என்று நாள்தோறும் ஒரு செய்தியை கொண்டு வந்தார்கள். அப்போதெல்லாம் அவள் கண்களில் நீர் பெருகியது. நன்றிப் பெருக்குடன் ஒவ்வொருவரையும் பார்த்துக் கொள்வாள்.

தனது பிறப்பின் அர்த்தம் விளங்கியதைப் போலவும் ஆனந்தம் கொள்வாள்.

பெருமாள் கோவில் மைதானம் ஒளி அலங்காரத்தில் ஜொலித்து கொண்டிருந்தது. வெற்றிக்கொடி நாட்டிய தொழிலாளர்களின் அத்தனை குடும்பங்களிலிருந்தும் ஆட்கள் பெருகி வழிந்தார்கள். அத்தனை வண்ணமயமான மேடையை பந்தல்காரன் அதற்கு முன் அமைத்துப் பார்த்ததில்லை என்று குருவா ரெட்டியார் புளகாங்கிதப் பட்டார். முத்துமாடத்தியின் தெருவில் குடியிருப்பவர் அவர். இனி இதைப் பார்த்து தான் கட்சிகள் என்று வைத்திருப்போர் எதிர்கால மேடைகளை அமைப்பார்கள் என்று முத்துமாடத்தி நினைத்துக் கொண்டாள்.

ஊர்வல முகப்பில் வந்த முன்னணித் தலைவர்கள் மேடையை நெருங்க நெருங்க கோஷம் விண்ணதிர முழங்கியது. ஒவ்வொரு தலைவராக வரவேற்று மேடைக்கு அழைத்துக் கணீர் குரலில் பேசிக் கொண்டிருந்தான் கேரளபுத்திரன். அவன் அழைக்க அழைக்க பின்னணிக் கோஷங்கள், "வாழ்க! வாழ்க!" என எழும்பின.

முத்துமாடத்தியை ஊர்வலக் கூட்டம் கைகளில் ஏந்தி வருவது போல் ஒரு காட்சி தெரிந்தது. அவள் மேடையை நெருங்க நெருங்க உணர்ச்சிப் பெருக்கில் தாள முடியாமல் அடி வயிற்றில் பெருங்குரலெடுத்து கூவினான் கேரளபுத்திரன்.

"அட்சய பாத்திரம்
நவீன மணிமேகலை
எங்கள் அன்னை
முத்துமாடத்தி
வாழ்க! வாழ்க!"

பின் தொடரும் பெருங்கூட்டமும் ஒருமித்த குரலில்,

"எங்கள் பசி தீர்த்து
எங்களைக் காத்து
போராட்டத்தை வென்றெடுத்த
எங்கள் குலதெய்வம்
தோழர் முத்துமாடத்தி
வாழ்க! வாழ்க!"

அவரவர் எண்ணங்களின் உணர்ச்சிக் சுழிப்பில் உள்ளிருந்து வேகமெடுத்துக் குரல்கள் காட்டாறாய்ப் பெருகிய வண்ணம் இருந்தன.

கடைசியில் முத்துமாடத்தி மேடையில் ஏறி தலைவர்களுடன் தலைவராய் அமரும் வரை தொண்டையைக் கிழித்துக்கொண்டு வாழ்த்தொலி முழக்கங்கள் அடங்காமல் எழும்பிக்கொண்டே இருந்தன.

□

www.ingramcontent.com/pod-product-compliance
Lightning Source LLC
LaVergne TN
LVHW100309051026
849517LV00006B/2239